सावित्रीबाई फुले पुणे विद्यापीठ-तृतीय वर्ष कला शाखेच्या (T.Y.B.A.)
२०१५-१६च्या सुधारित अभ्यासक्रमानुसार लिहिलेले क्रमिक पुस्तक
तसेच महाराष्ट्रातील इतर सर्व विद्यापीठांना उपयुक्त.

भारताचा प्रादेशिक भूगोल

Regional Geography of India

I0666849

डॉ. ज्योतिराम मोरे

डॉ. अर्जुन मुसमाडे

डायमंड पब्लिकेशन्स

भारताचा प्रादेशिक भूगोल
डॉ. ज्योतिराम मोरे, डॉ. अर्जुन मुसमाडे

Bharatacha Pradeshik Bhugol
Dr. Jyotiram More, Dr. Arjun Musmade

प्रथम आवृत्ती : जून २०१५

ISBN : 978-81-8483-616-5

© डायमंड पब्लिकेशन्स

मुखपृष्ठ
शाम भालेकर

प्रकाशक
डायमंड पब्लिकेशन्स
२६४/३ शनिवार पेठ, ३०२ अनुग्रह अपार्टमेंट
ओंकारेश्वर मंदिराजवळ, पुणे-४११ ०३०
☎ ०२०-२४४५२३८७, २४४६६६४२
info@diamondbookspune.com

ऑनलाईन पुस्तक खरेदीसाठी भेट द्या
www.diamondbookspune.com

प्रमुख वितरक
डायमंड बुक डेपो
६६१ नारायण पेठ, अप्पा बळवंत चौक
पुणे-४११ ०३० ☎ ०२०-२४४८०६७७

या पुस्तकातील कोणत्याही भागाचे पुनर्निर्माण अथवा वापर इलेक्ट्रॉनिक अथवा यांत्रिकी साधनांनी–
फोटोकॉपिंग, रेकॉर्डिंग किंवा कोणत्याही प्रकारे माहिती साठवणुकीच्या तंत्रज्ञानातून प्रकाशकाच्या
आणि लेखकाच्या लेखी परवानगीशिवाय करता येणार नाही. सर्व हक्क राखून ठेवले आहेत.

प्रस्तावना

विद्यापीठ अनुदान आयोगाच्या मार्गदर्शक तत्त्वांनुसार सावित्रीबाई फुले, पुणे विद्यापीठाने २०१५ पासून तृतीय वर्ष कला या वर्गासाठी 'भारताचा प्रादेशिक भूगोल हा विषय सामान्य स्तरावर अभ्यासक्रमासाठी समाविष्ट केलेला आहे. प्राकृतिक, सांस्कृतिक व सामाजिक विविधतेतून एकता साधलेल्या भारत देशाच्या भौगोलिक माहितीची विद्यार्थ्यांना ओळख व्हावी. आपल्या देशातील भू-वैशिष्ट्ये, जलप्रणाली, हवामान इ. ची ओळख विद्यार्थ्यांना व्हावी हा ह्या विषयाचा अभ्यासक्रमात समाविष्ट करण्याचा मुख्य हेतू आहे.

प्रस्तुत पुस्तकात भारताचे स्थान, भौगोलिक स्थिती व ऐतिहासिक पार्श्वभूमीचा मागोवा घेतानाच भारत व त्याच्या शेजारी असलेल्या देशांचा संबंध स्पष्ट करण्याचा प्रयत्न केलेला दिसून येतो. तेलमार्ग म्हणून महत्त्व प्राप्त झालेल्या हिंदीमहासागराचे भूराजनैतिक महत्त्वही लेखकांनी मोजक्या शब्दांत सांगितलेले आहे. भारताच्या प्राकृतिक रचनेच्या अभ्यासात भारताचे वेगवेगळे प्राकृतिक विभाग, नकाशांच्या मदतीने विस्तृतपणे स्पष्ट केलेले आहेत. भारतातील जलप्रणालीबद्दल विवेचन करताना नद्यांची माहिती, त्यांची उगमस्थाने त्याचबरोबर पाणलोट क्षेत्रांचाही विचार प्रस्तुत लेखनात दिसून येतो. भारतातील एकूणच लोकजीवनावर व आर्थिक रचनेवर परिणाम करणाऱ्या मोसमी वाऱ्यांचा व त्या अनुषंगाने निर्माण झालेल्या हवामान स्थितीचा सोप्या भाषेत अभ्यास मांडण्याचा प्रयत्न या पुस्तकात केलेला आहे.

भारतातील मृदा, जंगले तसेच खनिजसंपदा या उपलब्ध नैसर्गिक साधनसंपदांचा विकास प्रकियेवर खूप मोठा प्रभाव दिसून येतो. किंबहुना, या सर्वच संपदांच्यादृष्टीने भारताला वैविध्यपूर्ण देश मानावे लागते. या साधनसंपदांचे वितरण उपलब्धतता ह्यांचा आढावा घेताना मृदा धूप, निर्वनीकरण यांसारख्या समस्यांवर मृदा संवर्धन व वनसंवर्धन ह्यासाठी उपाययोजना सुचविण्याचाही लेखकाने प्रयत्न केलेला आहे.

परंपरागत ऊर्जा साधनांची मर्यादा व त्यांचे लोकसंख्येशी असणारे व्यस्त प्रमाण त्यांचा विचार करताना ह्या पुढील काळात अपारंपरिक ऊर्जा साधनांच्या आवश्यकतेबद्दल प्रतिपादन करण्याचा लेखकांचा प्रयत्न कौतुकास्पद आहे.

शेती विकासातील आधुनिक शेती पद्धतींचा मुद्देसुद विचार व आधुनिक शेती पद्धतीतील फायदे व्यवस्थितरीत्या या पुस्तकात मांडण्यात आलेले आहेत. उपलब्ध साधनसंपत्ती व उपभोक्त्यांची संख्या ह्यांचा ताळमेळ नियोजनाशिवाय शक्य होणार नाही या दृष्टीने प्रादेशिक नियोजनाची गरज सुस्पष्ट रीतीने प्रस्तुत पुस्तकांच्या लेखकांनी मांडली आहे.

'भारताचा प्रादेशिक भूगोल' हे पुस्तक विद्यार्थी, प्राध्यापक तसेच विविध स्पर्धा परीक्षांसाठी प्रयत्न करत असलेल्या विद्यार्थ्यांना आणि आपल्या देशाबद्दल माहिती मिळवून घेण्याची उत्सुकता असणाऱ्या अनेक अभ्यासप्रेमींना हे पुस्तक उपयोगी ठरेल. प्रस्तुत पुस्तकाचे लेखक डॉ. ज्योतिराम मोरे व डॉ. अर्जुन मुसमाडे हे माझे विद्यार्थी असल्याचा सार्थ अभिमान वाटतो इतर पुस्तकांबरोबर ह्या पुस्तकाच्या लेखनाबद्दल मी त्यांचे कौतुक करतो व त्यांना भावी अभ्यास उपक्रमांना सुयश चिंतीतो.

डॉ. प्रवीण गणेश सप्तर्षी

लेखक परिचय

डॉ. ज्योतिराम चंद्रकांत मोरे (M.A., Ph.D.)

- भारतीय जैन संघटनेचे कला, विज्ञान व वाणिज्य महाविद्यालय, वाघोली, पुणे येथे विभाग प्रमुख व अध्ययन १९ वर्षे.
- सचिव- महाराष्ट्र भूगोलशास्त्र परिषद, पुणे.
- सदस्य- भूगोल अभ्यास मंडळ, सावित्रीबाई फुले पुणे विद्यापीठ, पुणे.
- सदस्य- व्यसनमुक्ती समिती, महाराष्ट्र शासन.
- राष्ट्रीय व आंतरराष्ट्रीय जर्नल्समध्ये ३० शोधनिबंध प्रकाशित.
- विविध १० पुस्तके प्रकाशित.
- पाच आंतरराष्ट्रीय जर्नल्सच्या संपादक समितीचे सदस्य.
- नॅक समन्वक बी. जे. एस. कॉलेज.
- पाच लघुशोध प्रकल्प पूर्ण.
- सुमारे ५० राष्ट्रीय व राज्य पातळीवरील चर्चासत्रात सहभाग.
- आठ विद्यार्थी Ph.D. चे मार्गदर्शन घेत आहेत.

लेखक परिचय

डॉ. अर्जुन हरीभाऊ मुसमाडे (M.A., M.Phil, Ph.D.)

- टिकाराम जगन्नाथ कला, वाणिज्य व विज्ञान महाविद्यालय, खडकी, पुणे–३ येथे १९ वर्षे भूगोल विषयाचे अध्यापन.
- ऊपाध्यक्ष, महाराष्ट्र भूगोलशास्त्र परिषद, पुणे
- लोकसंख्या भूगोल, भारताचे भौगोलिक विश्लेषण, आपत्ती व्यवस्थापनाचा भूगोल या पुस्तकांचे लेखन.
- लोकसंख्या, भारताची लोकसंख्या या विषयावर वृत्तपत्रांमध्ये लेखन.
- सुमारे ५० राष्ट्रीय व राज्य पातळीवरील भूगोल विषयाच्या चर्चासत्रात सहभाग, २६ चर्चासत्रांमध्ये शोध निबंधांचे वाचन
- २१ शोधनिबंध विविध नियतकालिकांमधून प्रसिद्ध झालेले आहेत. तीन लघुशोध प्रकल्प.
- महाविद्यालयात पाच वर्षे कार्यक्रम अधिकारी, तीन वर्षे विद्यार्थी कल्याण अधिकारी म्हणून काम.
- महाविद्यालय परीक्षा अधिकारी म्हणून कार्यरत.

अनुक्रम

• पुस्तकातील नकाशे प्रमाणबद्ध नसून केवळ संदर्भासाठी दिले आहेत.

१ प्रास्ताविक
Introduction

१.१ प्रस्तावना (Introduction)

विविधतेत एकता प्रतिबिंबित करणारे भारत हे जगातील अद्वितीय राष्ट्र आहे. प्राचीन काळातील पराक्रमी राजा भरत यावरून 'भारत' आणि आर्यवंशीय लोकांची भूमी म्हणून या प्रदेशाला 'आर्यावर्त' असे म्हणत. प्राचीन काळी सिंधू नदीच्या काठावर राहणाऱ्या लोकांना ग्रीक लोक 'इंडोई' (Indoi), तर पर्शियन लोकांनी 'हिंदू' नावाने (Hindu) संबोधले होते. या दोन शब्दांवरून युरोपीय लोकांनी या देशाचा उल्लेख 'इंडिया' (India) असा करण्यास प्रारंभ केल्याने आज जगातील सर्व देश भारताला India नावाने ओळखतात.

भारत दक्षिण आशियामधील एक प्रमुख देश आणि जगातील प्राचीन संस्कृतींपैकी एक देश आहे. हा देश क्षेत्रफळाने जगातील ७ वा सर्वांत मोठा देश आहे, तर लोकसंख्येच्या बाबतीत दुसऱ्या क्रमांकावर आहे. भारताला हजारो वर्षे जुना इतिहास आहे, अनेक साम्राज्ये या भूमीत विकसित पावली व लयाला गेली. भाषा, ज्ञान, अध्यात्म, कला, धर्म या बाबतीत जगाला या देशाने मोठा वारसा दिला आहे. उष्ण कटिबंधातील ह्या देशात विविध प्रकारचे हवामान अनुभवास मिळते. अनेक भाषा, अनेक प्रांत, अनेक रीतीरिवाज

परंतु या विविधतेत एकता हे भारत देशाचे वैशिष्ट्य आहे. 'भा' या संस्कृत शब्दाचा अर्थ 'तेज', 'तेजस्विता', 'द्युतिमानता' असा आहे. 'रत' म्हणजे रममाण झालेला म्हणजे त्या तेजस्वितेत, त्या द्युतिमानतेत रममाण झालेला देश म्हणजे भारत.

शकुंतला ही विश्वामित्र ऋषींची मेनका या अप्सरेपासून झालेली कन्या होती. तिचा विवाह पुरुवंशीय राजा दुष्यंताशी झाला होता. त्यांचा पुत्र भरत पराक्रमी होता. यावरून हिंदुस्थान देशाला 'भारत' हे नाव पडले, असा एक मतप्रवाह आहे. हा मतप्रवाह सर्व देशांत मान्य केला जातो.

डॉ. वासुदेवशरण अग्रवाल यांनी भारत या नावाविषयी दोन व्युत्पत्ती दिल्या आहेत. पहिल्या व्युत्पत्तीनुसार ऋग्वेदकाळात आर्यांची भारत नावाची एक पराक्रमी शाखा होती. त्या शाखेने बिपाशा (सांप्रतची बिआस) व शतद्रु (सतलज) नद्या पार करून ज्या प्रदेशात आगमन केले व वस्ती केली, त्या प्रदेशाला 'भरत जनपद' असे म्हटले जाऊ लागले. या जनपदातल्या प्रजेला भारतीय प्रजा म्हणून ओळखले जाई. या भरतजनांच्या आधारावर देशाच्या एका विशिष्ट भूभागाला भारत म्हटले जाऊ लागले. पुढे या भरतजनांनी ज्या प्रदेशावर आपली सत्ता विस्तारली, त्या सर्व व्याप्त प्रदेशालाही भारत हे नाव पडून पुढे संपूर्ण देशाचेच ते नाव रूढ झाले असावे.

दुसऱ्या व्युत्पत्तीनुसार ऋग्वेदात यज्ञाग्नीला भारत असे म्हटले आहे. भारतजनांनी या भूमीवर प्रथम यज्ञाग्नी प्रज्वलित केला म्हणून या देशाला भारत हे नाव प्राप्त झाले असावे. शतपथ ब्राह्मणात व महाभारतातही अग्नीला भारत असे म्हटलेले आहे.

भारतास महान ऐतिहासिक व सुसंस्कृत वारसा लाभलेला असून खूप मोठी सांस्कृतिक परंपरा देशाला लाभली आहे. या देशाचा इतिहास गौरवशाली आहे. मध्ययुगीन कालखंडात अनेक परकीय आक्रमणे या देशावर झाली. मोगलांनी सुमारे २०० वर्षे, तर ब्रिटिशांनी १५० वर्षे या भूमीवर राज्य केले. १५ ऑगस्ट १९४७ रोजी भारत देश स्वतंत्र होऊन आज सर्वात मोठे लोकशाही राष्ट्र म्हणून जगाला आदर्श दाखवून देत आहे. प्रशासकीय दृष्ट्या सन २०१४ पर्यंत २९ घटकराज्ये व सात केंद्रशासित प्रदेश अशी विभागणी करण्यात आली होती. नोव्हेंबर २००० मध्ये उत्तरप्रदेश राज्यातून उत्तरांचल, मध्यप्रदेश राज्याची विभागणी करून छत्तीसगड व बिहारमधून झारखंड ही तीन नवीन राज्ये स्थापन करण्यात आली आहेत. जून २०१४ मध्ये आंध्रप्रदेशातून तेलंगणा या नवीन राज्याची निर्मिती करण्यात आली आहे. औद्योगिक उत्पादनात भारत देश आज दहाव्या स्थानावर असून अणुशक्तीचा स्फोट करणाऱ्या जगातील सहा देशांमध्ये भारत समाविष्ट आहे.

क्षेत्रफळ (तक्ता क्र. १.१)

अ.क्र.	देश	क्षेत्रफळ (चौ.कि.मी.)
१.	पूर्वीचा रशिया	२२४०२२००
२.	कॅनडा	९९७६१३९
३.	संयुक्त संस्थाने	९८०९४३१
४.	चीन	९५९६९६१
५.	ब्राझील	८५११९६५
६.	ऑस्ट्रेलिया	७७१३३६४
७.	भारत	३२८७२६३

भारतासह इतर सहा देशांना वेगवेगळे क्षेत्रफळ वाट्याला येत असले, तरी यातील बरेच क्षेत्र पर्वत रांगा, डोंगर उतार, दलदल इत्यादींमुळे निरुपयोगी असल्याचे दिसून येते. जगाच्या एकूण क्षेत्रफळाच्या तुलनेत भारताच्या वाट्याला फक्त २.४% क्षेत्र आले असून या क्षेत्रफळाच्या भूमीवर जगातील एकूण लोकसंख्येच्या १७.५% लोकसंख्या निवास करते. म्हणूनच या देशाला मोठ्या लोकसंख्येचा छोटा देश असे म्हणतात.

चतु:सीमा

दक्षिण भारतीय द्वीपकल्प अरबी समुद्र, हिंदी महासागर व बंगालच्या उपसागराने वेढलेला आहे. हिंदी महासागरात तामिळनाडूच्या जवळ श्रीलंका हा शेजारी देश आहे. पश्चिम बंगाल ते त्रिपुरापर्यंत घोड्याच्या नालेच्या आकारात बांगलादेशास वेढलेले आहे. पूर्वेस म्यानमार आहे, तर पूर्वोत्तर राज्यांच्या सीमा चीनला भिडल्या आहेत. सिक्कीम व अरुणाचल प्रदेश यांच्यामधील प्रदेशात भूतान हा देश आहे. सिक्कीम व उत्तरांचल ह्या राज्यांच्या मध्ये नेपाळची सीमा उत्तर प्रदेश व बिहार या राज्यांना लागते. उत्तरांचलपासून पुन्हा उत्तरेकडे लद्दाखपर्यंत चीनची सीमा आहे. काश्मिरमधील सियाचीन हिमनदीपासून ते गुजरात राज्यातील कच्छच्या रणापर्यंत पश्चिमेकडे पाकिस्तानची सीमा आहे.

राजकीय विभाग

प्रशासनाच्या सोयीकरीता राजकीयदृष्ट्या भारताचे २९ राज्य आणि ७ केंद्रशासित प्रदेश असे विभाग पाडण्यात आले आहेत. सर्व राज्ये आणि दिल्ली व पाँडिचेरी ह्या २ केंद्रशासित प्रदेशांत निर्वाचित सरकारे आहेत, तर इतर केंद्रशासित प्रदेशांत केंद्र शासननियुक्त प्रशासनाद्वारे राज्यकारभार चालतो.

भारतातील राज्ये आणि केंद्रशासित प्रदेश (नकाशा क्र. १.१)

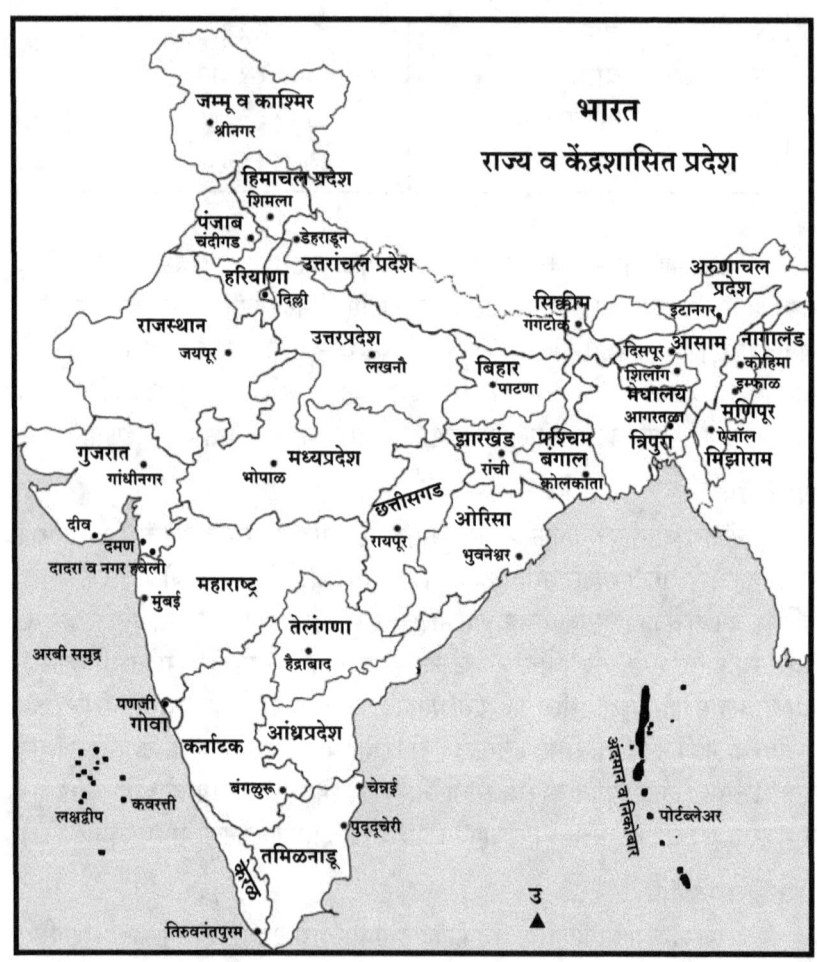

१.२ भारताची ऐतिहासिक पार्श्वभूमी (Historical Background of India)

१. सिंधू संस्कृतीचा काल

भारत देश हा मानवी इतिहासातील प्राचीन देशांमध्ये गणला जातो. मध्यप्रदेशातील भीमबेटका येथील पाषाणयुगातील भित्तिचित्रे भारतातील मानवी अस्तित्वाचे सर्वांत जुन्या पुराव्यांपैकी आहेत. पुराणतज्ज्ञांनुसार, सत्तर हजार वर्षांपूर्वी आदिमानवाने भारतात प्रवेश केला. साधारणपणे ९००० वर्षांपूर्वी भारतात ग्रामीण व शहरी स्वरूपांची मानवी वस्ती होऊ लागली व त्याचेच हळूहळू सिंधू संस्कृतीमध्ये रुपांतर झाले. इ.स.पूर्व ३५०० च्या सुमारास सिंधू संस्कृतीचा काल मानला जातो. या सिंधू संस्कृतीची सुरुवात भारताच्या वायव्य प्रांतात म्हणजेच आजच्या पाकिस्तानात झाली. मोहोंजोदडो व हडप्पा ही उत्खननात सापडलेली शहरे आज पाकिस्तानात असली, तरी भारतीय इतिहासातच गणली जातात. यानंतरचा काळ (इ.स.पूर्व १५०० ते इ.स.पूर्व ५००) वैदिक काळ म्हणून गणला जातो. काही वर्षांपूर्वीपर्यंत इतिहासकरांमध्ये असा समज होता, की युरोप व मध्य आशियातून आलेल्या आर्य लोकांच्या टोळ्यांनी सातत्याने आक्रमण करून सिंधू संस्कृती नष्ट केली व वैदिक काळ सुरू झाला. परंतु सध्या संशोधकांचे असे मत आहे, की वैदिक काळ हा पूर्वीच्या संशोधकांच्या मान्यतेपेक्षा अजून प्राचीन असून वैदिक संस्कृती व हडप्पा व मोहोंजोदडो संस्कृती या एकच होत्या. सिंधू संस्कृती व वैदिक काळातील घडामोडी या सिंधू व सरस्वती नद्यांच्या काठी घडल्या होत्या यात दुमत नाही. यातील सरस्वती नदी ही काळाच्या ओघात पृष्ठीय बदलांमुळे लुप्त पावली. प्राचीन सरस्वती नदी ही पंजाब, राजस्थान, कच्छ, गुजरातमधून वाहात होती, हे शास्त्रीय पुराव्यांतून सिद्ध झाले आहे. या वैदिक काळातच भारतीय संस्कृतीची मुळे रोवली गेली. मध्य वैदिक काळात सिंधू काठची वैदिक संस्कृती गंगेच्या खोऱ्यात पसरली. विष्णू पुराणातला पहिला श्लोक भारत या नावाची ओळख करून देतो.

पंजाबमधील रावी नदीच्या काठी हडप्पा येथे इ.स.१९२१ मध्ये रेल्वेमार्गाचे काम चालू असताना काही पुरातन विटा व चित्रलिपी असलेल्या मृदा आढळल्या. या अवशेषांवरून भारतातील एक प्राचीन व प्रगत संस्कृतीचा शोध लागला. ही संस्कृती सुमारे ५००० वर्षांपूर्वी अस्तित्वात होती. आज हडप्पा व मोहोंजोदडो ही दोन्हीही ठिकाणे पाकिस्तानात आहेत.

या संस्कृतीचे अवशेष भारतात इतरत्रही आढळले आहेत. त्यामध्ये रूपड, राखीगढी, लोथल, सुरकोटला, धोलाविरा, कुतासी, रंगपूर, आलमगिरपूर, कालीबंगन व दायमाबाद ही महत्त्वाची स्थळे आहेत. ही सर्व स्थळे नद्यांच्या खोऱ्यांत वसलेली होती. रावी व सिंधू नदीच्या खोऱ्यांत हडप्पा संस्कृतीच्या वसाहती होत्या. सुनियोजित नगररचना,

रस्ते, घरे, सांडपाणी व्यवस्था, स्नानगृहे, अलंकार, खेळणी, मातीची भांडी, मुद्रा, तांबे, सोने आणि चांदी या धातूंचा वापर ही हडप्पा संस्कृतीची वैशिष्ट्ये होती.

२. मौर्य साम्राज्याची मुहूर्तमेढ

इसवीसनपूर्व तिसऱ्या शतकात अलेक्झांडरच्या आक्रमणानंतर भारतात बरीच राजकीय स्थित्यंतरे झालीत. भारताच्या मुद्देसूद इतिहासाची येथपासून सुरुवात होते. चंद्रगुप्त मौर्याने मगधच्या मौर्य साम्राज्याची मुहूर्तमेढ रोवली, ज्याचा सम्राट अशोकने कळस गाठला. कलिंगाच्या युद्धात मानवी कौर्यानंतर अशोकने शांतता व अहिंसेचा मार्ग अवलंबला व बौद्ध धर्माचा स्वीकार केला. भारतात या काळात मोठ्या प्रमाणावर बौद्ध धर्माचा प्रसार झाला होता. मौर्य साम्राज्याच्या पतनानंतर काही काळ उत्तर भारतात अनेक ग्रीक आक्रमणे पुन्हा झाली. काही काळ ग्रीक सत्तेखाली भारताचा काही भाग होता. तिसऱ्या शतकात स्थापन झालेल्या गुप्त साम्राज्याने भारताच्या बहुतांशी भागावर बराच काळ राज्य केले. हा काळ भारताचा सुवर्णकाळ मानला जातो. या काळातच जनतेवर दीर्घकाल राहिलेला बौद्ध धर्माचा पगडा हळूहळू कमी झाला व पूर्वीच्या वैदिक धर्माची वेगळ्या स्वरूपात पुनर्बांधणी झाली. साहित्य, गणित, शास्त्र, तत्त्वज्ञान इत्यादी क्षेत्रांत भारताने मोठी मजल मारली.

भारत या काळात व्यापारीदृष्ट्या अतिशय पुढारलेला देश होता. दक्षिण भारतात अनेक साम्राज्ये उदयास आली. तामिळनाडूतील चौल साम्राज्य, विजयनगरचे साम्राज्य, महाराष्ट्रातील सातवाहन या काळातील कला, स्थापत्यशास्त्रातील प्रगती आजही खुणावते. अजिंठा-वेरूळची लेणी, वेरूळ, हंपीचे प्राचीन नगर, दक्षिणेतील प्राचीन मंदिरे ही याच काळात बांधली गेली. चोल साम्राज्याचा विस्तार आग्नेय आशियातील इंडोनेशिया या देशापर्यंत पोहोचला होता.

३. इस्लामी राजवट

११व्या शतकात इराणमधील मोहम्मद बिन कासीमने सिंध प्रांतात आक्रमण केले व ते काबीज केले. यानंतर अनेक इस्लामी आक्रमणे आली व भारतातील मोठ्या भूभागावर इस्लामी राजवट लागू झाली. भारतातील अनेक राज्ये आर्थिकदृष्ट्या अतिशय पुढारलेली होती. इस्लामी आक्रमणात, सत्ता काबीज करणे तसेच लूट करणे हे मुख्य उद्देश असत. गझनी येथील एका राज्यकर्त्याने भारतात लुटीच्या १७ मोहिमा आखल्या होत्या. तैमूरलंगने केलेले दिल्लीतील शिरकाण ही मानवी इतिहासातील सर्वाधिक क्रूर घटना होती, असे इतिहासकार नमूद करतात. दिल्ली सल्तनत ते मोगलांपर्यंत अनेक इस्लामी राज्ये उदयास आली. यातील मुघल राजवट सर्वाधिक विस्ताराची होती.

४. शिवाजी महाराजांनी केली मराठा साम्राज्याची स्थापना

मुघल राजवटीत शिवाजी महाराजांनी मराठा साम्राज्याची स्थापना केली, ज्याचा मुख्य उद्देश भारतात एतद्देशीयांचे राज्य पुनर्स्थापन करणे हा होता. मराठा साम्राज्याच्या विस्ताराबरोबरच मुघल साम्राज्य क्षीण होत गेले. पानिपतच्या युद्धात दारुण पराभवानंतर मराठ्यांचे पतन सुरू झाले, ज्याचा सर्वाधिक फायदा युरोपियन साम्राज्यवाद्यांना झाला.

५. युरोपियन साम्राज्यवाद

सोळाव्या शतकापासूनच अनेक युरोपीय देशांनी व्यापाराचे निमित्त करून भारतात वसाहती स्थापल्या होत्या व आपले साम्राज्यवादी धोरण ते पुढे रेटत होते. इंग्लिश लोक, पोर्तुगीज, फ्रेंच, डच हे भारतात आपले वर्चस्व गाजवण्यास धडपडत होते. इंग्रजांनी विकसित शस्त्रास्त्रे व युद्धकौशल्य तसेच मुत्सद्देगिरी, फुटीचे राजकारण करून हळूहळू भारतातील सर्व राज्ये आपल्या आधिपत्याखाली आणली. बंगालपासून सुरुवात करत म्हैसूरचा टिपू सुलतान, १८१८ मध्ये मराठा साम्राज्य, १८५० च्या सुमारास पंजाबमधील शीख व जाट असे हस्तगत करत जवळपास संपूर्ण भारताला इंग्रजांनी ब्रिटिश ईस्ट इंडिया कंपनीच्या कारभाराखाली घेतले. १८५७ मध्ये ब्रिटिश सेनेमधील भारतीय सैनिकांनी उठाव केला व पाहता पाहता संपूर्ण भारतभर त्याचे पडसाद उमटले. ब्रिटिशांविरुद्धचा उठाव अयशस्वी झाला, तरी ब्रिटिशांविरुद्ध स्वातंत्र्य मिळवण्याची ऊर्मी भारतीयांच्यात जागृत झाली. उठावानंतर ईस्ट इंडिया कंपनीकडून कारभार ब्रिटिश सरकारकडे गेला.

६. भारताला इंग्रजांपासून स्वातंत्र्य

लोकमान्य टिळक यांच्या नेतृत्वाखाली विसाव्या शतकाच्या सुरुवातीला भारतीय राष्ट्रीय काँग्रेसने राष्ट्रीय पातळीवर स्वातंत्र्य चळवळ सुरू केली. १९२० मध्ये टिळकांच्या मृत्युनंतर महात्मा गांधींनी चळवळीची सूत्रे हाती घेत अनेक चळवळी केल्या. सरतेशेवटी १५ ऑगस्ट १९४७ रोजी भारताला इंग्रजांपासून स्वातंत्र्य मिळाले, परंतु त्यासाठी बहुसंख्य मुस्लीम असलेला भाग, आजचा पाकिस्तान व बांगलादेश हे वेगळे व्हावे लागले. फाळणीचा हा इतिहास अतिशय दुःखदायक आहे. २६ जानेवारी १९५० रोजी भारतीय संविधान लागू झाले व भारत गणतंत्र राष्ट्र बनले व ते जगातील सर्वांत मोठे लोकशाही राष्ट्र अशी आज बिरुदावली मिरवत आहे. इ.स. १९५० रोजी देशाची नवी राज्यघटना अमलात आल्यानंतर देशाचे नाव अधिकृतपणे भारत अर्थात इंडिया असे झाले.

स्वातंत्र्यप्राप्तीनंतर भारताने सामान्य गतीने आर्थिक व सामाजिक सुधारणांचा स्वीकार करून वाटचाल केली. जम्मू आणि काश्मिर व ईशान्येकडील राज्यांत सुरू असलेल्या हिंसाचार आणि गरिबीमुळे ग्रामीण भागात सुरू होत असलेला नक्षलवाद यामुळे

भारतातील दहशतवादही एक महत्त्वाचा सुरक्षाविषयक मुद्दा बनला आहे. १९९० पासून भारतातील विविध शहरांत दहशतवादी हल्ले झाले आहेत. भारताचे चीन व पाकिस्तान यांच्याशी संलग्न सीमांबद्दल वाद आहेत; त्यातून १९४७, १९६५, १९७१ व १९९९ मध्ये युद्धे झाली. भारत अलिप्ततावादी चळवळीच्या प्रस्थापकांपैकी एक आहे. भारताने १९७४ मध्ये भूमिगत अणुचाचणी केली. १९९८ मध्ये यापाठोपाठ पाच आणखी अणुस्फोट करण्यात आले. ज्याने भारतास अणुसज्ज देशांच्या यादीत नेऊन बसविले. १९९१ नंतर भारताने आर्थिक सुधारणांचा अंगीकार केल्यानंतर झपाट्याने आर्थिक प्रगती केली आहे. खासकरून सॉफ्टवेअर क्षेत्रामध्ये भारताने लक्षणीय कामगिरी केली आहे.

१.३ भारताचे स्थान व विस्तार (Location and Extent of India)

भारत या देशाचे स्थान उत्तर गोलार्धात असून आशियाच्या दक्षिणेकडील पूर्व गोलार्धात भारताचे स्थान मध्यावर आहे. भारताचे भौगोलिक स्थान अत्यंत वैशिष्ट्यपूर्ण आहे. देशाचा अक्षवृत्तीय विस्तार ८ अंश ४ मिनिटे २८ सेकंद उत्तर ते ३७ अंश ६ मिनिटे व ५३ सेकंद उत्तर (८°.४.२८" उत्तर ते ३७°.६.५३" उत्तर) इतका आहे. रेखावृत्तीय विस्तार ६८° अंश ७ मिनिटे ३३ सेकंद पूर्व ते ९७° अंश २५ मिनिटे ४७ सेकंद पूर्व

भारताचे स्थान (नकाशा क्र. १.२)

(६८°७'.३३" पूर्व ते ९७°.२५'.४७" पूर्व) रेखावृत्ताच्या दरम्यान म्हणजेच पूर्व गोलार्धात मध्यावर स्थान लाभले आहे.

ग्रिनिच रेखावृत्ताच्या पूर्वेस भारताचे स्थान असल्याने ग्रिनिच प्रमाणवेळेपेक्षा भारतीय प्रमाण वेळ ५ तास व ३० मिनिटे इतकी पुढे आहे. कारण भारत ग्रिनिचच्या पूर्वेस आहे. कर्कवृत्त (२३ १/२° उत्तर) हेही भारताच्या साधारण: मध्यातून जाते.

भारताची उत्तर-दक्षिण लांबी ३२१४ कि.मी. असून पूर्व-पश्चिम लांबी २९३३ कि.मी. इतकी आहे. देशाचे एकूण क्षेत्रफळ ३२,८७,२६३ चौ.कि.मी. आहे. भारताला सुमारे १५२०० कि.मी. लांबीची भूसरहद्द लाभलेली असून ६१०० कि.मी. लांबीचा सागरी किनारा मिळाला आहे.

हिमालयीन उत्तुंग पर्वतरांगांनी आशिया खंडाचा दक्षिणेकडील भाग वेगळा केलेला असून भारत व सभोवतालच्या प्रदेशांना 'भारतीय उपखंडातील देश' असे संबोधले जाते. भारताच्या मध्यभागापासून दक्षिणेकडील त्रिकोनी भूभाग हिंदी महासागरात घुसलेला असून त्यास 'द्वीपकल्पीय भारत' असे संबोधले जाते. कारण ही भूमी तीन बाजूंनी सागरांनी वेढलेली आहे.

१.४ भारत व शेजारील देश (India and Neighbouring Countries)

भारताच्या पूर्वेला बंगालचा उपसागर, दक्षिणेकडून हिंदी महासागर तर पश्चिमेस अरबी समुद्र अशा तीनही बाजूंनी समुद्रकिनारा आहे. उत्तरेस हिमालयाच्या रांगांनी भारताला संरक्षक भिंत मिळाली आहे. भारताच्या दक्षिणेला श्रीलंका हा देश असून पाल्कच्या सामुद्रधुनीमुळे भारत व श्रीलंका वेगळे झालेले आहेत. पूर्वेकडील सात टेकड्यांचे राज्य व बंगालचा उपसागर ओलांडल्यानंतर म्यानमार हा भारताचा शेजारी देश आहे. आसाम व पश्चिम बंगाल या राज्यांच्या मध्ये पूर्व पाकिस्तान म्हणजे आजचा बांगला देश पहारीसारखा घुसला आहे. उत्तरेस हिमालय ओलांडताच चीन हा भारताचा शेजारी असून नेपाळ, भूतान हे भारताचे उत्तरेकडील शेजारी आहेत. पूर्वी भारत भूमीचा एकसलग असा भूभाग होता; परंतु ब्रिटिशांनी भारतास स्वातंत्र्य व पाकिस्तान हा शेजारी देश एकाच वेळी दिले. वायव्येकडील प्रदेशात पाकिस्तान हा भारताचा शेजारी देश असून अफगाणिस्थानची छोटी सरहद्द भारतास अतिउत्तरेकडे भिडते. थोडक्यात, भारतीय भूसीमा पाकिस्तान, चीन, म्यानमार (ब्रह्मदेश), अफगाणिस्थान, नेपाळ, भूतान, आणि बांगलादेश या शेजारील देशांना जोडलेली आहे. व्यापारी आणि वाहतूक दृष्टीने सागरी सीमा महत्त्वपूर्ण आहेत. भारताचे पश्चिम, पूर्व आणि दक्षिण आशियाशी मध्यवर्ती स्थानामुळे आणि हिंदी महासागराचे प्रवेशद्वार या दृष्टीने युरोपातील देश अमेरिकेतील विविध देश, आफ्रिकन देश

घटक राज्ये (तक्ता क्र. १.२)

अ.क्र.	राज्य	राजधानी	क्षेत्रफळ(चौ.कि.मी.)
१.	अरुणाचल प्रदेश	इटानगर	८३.७४३
२.	आसाम	दिसपूर	७८.४३८
३.	उत्तरप्रदेश	लखनौ	२,४०,९२८
४.	उत्तरांचल	डेहराडून	५३,४८३
५.	ओरिसा	भुवनेश्वर	१,५५,७०७
६.	आंध्रप्रदेश	हैदराबाद	१,६०,२०५
७.	कर्नाटक	बंगळुरू	१,९१,७९१
८.	केरळ	तिरुवनंतपुरम	३८,८६३
९.	गुजरात	गांधीनगर	१,९६,०२१
१०.	गोवा	पणजी	३,७०२
११.	छत्तीसगड	रायपूर	१,३५,१९१
१२.	जम्मू आणि काश्मिर	श्रीनगर व जम्मू	२,२२,२३६
१३.	झारखंड	रांची	७९,७१४
१४.	तमिळनाडू	चेन्नई	१,३०,०५८
१५.	त्रिपुरा	आगरतळा	१०,४८६
१६.	नागालँड	कोहिमा	१६,५७९
१७.	पश्चिम बंगाल	कोलकाता	८८,७५२
१८.	पंजाब	चंदीगड	५०,३६२
१९.	बिहार	पाटणा	९४,१६३
२०.	मणिपूर	इम्फाळ	२२,३२७
२१.	मध्यप्रदेश	भोपाळ	३,०८,२५२
२२.	महाराष्ट्र	मुंबई	३,०७,७१३
२३.	मिझोराम	ऐजॉल	२२,०८१
२४.	मेघालय	शिलाँग	२२,४२९
२५.	राजस्थान	जयपूर	३,४२,२४०
२६.	सिक्कीम	गंगटोक	७,०९६
२७.	हरियाणा	चंदीगड	४४,२००
२८.	हिमाचल प्रदेश	शिमला	५५,६७३
२९.	तेलंगणा	हैद्राबाद	१,१४,८४०

केंद्रशासित प्रदेश (तक्ता क्र. १.२)

अ. क्र.	केंद्रशासित प्रदेश	राजधानी	क्षेत्रफळ (चौ.कि.मी.)
१.	अंदमान आणि निकोबार	पोर्टब्लेअर	८,२४९
२.	चंदीगड	चंदीगड	११४
३.	दमण व दीव	दमण	११२
४.	दादरा व नगर हवेली	सिल्वासा	४९१
५.	दिल्ली (राष्ट्रीय राजधानी)	दिल्ली	१,४८३
६.	पुद्दूचेरी	पुद्दूचेरी	४७९
७.	लक्षद्वीप	कवरत्ती	३२

तसेच ऑस्ट्रेलिया यांना व्यापारदृष्ट्या व जागतिक राजकारण या दृष्टीने भारताचे भौगोलिक स्थान अतिशय महत्त्वाचे आहे. भारताच्या भौगोलिक स्थानास व त्याच्या शेजारील देशांना भूराजनैतिकदृष्ट्या अनन्यसाधारण महत्त्व आहे.

भारताच्या दक्षिणेकडे असणारा श्रीलंका हा देश छोटा आहे, तरी संरक्षणाच्या हेतूने सावधगिरी बाळगावी लागते. भारताच्या पश्चिम बाजूस लक्षव्दीप ही आपलीच बेटे अस्तित्वात आहेत. तर मालदीव बेट स्वतंत्र राष्ट्र आहे. तेथे सीमा रक्षणाच्या दृष्टीने जास्त महत्त्व नाही. भारताच्या पूर्व बाजूस सुमारे १२०० कि.मी. अंतरावर भारताचीच अंदमान निकोबार बेटे आहेत. तेथील जमीन पाण्यात लवकर विरघळणारी असल्याने तेथील आरमारी तळ अस्तित्वात आणण्यासाठी काही प्रमाणात अडचणी निर्माण होऊ शकतात. भारतापासून अंतर दूर असल्याने मनुष्य व मालाच्या वाहतुकीच्या कामाला बराच वेळ लागतो. या दोन महत्त्वाच्या बेटांची राजकीयदृष्टया व भौगोलिकदृष्टया विशेष काळजी करण्यासारखे काही नसले, तरी चीन व म्यानमार (किंवा त्याच्या आडून इतर कोणी) त्या साडेतीनशे बेटांतल्या एखाद्या दुसऱ्या बेटावर पाय रोवण्याची दाट शक्यता असते.

भारताच्या सर्व सामुद्रिक प्रदेशात चोरट्या व्यापारासाठी, त्यातही शस्त्रात्रे आणि अमली पदार्थांच्या क्रय-विक्रयासाठी सागरी वाहतूक विशेष सोयीची असते. म्हणून इतर देश भौगोलिक दृष्टिकोनातून राजकीय वेडेपणा साधू शकतात. यामुळे समुद्रकिनाऱ्यावरील सुरक्षा-व्यवस्थेवर विशेष लक्ष ठेवणे काळानुसार गरजेचे आहे.

भारताची भू–सीमा (तक्ता क्र. १.३)

अ.क्र.	देश	राज्य सीमा	अंतर कि.मी.	एकूण कि.मी.
१.	पाकिस्तान	गुजरात, कच्छ	५२०	३७१०
		राजस्थान	१२००	
		पंजाब	४९०	
		जम्मू काश्मीर	१५००	
२.	अफगाणिस्थान	जम्मू काश्मीर	२५०	२५०
३.	चीन	प. जम्मू–काश्मीर	२०५०	
		हिमाचल प्रदेश, उत्तर प्रदेश प.सिक्किम	२७५	३९२५
		पूर्वेकडे अरुणाचल प्रदेश	१६००	
४.	नेपाळ	उत्तर पू. बिहार, आसाम, पं.बंगाल, सिक्कीम	१९५०	१९५०
५.	भूतान	सिक्कीम, प. बंगाल, आसाम, अरुणाचल प्रदेश	६००	६००
६.	म्यानमार	अरुणाचल प्रदेश, नागालँड, मणिपूर, मिझोराम, त्रिपुरा	२०००	२०००
७.	बांगलादेश	पं.बंगाल, आसाम, मेघालय, त्रिपुरा	२७६५	२७६५
	एकूण			१५२००

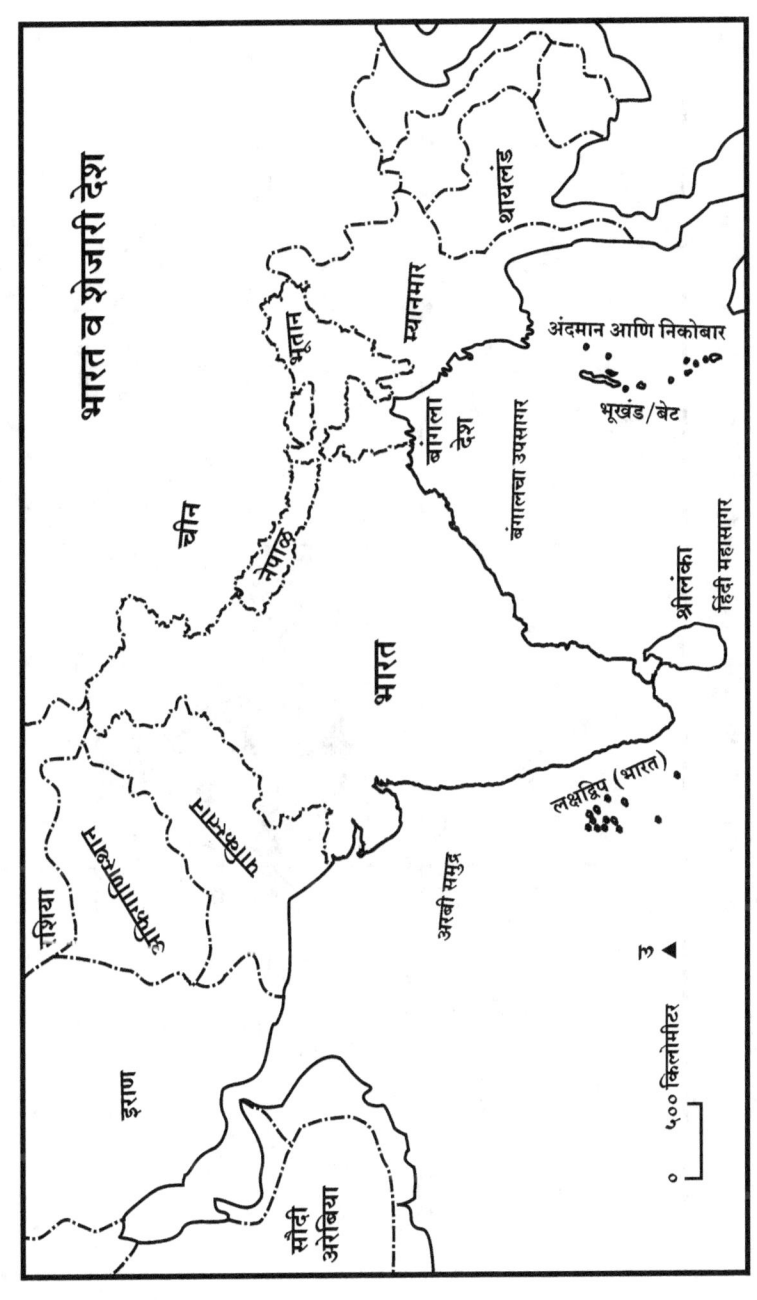

भारत व शेजारी देश (नकाशा क्र. १.३)

भारत व शेजारी देश

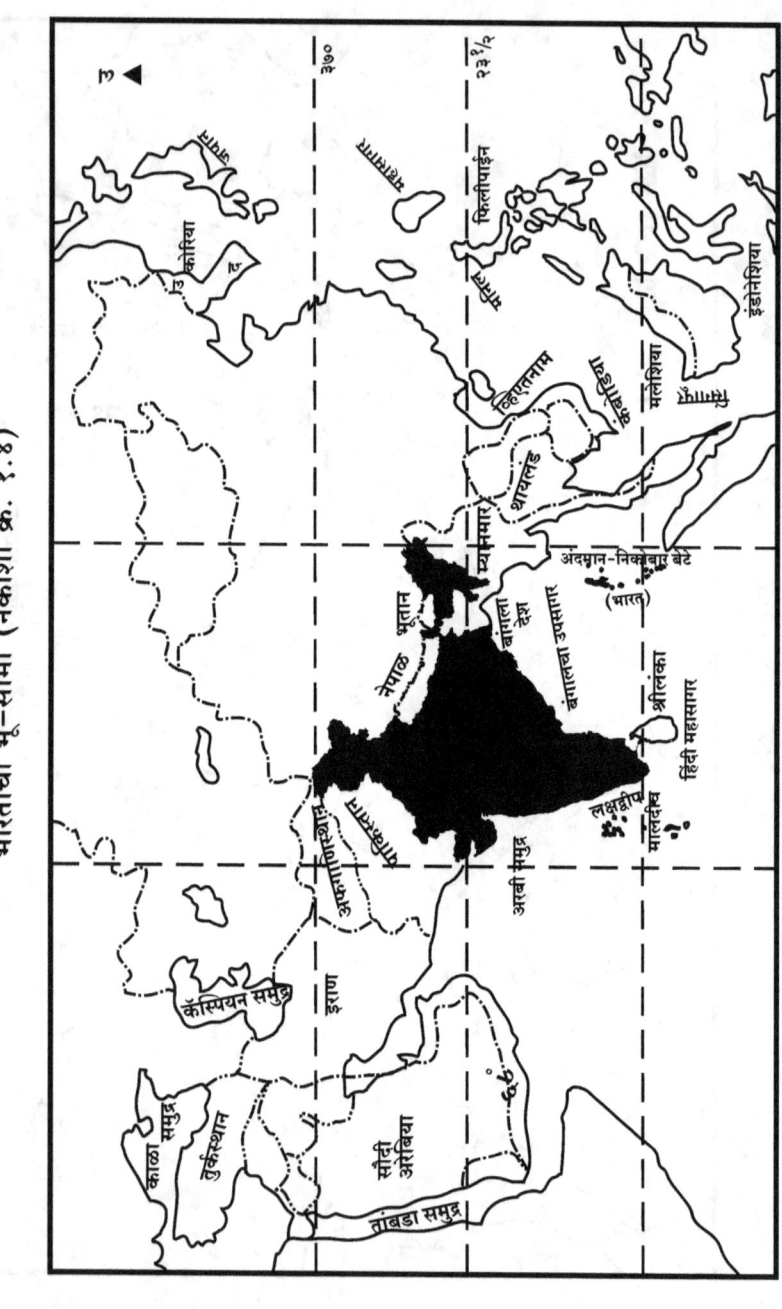

भारताची भू-सीमा (नकाशा क्र. १.४)

गुजरातच्या कच्छच्या टोकापासून उत्तरेकडील भूसीमा सुरू होते. ती भारताच्या पूर्वेकडील तीन टोकांवर थांबते. बांगला देशाची दोन टोके आणि म्यानमारचे तिसरे टोक ही भू-सीमा १५,२०० कि.मी. लांबीची आहे. या भू-सीमांमध्येसुद्धा नैसर्गिक विविधतेबरोबरच सांस्कृतिक, सामाजिक व राजकीय गुंतागुंतही फार मोठ्या प्रमाणात आढळते.

१. पाकिस्तानशी प्राकृतिक सीमा संबंध

भारताच्या गुजरात राज्याच्या उत्तरेला कच्छ जिल्हा आहे. कच्छपासून पाकिस्तानचे कराची बंदर अगदी जवळ आहे. कच्छचे नैसर्गिक स्वरूप वैशिष्ट्यपूर्ण स्वरूपाचे आहे. भौगोलिक दृष्टिकोनातून अंदाजे पाचशे कि.मी. लांब व पंचवीस ते पस्तीस कि.मी. रुंद असलेले हे रण पांढऱ्या शुभ्र मातीने भरलेले आहे. निर्सगनिर्मित ही माती पिठासारखी मऊ आहे. ती उन्हात अतिशय चमकते, तर पावसाळयात सर्वत्र दलदल होऊन जाते. अशा मातीत कुठल्याही प्रकारची शेती होत नाही की काही बांधकामासाठी उपयोग करता येत नाही. रणातून प्रवास करण्यासाठी एखादा मार्ग अस्तित्वात आहे. कच्छच्या रणाच्या मध्यभागी मोठा पूल बांधला गेला असून त्याचे नाव इंडिया ब्रिज असे आहे. या पुलावरून उत्तरेकडे गेले, की जी जमीन लागते, तिच्यामधील कांजरकोट ह्या किल्यापर्यंतचा प्रदेश भारताचा आहे.

आज कच्छच्या रणात मधोमध दोन्ही देशांची सीमा आहे, तर भारताच्या मते पूर्ण रण भारताचे असून त्याच्या उत्तरेलाही थोडीशी जमीन भारताची आहे. १९६५ साली या प्रश्नावरून भारत व पाकिस्तान यात छोटीशी लष्करी कारवाई झाली व त्यामध्ये संयुक्त राष्ट्रसंघाने हस्तक्षेप केल्याने तो प्रश्न आंतरराष्ट्रीय न्यायालयात गेला होता. आंतरराष्ट्रीय न्यायालयाच्या निवाड्यानुसार कांजरकोट किल्ला व त्याच्याजवळचा थोडा प्रदेश पाकिस्तानला द्यावा लागला.

भौगोलिक दृष्टिकोनातून राजस्थान सीमेचे स्वरूप वेगळे आहे. बारमेर, जैसलमेर हे वाळवंटी जिल्हे आहेत. उन्हाळ्यात वाळूची वादळे मोठया प्रमाणात होतात. त्यामुळे कालची टेकडी आज नष्ट होते. थोड्या अंतरावर नवी टेकडी उभी झालेली असते. संरक्षणाच्या दृष्टीने सीमेवर कुंपण घालणे फारच जिकिरीचे झाले आहे.

राजस्थान राज्याच्या पुढे पंजाब राज्याची सीमा सुरू होते. तिथे काळ्या मातीचा प्रदेश आहे. हिमाचल प्रदेश व पंजाबात उगम पावलेल्या सतलज, रावी वगैरे नद्या पंजाबातून वाहून पाकिस्तानात जातात व पुढे सिंधू नदीला मिळतात. पठाणकोटच्या उत्तरेला कधुआपासून हिंदुकुश पर्वताच्या रांगा सुरू होतात.

जम्मू - काश्मीरची सीमा सुरू होते तिथून खोल दऱ्या व उंच शिखरांचा प्रदेश सुरू होतो. भारताच्या अधिकृत नकाशात संपूर्ण जम्मू-काश्मीर राज्य भारतात आहे असे

आपण दाखवितो. त्यामुळे त्याची पाकिस्तानबरोबर असलेली सीमा १५००कि.मी. लांबीची दिसते. पण व्यवहारात ताबा रेषा ही पाकिस्तानबरोबरची सीमा रेषा आहे व ती सुमारे ७०० कि.मी. आहे. अफगाणिस्थानशी लागून असलेला भाग हा पाकव्याप्त प्रदेश आहे. म्हणजे प्रत्यक्ष व्यवहारात आपली सीमा अफगाणिस्थानला लागलेली नाही.

२. सोव्हिएट युनियनच्या विघटनाचा काश्मीरवर परिणाम

१९९१ साली सोव्हिएट युनियनचे तुकडे झाले. किरगिजिस्तान, कजागस्तान, ताझिकिस्तान ही स्वतंत्र राष्ट्रे म्हणून उदयास आली. या घटनेचा अप्रत्यक्ष परिणाम काश्मीरवर झाला. तेथील लोकांना आझाद काश्मीर हे उद्दिष्ट डोळ्यासमोर ठेवून काही व्यक्ती शांततामय मार्गाने तर काही संघटना आंतकवादी मार्गाने म्हणजेच सशस्त्र मार्गाने धडपड करू लागल्या. सोव्हिएट युनियनसारख्या बलाढ्य राष्ट्रातून फुटून ती तीन राष्ट्रे जर स्वतंत्र होऊ शकतात, तर आपण भारतातून फुटून स्वतंत्र राष्ट्र म्हणून उदयास येण्यास काय हरकत आहे, असा विचार त्यामुळे काश्मीरमध्ये काही अंशी पसरला गेला.

३. नेपाळ व भूतान

भारताच्या हिमालयाच्या कुशीतली दोन छोटी राज्य म्हणजे भूतान व नेपाळ होय. या दोन देशांत उगम पावणाऱ्या नद्या भारतात येतात. दूर देशातील लोकांशी व्यापार करायला त्यांना भारताच्या कोलकाता बंदरावर यावे लागते. भारतातील विविध धर्म व परंपरा यामुळेही त्यांनी भारताशी जवळीक साधली आहे. भौगोलिक दृष्टिकोनातून विचार केला तर दळणवळणाची व संरक्षणविषयक साधने त्यांच्याकडे बेताची आहेत. परदेशी व्यापारावर तिथल्या सरकारांना फारसे कर बसविता येत नाहीत किंवा नियंत्रणेही ठेवता येत नाहीत. याचा मोठ्या प्रमाणात गैरफायदा बेकायदेशीर व्यापार करणारे घेतात. अशा घटनाक्रमामुळे शस्त्रे व अतिरेकी माणसे इतरत्र पाठविली जाण्याचा मोठा धोका आहे. त्यामुळे सुरक्षायंत्रणेच्या दृष्टीने सीमा जास्त सांभाळाव्या लागतात. मोठ्या प्रमाणात खबरदारी घ्यावी लागते.

४. सिक्कीमचे विलिनीकरण

भूतान व नेपाळ ह्या देशांमधले सिक्कीम हे देखील पूर्वी स्वतंत्र राष्ट्र होते. ह्या चिमुकल्या व पर्वतीय प्रदेशाला स्वतंत्र राष्ट्र म्हणून कारभार चालवणे अवघड होते. तेथील जनतेची व राज्याचीही इच्छा होती म्हणून १९७६ साली सिक्कीम भारतात विलीन झाले. त्यामुळे पश्चिम बंगालमधून पूर्वेकडे जाण्याला जी फारच चिंचोळी वाट होती, ती थोडी रुंद झाली. सिक्कीम भारतात विलीन झाले. चीन देशाला हे विलिनीकरण आवडले नाही. संघर्षाच्या अनेक मुद्यांपैकी हा ही एक मुद्दा झाला आहे.

५. भारत व चीन संबंधाचा पेच

भूतानच्या पुढची सीमा म्हणजे चीन हा प्रदेश मोठया प्रमाणात पर्वतीय असून उंचउंच शिखर व खोलखोल दऱ्या असलेला आहे. या भागाची रुंदी २०० ते ३०० कि.मी. इतकी असून ही भौगोलिक दृष्टिकोनातून दोन देशांची सीमा निश्चित करता येईल असे कुठलेही नैसर्गिक वैशिष्ट्य या भागात उपलब्ध नाही. पर्वतीय भाग व दऱ्याखोऱ्यांमुळे दळणवळणाच्या साधनांवर मोठ्या प्रमाणात मर्यादा पडतात. त्यामुळे नियंत्रण ठेवणे कुणालाही अवघड जाते. सीमारेषा ठरवली पाहिजे, म्हणून भारतातील ब्रिटिश शासनाने १९१४ साली त्या कालखंडातील चिनी राज्यकर्त्यांबरोबर या भागातील सीमा निश्चित करणारा करार केला. ती सीमारेषा मॅकमोहन रेषा म्हणून ओळखली जाते. चीन शासनकर्ते म्हणतात की, साम्राज्यवादी ब्रिटिशांनी आमच्या सरंजामशाही राज्यकर्त्यांवर तो करार जबरीने लादला होता. सध्या आम्ही स्वतंत्र सार्वभौम राष्ट्र म्हणून कारभार पाहात आहोत. आम्हाला सापडलेल्या काही जुन्या कागदपत्रांवरून मॅकमोहन रेषेच्या दक्षिणेकडे सुमारे ३६००० चौरस मैल प्रदेश आमचाच आहे. हा दावा १९५४ मध्ये त्यांनी केला. त्यातूनच पुढे १९६२ साली चीनने आक्रमण केले आणि बराच प्रदेश आपल्या ताब्यात घेऊन ठेवला. म्हणजे त्या भागातील सीमारेषा कागदावर एक आणि व्यवहारात मात्र वेगळीच आहे.

६. म्यानमार (ब्रह्मदेश)

चीननंतर म्यानमारची सीमा रेषा सुरू होते. ब्रिटिश राजवटीपासून मुक्त झाल्यानंतर या देशाचे सरकार काही काळ व्यवस्थित होते. नंतर लष्कराने सत्ता हातात घेतली. म्यानमारच्या उत्तरेकडील भागात कारेन टोळीवाले अस्तित्वात आहेत. ते तेथील केंद्रीय सत्तेला जुमानत नाहीत. हे टोळीवाले अधूनमधून सशस्त्र उठाव करतात. म्यानमारला लागूनच असलेल्या नागालँड भागावर परिणाम होऊन तशीच स्थिती निर्माण होते. तेथे सुद्धा अधूनमधून सशस्त्र उठाव होत असत. डोंगराळ प्रदेश व केंद्रीय सत्तांचे अपुरे नियंत्रण यामुळे काही हितसंबंधी लोकांनी बंडखोरीला उत्तेजन दिले आहे. त्यामुळे सुरक्षा यंत्रणेला ते एक आव्हानच आहे.

७. बांगला देश

१९७१ साली पूर्व पाकिस्तानचे स्वतंत्र बांगला देशात रूपांतर झाले. पूर्व पाकिस्तानचा भाग भारतीय प्रदेशात पहारीसारखा घुसलेला आहे. नैसर्गिकदृष्ट्या उत्तरेचा भाग डोंगराळ आहे, तर पूर्व व पश्चिम भाग नद्यांमुळे दलदलीयुक्त आहे. भारतातून गंगा नदीचा एक फाटा 'पद्मा' या नावाने त्या देशात जातो. पुढे तिला फाटे फुटून अनेक प्रवाहांनी तो बंगालच्या उपसागराला मिळतो. तिबेटात उगम पावलेली ब्रम्हपुत्रा नदी ही दक्षिणेकडे आसामातून बांगला देशात शिरते. तिचे पात्र चार - पाच किलोमीटर इतके रुंद आहे.

तिला पावसाळ्यात प्रचंड पूर येतो. रस्ते, रेल्वे आदी दळणवळणाची साधने उभी करण्यात अनेक अडचणी येतात. बांगला देशातल्या गरिबीमुळे अनेक नागरिक आसाम, पश्चिम बंगाल आदी राज्यांत विनापरवाना येतात. काही काळाच्या वास्तव्यानंतर त्यांची नावे मतदार यादीत नोंदवली जातात. त्यामुळे नागरिकत्वाचे वेगळेच प्रश्न निर्माण होतात.

भारताच्या भू- सीमेची अशी विविध रूपे आहेत. त्यामुळे सुरक्षा व्यवस्था सक्षम बनविण्यात अनेक अडचणी येतात. जे प्रदेश नैसर्गिक कारणांनी दुर्गम आहेत, तिथे इतिहास काळात फारसे धोके संभवत नव्हते. पण विमान व क्षेपणास्त्रे यांचे प्रचलन वाढल्याने नैसर्गिक तटबंदी निरुपयोगी ठरत आहे. अतिउंचीचा हिमालय इतिहास काळात संरक्षक भिंतीसारखा उपयोगी ठरला. आता मात्र धोके वाढले आहेत. त्या भागातील नैसर्गिक वैशिष्ट्ये लक्षात घेऊन प्रभावशाली यंत्रणा उभी करायला हवी. सियाचीनमधील अतिउंचीवरील हिमराजींमध्ये उणे तीस-चाळीस अंशांहूनही कमी तापमानामुळे आपले जवान अक्षरश: तळहातावर शीर घेऊन वर्षानुवर्षे लढत आहेत.

१.४.१ भूगर्भरचना (Geological Structure)

कोणत्याही भूभागाच्या आर्थिक, औद्योगिक तसेच व्यापारी क्षेत्रावर तेथील भूगर्भशास्त्रीय रचनेचा फार मोठा परिणाम झालेला असतो. विविध बाह्यकारकांच्या कार्याची तीव्रता, उंचसखलपणा, खनिजे व भूभागातील शक्तीसाधने तसेच शेती, औद्योगिकीकरण इत्यादी गोष्टी प्रत्यक्ष-अप्रत्यक्षपणे भूगर्भरचनेवर अवलंबून असतात. भारतीय उपखंडात भूगर्भरचनेत खूपच विविधता दिसते. भूगर्भशास्त्रीयदृष्ट्या भारताचे पुढीलप्रमाणे तीन विभाग स्पष्टपणे दिसून येतात.

अ. भारतीय द्वीपकल्पीय पठार – भारताच्या उत्तरेकडील मैदानी विभागापासून ते दक्षिण टोकापर्यंतच्या पठारी विभागाचा यात समावेश होतो. द्वीपकल्प विभागाने भारताच्या एकूण क्षेत्रफळापैकी सुमारे ७० टक्के क्षेत्र व्यापले आहे. ज्या अति प्राचीन भूखंडाच्या भोवतालची भूमी निर्मितीनंतर झाली, असे भारतीय द्वीपकल्प हे अती पुरातन पठार आहे. या पठाराची निर्मिती गोंडवना भूमीपासून झाली आहे. यालाच भौगोलिक शब्दात डेक्कन ट्रॅप, 'दख्खनचे पठार' असेही म्हटले जाते. दख्खनच्या विभागात प्रामुख्याने काठेवाडपासून दक्षिणेकडे कन्याकुमारीपर्यंतच्या भागातील आंध्रप्रदेश, कर्नाटक, तामिळनाडू, महाराष्ट्र, केरळ, मध्यप्रदेशचा दक्षिण भाग व बिहारच्या काही भागाचा समावेश होतो. द्वीपकल्प विभागात प्रामुख्याने ज्वालामुखीय खडक आढळून येतात. या भागातील खडक अग्निजन्य व रूपांतरित प्रकारचे आहेत. सौराष्ट्र व माळवा ह्या भागात लाव्हारसाच्या संचयनामुळे लाव्हा पठाराची निर्मिती झाली. या पठारी भागात बेसॉल्ट हा प्रमुख खडक आढळून येतो, तर कर्नाटक, आंध्रप्रदेशात ग्रॅनाईट, नीझ, शीस्ट प्रकारचे

खडक आढळतात. रूपांतरित खडकामध्ये सुभाजखडक (शीस्ट), पट्टीताश्म (नीस) प्रकारचे खडक आढळून येतात. कर्नाटकात आढळणाऱ्या खडकांत धारवाड गटातील खडकांत संगमरवर तसेच ग्रॅनाईट व लोह, मँगनिज, सोने, तांबे, शिसे इ. खनिजे आढळतात. अशा स्वरूपाचे खडक मध्यप्रदेशातही काही क्षेत्रांत आढळतात. पट्टीताश्म खडकामध्ये प्रामुख्याने कडप्पासंघाचे खडक आढळतात. अशा स्वरूपाचे खडक अरयिन काळात निर्माण झाले असावेत असे मानले गेले.

ब. बहिरद्वीपकल्पीय किंवा उत्तरेकडील पर्वतीय प्रदेश – बहिरद्वीपकल्प प्रदेशात प्रामुख्याने हिमालय, काश्मीर, हिमाचल प्रदेश, नागालँड, अरुणाचल प्रदेश, आसाम, त्रिपुरा, मणिपूर इ. राज्यांचा समावेश होतो. अशा विभागातील भूगर्भीय रचना द्वीपकल्पीय भागापेक्षा अतिशय वेगळी आहे. बहिरद्वीपकल्पीय भाग भूकंपग्रस्त प्रदेशामध्ये समाविष्ट आहे. द्वीपकल्पातील विभाग गोंडवाना भूमी असताना सुद्धा भूमीच्या उत्तरेस टेथिस नावाचा समुद्र होता. खंडवहन क्रियेमुळे गोंडवनाभूमी उत्तरेकडे सरकल्याने तिबेटच्या भूमीशी जोडले गेले व या क्रियेमुळे टेथिस समुद्रांच्या जागी असलेला प्रदेश उंचावला गेल्यामुळे त्या भागात घड्यांचे पर्वत निर्माण झाले. पर्वत निर्माणकारी हालचालीमुळे हिमालय व त्याच्या आजूबाजूस असलेल्या लहान मोठ्या पर्वतांची निर्मिती झाली. या विभागातील सुलेमान, किरथान, पत–कोयी, आरका–युमा इ. या भागात निरनिराळ्या प्रकारच्या खडकांची निर्मिती झाली. या खडकांमध्ये गाळाचे व रूपांतरित खडकापासूनचे अनेक प्रकार तयार झाले.

क. गंगा आणि सिंधूचा मैदानी प्रदेश – भूवैज्ञानिक दृष्ट्या हा प्रदेश अर्वाचीन काळात तयार झाला असून गंगा व सिंधू नद्यांच्या संचनामुळे विस्तृत गाळाचा प्रदेश तयार झाला. या कालावधीला प्लॅटोसिन युग म्हटले जाते. अशा काळात तयार झालेल्या मैदानी प्रदेशाचे दोन प्रकार पाडले जातात. पुरातन गाळाचा प्रदेश त्यालाच भांगर असे म्हटले जाते. अर्वाचीन गाळाचा प्रदेश त्यालाच खादर किंवा खद्दर म्हटले जाते. अशा रीतीने भूगर्भशास्त्राच्या दृष्टीने भारतीय भूमी प्राचीन गोंडवाना प्रदेशापासून तयार झाली असली, तरी वेगवेगळ्याा कालखंडात भूगर्भीय रचनेत मोठया प्रमाणात बदल होत गेले.

१.५ हिंदी महासागराचे भूराजनैतिक महत्त्व (Geopolitical Importance of Indian Ocean)

पाचव्या शतकापासून किंवा त्या पूर्वीपासून थेट १८व्या शतकापर्यंत भारतीय व्यापारी आणि बोटींचा वावर असलेल्या भागाला हिंदी महासागर हे नाव पडले. हे व्यापारी मुख्यत्वे भारताच्या पूर्व किनाऱ्यावर होते. आजही इंडोनेशियाच्या अनेक बेटांवर पल्लवा राजांची स्मृतिचिन्हे आणि पल्लवा भाषेतील शिलालेख आढळतात. परंतु संपूर्ण भारतावर इंग्रजांचे राज्य आल्यानंतर १८व्या शतकाच्या आसपास भारताचे नाविक सामर्थ्य जवळपास

नष्ट झाले. १९४७ नंतर उत्तरेकडील चीन आणि पश्चिमेकडे पाकिस्तानच्या यांच्या सीमांवरच सर्व लक्ष केंद्रित केले गेले. त्यामुळे आपल्या सागरी सीमांकडे दुर्लक्ष झाले. या पार्श्वभूमीवर आता पुन्हा भारताचे नाविक सामर्थ्य वाढवण्याचा आणि हिंदी महासागराला हिंदुस्थानचा महासागर बनवण्याचा प्रयत्न सुरु झाला आहे.

सेशेल्स, मॉरिशस, श्रीलंका, मालदीव आणि मालीसारखे देश लहान असूनही भारताच्या दृष्टीने अतिशय महत्त्वपूर्ण आहेत. हिंदी महासागरात चीनच्या वाढत्या हालचालींच्या पार्श्वभूमीवर सेशेल्स, मॉरिशस, श्रीलंका यासारख्या सागरी देशांसाठी सर्वतोपरी मदत करण्यासाठी भारत प्रयत्नशील आहे. हिंदी महासागर भारताच्या सामाईक हितांच्या संरक्षणाचे सर्वांत मोठे क्षेत्र बनले आहे. हाच विश्वातील एकमेव सर्वाधिक मोठा महासागर भारताच्या नावाने आहे. भारताचा संपूर्ण व्यापार हिंदी महासागरातून जातो. सुएझ कालवा, मलक्का, अरबी समुद्र, बंगालच्या खाडीसारखे क्षेत्र भारतासाठी महत्त्वपूर्ण ठरत आहे. जगातील ८० टक्क्यांहून अधिक तेलाची वाहतूक हिंद महासागर क्षेत्रातून होते. म्हणूनच हिंदी महासागराला खनिजतेल मार्ग असे म्हणतात.

अर्थात या तीन देशांशी स्नेहसंबंध जोडणे, हिंदी महासागरात आपले वर्चस्व प्रस्थापित करण्यासाठी चीनने चालविलेल्या प्रयत्नांना काही प्रमाणात शह देणे भारताच्या दृष्टीने अतिशय महत्त्वपूर्ण आहे. चीनमधील स्पर्धेमुळे या संपूर्ण क्षेत्रात शांती कायम ठेवण्यासाठी आणि हिंद महासागरातील देशांवर आपली पकड व प्रभुत्व कायम ठेवण्यासाठी भारताजवळ दुसरा कुठलाही पर्याय नाही. त्यामुळे आपल्या शेजारी देशांना चीनपासून दूर ठेवण्याची महत्त्वाची कामगिरी भारताला पार पाडावी लागणार आहे.

सागरी रणनीतीबाबत विचार करताना 'अधिकार क्षेत्रासंदर्भात जागरूकता' (Domain Awareness) या संकल्पनेचा उल्लेख केला जातो. हिंदी महासागराबाबत भारतीय रणनीतीच्या संदर्भातील ही 'जागरूकता' बघताना भारताच्या सुरक्षाव्यवस्थेला या क्षेत्रात सागरी, हवाई व भूराजकीय स्वरूपाची कोणती आव्हाने आहेत, त्याचा आराखडा मांडावा लागेल. भारतीय नौदलाने सागरी रणनीतीबाबत आखलेल्या धोरणात प्राथमिक स्वरूपाच्या कक्षेमध्ये अरबी समुद्र तसेच बंगालच्या खाडीचा प्रदेश येतो. या क्षेत्राबाबतची जागरूकता म्हणजे येथील भारताच्या सागरी सीमेलगतचे विशेष अथक क्षेत्र जे किनाऱ्यापासून २०० कि.मी. असते. या क्षेत्रातील नैसर्गिक सागरी संपत्तीवर भारताचा हक्क आणि हिंदी महासागरातील भारतीय सागरी बेटे यांच्या सुरक्षिततेबाबत आहे. हिंदी महासागरात प्रवेश करण्याचे मार्ग, ज्याला चोक पॉइंट्स (Choke Points) म्हटले जाते. त्यात मुख्यतः होरमूझची सामुद्रधुनी, सुएझ कालवा, मलाक्काची सामुद्रधुनी आणि केप ऑफ गुड होपचा समावेश होतो. त्यावर नजर ठेवण्याची गरज आहे. त्याचप्रमाणे या

हिंदी महासागर (नकाशा क्र. १.५)

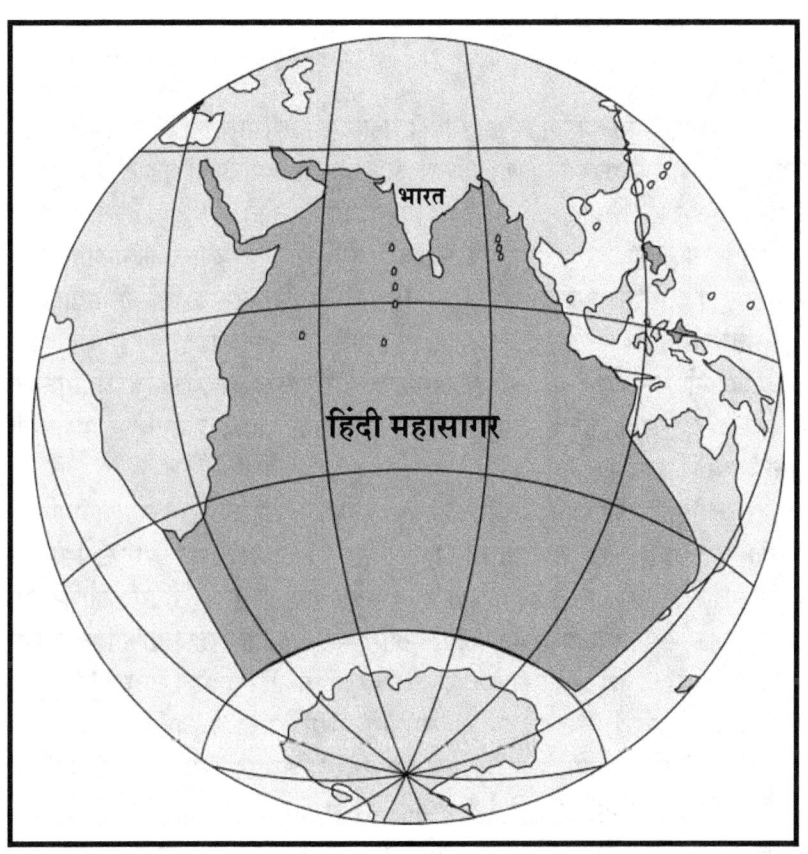

क्षेत्रातील सागरी देश, श्रीलंका, मॉरिशस, मालदीव व सेशेल्स यांची सुरक्षाव्यवस्था, राजकीय स्थैर्य, आर्थिक विकास हा भारताच्या राष्ट्रहिताचा भाग आहे. कारण या राष्ट्रांमध्ये स्थैर्य नसेल, तर त्यांच्या कमकुवतपणाचा फायदा घेऊन या क्षेत्राबाहेरील राष्ट्रे हस्तक्षेप करू शकतात, याची जाणीव भारताला आहे. यापलीकडे दुय्यम महत्त्वाच्या क्षेत्रात भारतीय नौदलाच्या सागरी रणनीतीमध्ये हिंदी महासागराचा दक्षिणी भाग, पाशयन आखात, दक्षिण चिनी समुद्र, पूर्व पॅसिफिक क्षेत्र यांचा समावेश होतो. या क्षेत्रातील रणनीतीमध्ये आर्थिक व्यवहार, व्यापार, राजकीय पातळीवरील राजनय यांचा वाटा महत्त्वाचा आहे.

सत्तास्पर्धा

ब्रिटिश साम्राज्याच्या काळात हिंदी महासागरावर त्यांचे निर्विवाद प्रभुत्व होते. त्यात सुएझ कालव्यावर नियंत्रण, दक्षिण आफ्रिकेच्या केप ऑफ गुड होपवर प्रभाव आणि सिंगापूर मलेशियात नाविक तळ हे महत्त्वाचे घटक होते. पुढे १९५०च्या दशकात ब्रिटिश सत्ता आकुंचित होऊ लागली आणि मग शीतयुद्धाच्या राजकारणात हिंदी महासागरात अमेरिकेचा प्रवेश झाला. या प्रवेशाचे समर्थन करताना ब्रिटिश माघारीनंतर येथे सत्तेची पोकळी निर्माण झाली आहे. ती अमेरिका भरून काढत आहे हे सांगण्यात आले. दिएगो गार्शिया हे ब्रिटिश बेट अमेरिकेकडे दिले गेले, जिथे आज अमेरिकेच्या नौदलाचा तळ आहे. १९७० च्या दरम्यान या क्षेत्रात अमेरिका व सोव्हिएत रशियाची सत्ता स्पर्धा दिसून येते.

हिंदी महासागर हे शांततेचे क्षेत्र असावे, अशा स्वरूपाचा ठराव संयुक्त राष्ट्रांमध्ये अनेक वेळा मान्य झाला. इथे सत्तेची पोकळी नाही, हिंदी महासागराच्या तटीय राष्ट्रांनी येथील व्यवस्था बघणे गरजेचे आहे, हे भारत सांगत आला आहे. 'इंडियन ओशन रिम असोसिएशन'सारखी संस्थादेखील कार्यरत आहे. मात्र या तटीय राष्ट्रांच्या नाविक क्षमता मर्यादित आहेत. आज अमेरिका व रशियाव्यतिरिक्त या क्षेत्राबाहेरील सत्ता, चीनदेखील इथे आपले वर्चस्व दाखवत आहे. म्यानमारमधील सिट्टवी आणि कोको बेट, बांगलादेशातील चित्तगाँग, श्रीलंकेत हमबनतोटा, पाकिस्तानमध्ये ग्वादर या ठिकाणी चीनने आपले अस्तित्व प्रस्थापित केले आहे किंवा प्रयत्न तरी चालू आहेत. याचाच उल्लेख 'स्ट्रिंग ऑफ पर्ल्स' असा केला जातो. १९९७ मध्ये हिंदी महासागराच्या काठावरील सुमारे १४ देशांनी परस्पर सहकार्यासाठी ही संघटना स्थापली. जगातील सुमारे १/३ लोकसंख्या या महासागराभोवतीच्या देशांमध्ये सामावली आहे. विविध धर्म, भाषा, विविध प्रकारची राजकीय व्यवस्था असलेले हे देश, आर्थिक सहकार्य, पर्यटन, तंत्रज्ञानाची देवाणघेवाण इ. बाबतीत सहकार्य करतील.

भारताची सामाजिक विचारपरंपरा ही भारताच्या उत्तरेकडील सरहद्दीबाबत अधिक

जागरूक आहे. कारण भारतीय इतिहासात आक्रमणे ही उत्तरेकडूनच होत आली आहेत असे मानले जाते. भारतीय राजवटींकडे नौदले होती, परंतु दक्षिणेकडील चोला राजवट सोडली, तर इतर सर्व राजवटींची नौदल क्षमता मर्यादित होती.

भारताच्या समुद्री क्षेत्राबाबत, त्याच्या सुरक्षिततेबाबतचे सुरुवातीचे लिखाण हे के.एम. पणीक्कर यांचे होते. भारताने सागरी सुरक्षिततेकडे लक्ष देण्याची गरज ते आग्रहाने मांडत होते. प्रत्यक्षात भारतीय लष्करी व्यवस्थेत नौदलाला जे महत्त्व प्राप्त होते, ते १९७१ च्या युद्धानंतरच. त्या युद्धात भारतीय नौदलाने पाकिस्तानची, विशेषतः कराचीची केलेली नाकेबंदी महत्त्वाची ठरली. भारतीय नौदलाकडे बघण्याचा दृष्टिकोन १९७१ नंतर बदलला आणि त्यानंतर नौदलाचा खऱ्या अर्थाने विकास होऊ लागला.

चीनला शह

एका दृष्टीने पाहिले तर भारताची भौगोलिक रचना हिंदी महासागरावर नियंत्रण ठेवण्याच्या दृष्टीने विशेष उपयुक्त आहे. पूर्वेकडे अंदमान बेटे सागरीदृष्ट्या अत्यंत मोक्याच्या ठिकाणी आहेत. त्याचप्रमाणे मॉरिशस, सेशेल्स, मालदीव आणि श्रीलंका या देशांशी संबंध दृढ करून आपण हिंदी महासागरावर प्रभाव वाढवू शकतो. एका दृष्टीने चीनच्या वर्चस्वाला शह देण्यासाठी हिंदी महासागर उपयुक्त आहे. चीनचा ७० ते ८० टक्के व्यापार आणि ऊर्जेचा स्रोत म्हणजे तेलांची वाहतूक हिंदी महासागरातूनच होते. हे पाहिले असता उत्तर सीमेवर किंवा पाकिस्तानद्वारे चीनने भारतावर दबाव आणल्यास त्याला प्रत्युत्तर म्हणून भारत चीनवर हिंदी महासागरात तशाच प्रकारचा दबाव आणू शकतो. आपल्या सुदैवाने हिंदी महासागरातील सर्व देशांवर भारताचा सांस्कृतिक प्रभाव शेकडो वर्षांपासून आहे. मॉरिशससारख्या देशात भारतीय वंशाचे लोक बहुसंख्य आहेत. आणि आर्थिक आणि भावनिक दृष्टीने त्यांचा मायदेशाशी संबंध नेहमीच राहिला आहे. या संधीचा पुरेपूर उपयोग करून घेत भारताशेजारी सागरी तळांचे कडे निर्माण करण्याच्या चीनच्या प्रयत्नाला आपण शह देऊ शकतो. भारताशी अधिक उत्तम संबंध प्रस्थापित करण्याचा प्रयत्न जपानने केलेला दिसतो. भारत आणि जपानची मैत्री चीनच्या विस्तारवादी धोरणाला शह देण्यासाठी उपयोगी पडेल. किंबहुना १९८२ चा सागरविषयक करार आणि संयुक्त राष्ट्रसंघाच्या मार्गदर्शक तत्त्वांनुसार चीनने सागरी क्षेत्रात वागावे असा आग्रह इतर देशांप्रमाणेच भारताने धरला, तर चीनच्या आक्रमक धोरणाला थोडाफार लगाम लागू शकेल. चीनचा एकंदरीत आक्रमक पवित्रा ध्यानात ठेवून भारताला आपले नैसर्गिक प्रभावक्षेत्र असलेल्या मलाक्काची सामुद्रधुनी ते पर्शियाचे आखात आणि हिंदी महासागरात विस्तारित देश देणे आवश्यक आहे.

भारत आणि हिंदी महासागराचे भूराजकीय महत्त्व (India and the Geopolitical importance of Indian Ocean)

१. पुरातन तसेच मध्ययुगीन कालखंडामध्ये भारताचे उपखंडामध्ये उच्च स्थान राहिले आहे आणि म्हणूनच हिंदी महासागराला भारत या देशाचे नाव देण्यात आले.

२. भारतीय संस्कृतीचा प्रसार दक्षिण पूर्व आशिया आणि आफ्रिकी देशांमध्ये हिंदी महासागराच्या माध्यमातून झाला आहे.

३. हिंदी महासागरातील, मॉरिशस चॅगोस, सिसेलिस इत्यादी देशांमध्ये भारतीय वंशाच्या लोकांचे प्रमाण लक्षणीय आहे.

४. या उपखंडाच्या प्रदेशामध्ये मुंबई हाय, खंबातचे आखात आणि गोदावरी, कृष्णा या नद्यांचे त्रिभुज प्रदेश आहेत. हा प्रदेश खनिज तेल, नैसर्गिक वायु, मत्स्य व्यवसाय आणि जैविक विविधतेच्याबाबत अत्यंत समृद्ध आहे.

५. भारताच्या किनारपट्टीच्या प्रदेशातील प्रवाळ खडकांचे पर्यावरण आणि आर्थिकदृष्ट्या फार मोठे महत्त्व प्राप्त झाले आहे.

६. भारताचा सुमारे ९८% आंतरराष्ट्रीय व्यापार हा हिंदी महासागरातून होतो.

७. भारतामध्ये आयात करण्यात येत असलेल्या खनिजतेले आणि तत्सम पदार्थ यापैकी ६०% आयात ही हिंदी महासागरातून केली जाते, म्हणूनच हिंदी महासागराला 'खनिजतेल मार्ग' असे संबोधण्यात येते. या व्यतिरिक्त भारतामध्ये तयार करण्यात येणारे मीठ हे या महासागराच्या पाण्यापासून उत्पादित केले जाते.

८. भारताच्या विशाल समुद्रकिनाऱ्यावरील लाटांपासून ऊर्जानिर्मितीला प्रचंड वाव आहे. त्यातल्यात्यात खंबातच्या आखातामध्ये प्राधान्याने या कामासाठी लाटांचा प्रामुख्याने वापर होऊ शकतो.

९. हिंदी महासागराच्या मध्यवर्ती ठिकाणी असलेल्या अस्तित्वामुळे भारताला विशेष भौगोलिक महत्त्व प्राप्त झाले आहे.

१०. हिंदी महासागरीय देशामध्ये भारताला म्हणूनच आर्थिक विकास आणि तांत्रिक सहकार्य याबाबत अनन्य महत्त्व प्राप्त झालेले आहे. भारत इतर हिंदी महासागरीय तांत्रिक प्रशिक्षण सुविधा, भारतीय तज्ज्ञता आणि तज्ज्ञ यासाठी पूर्णपणे सहकार्य करत आहे.

२ भारताची प्राकृतिक रचना
The Physiography of India

२.१ प्रस्तावना (Introduction)

प्राकृतिक रचनेच्या दृष्टिकोनातून विचार केला, तर भारतात पुढील प्रकारे प्रमुख पाच विभाग आहेत. भारतीय भूमी विविध प्रकारच्या प्राकृतिक स्वरूपांनी नटलेली आहे. उत्तरेला उंचउंच हिमालय पर्वतरांगा, तर त्याच्या पायथ्याला गंगेचे मैदान आहे. मध्य भारतात दख्खनचे पठार, तर दक्षिणेत पूर्व-पश्चिम दिशेच्या काही भागात किनारपट्टीचा प्रदेश दिसून येतो. यांच्या जोडीला उंचसखल प्रदेश, नद्यांच्या खोल दऱ्या, तर काही भागात घळई अशी विविध भूमी स्वरूपे पाहावयास मिळतात. आशिया खंडाचा प्राकृतिक दृष्ट्या भारतीय भूभाग उपखंड म्हणूनच ओळखला जातो. म्हणूनच या भूभागास भारतीय उपखंडीय प्रदेश म्हणतात. भारताच्या एकूण क्षेत्रफळाचा विचार करता ११% भाग पर्वतीय, १९% भाग डोंगररांगा, २८% भाग पठारी तर उर्वरित ४३% मैदानी प्रदेश आहे. भूकवचाच्या विविध तबकड्यांपैकी (Plates) भारतीय द्वीपकल्प एक महत्त्वाची तबकडी असून तिला, भारतीय तबकडी (Indian Plate) असे संबोधतात.

कॅम्ब्रीयन काळात समुद्रकिनाऱ्याच्या उंचवट्यामुळे भारतीय द्वीपकल्पाची निर्मिती झाली असून भारतीय द्वीपकल्प प्रचंड विस्तृत असून अतिशय जुन्या कणाष्म खडकापासून बनलेला आहे.

भारताचे प्राकृतिक विभाग (नकाशा क्र. २.१)

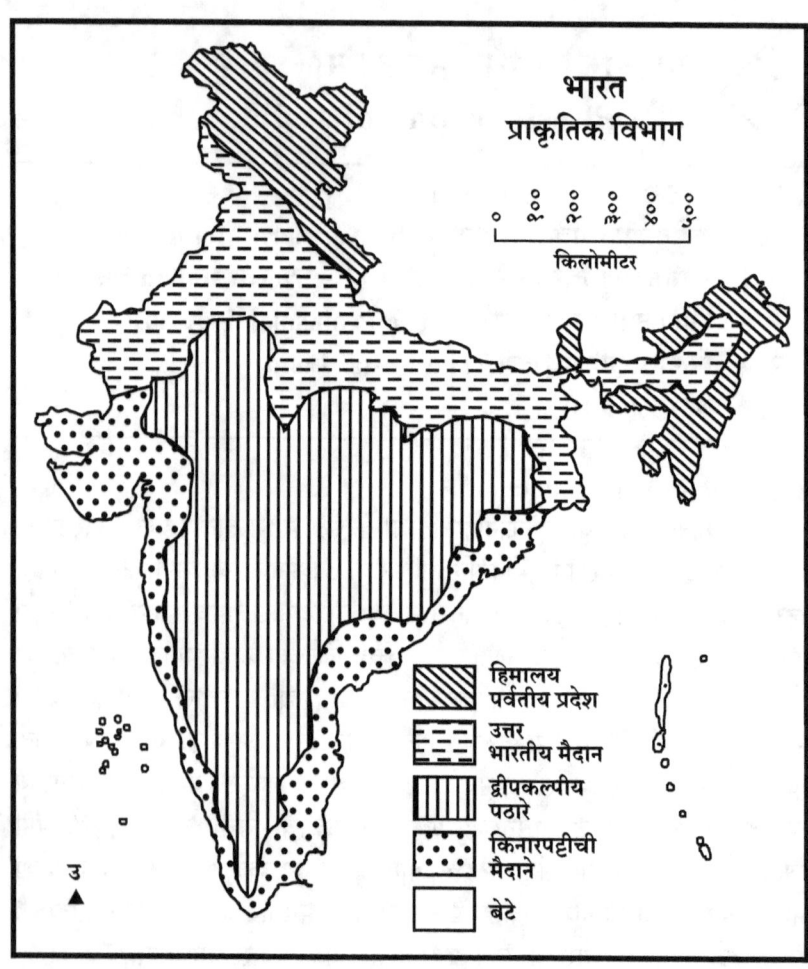

भारत
प्राकृतिक विभाग

० १०० २०० ३०० ४००
किलोमीटर

हिमालय
पर्वतीय प्रदेश

उत्तर
भारतीय मैदान

द्वीपकल्पीय
पठारे

किनारपट्टीची
मैदाने

बेटे

उ

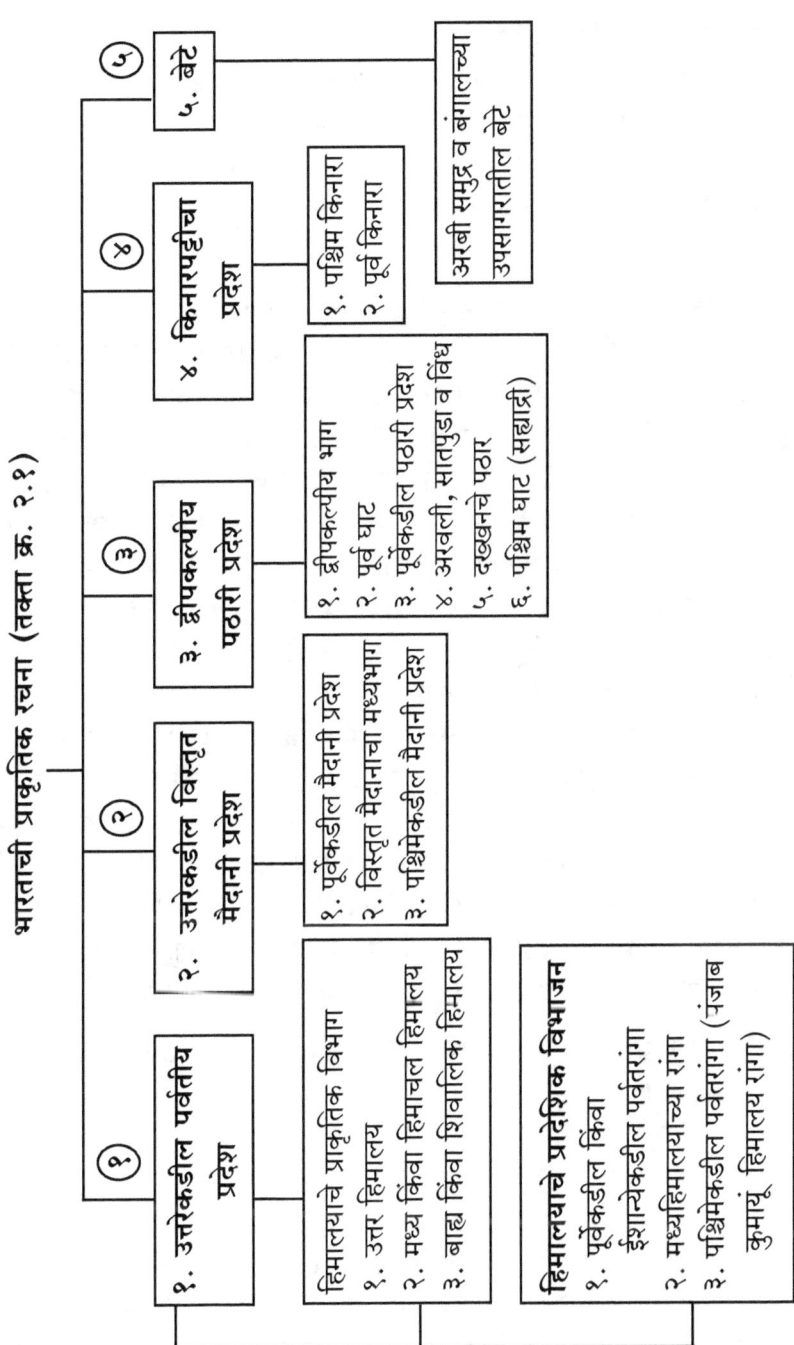

भारताची प्राकृतिक रचना (तक्ता क्र. २.१)

१. उत्तरेकडील पर्वतीय प्रदेश

हिमालयाचे प्राकृतिक विभाग
१. उत्तर हिमालय
२. मध्य किंवा हिमाचल हिमालय
३. बाह्य किंवा शिवालिक हिमालय

हिमालयाचे प्रादेशिक विभाजन
१. पूर्वेकडील किंवा ईशान्येकडील पर्वतरांगा
२. मध्यहिमालयाच्या रांगा
३. पश्चिमेकडील पर्वतरांगा (पंजाब कुमायूं हिमालय रांगा)

२. उत्तरेकडील विस्तृत मैदानी प्रदेश

१. पूर्वेकडील मैदानी प्रदेश
२. विस्तृत मैदानाचा मध्यभाग
३. पश्चिमेकडील मैदानी प्रदेश

३. द्वीपकल्पीय पठारी प्रदेश

१. द्वीपकल्पीय भाग
२. पूर्व घाट
३. पूर्वेकडील पठारी प्रदेश
४. अरवली, सातपुडा व विंध
५. दख्खनचे पठार
६. पश्चिम घाट (सह्याद्री)

४. किनारपट्टीचा प्रदेश

१. पश्चिम किनारा
२. पूर्व किनारा

५. बेटे

अरबी समुद्र व बंगालच्या उपसागरातील बेटे

प्राकृतिक रचनेचे पाच प्रमुख विभाग

१. उत्तरेकडील पर्वतीय प्रदेश (The Northern Mountains)

२. उत्तरेकडील विस्तृत मैदानी प्रदेश (The North Indian Plains)

३. द्वीपकल्पीय पठारी प्रदेश (The Peninsular Plateau)

४. किनारपट्टीचा प्रदेश (The Costal Area)

५. बेटे (Islands)

२.२ उत्तरेकडील पर्वतीय प्रदेश (The Northern Mountains)

हिमालय पर्वतीय रांगा भारताच्या उत्तर सीमा भागात आहे. ह्या पर्वतरांगांचा विस्तार पूर्व-पश्चिम आहे. पर्वतरांगांचे वैशिष्ट्य म्हणजे पर्वतरांगा पश्चिम – ईशान्य व पूर्वेस वळलेल्या आढळून येतात. भारताच्या उत्तर भागात असलेले पामीरचे पठार हे उंच पर्वतरांगांचे उगमस्थान किंवा केंद्रस्थान आहे. पामीरच्या केंद्रस्थानापासून पूर्वेस, पश्चिमेस,उत्तरेस अनेक पर्वतरांगांचे प्रवाह विणले गेले आहेत. भारताच्या उत्तर दिशेस असलेल्या पर्वतीय भागांचे फाटे पश्चिमेस पाकिस्तान, तर पूर्वेस ब्रह्मदेशापर्यंत म्हणजेच पूर्व-पश्चिम दिशेस पसरले आहेत. पूर्व-पश्चिम पर्वतीय प्रदेशाचा विस्तार २५०० किलो मीटर आहे. पर्वतीय प्रदेशाची दक्षिण – उत्तर रुंदी सुमारे २४० किलोमीटर असून, काही ठिकाणी ती १५० किलोमीटर, तर काही ठिकाणी ४०० किलोमीटरच्या जवळपास दिसून येते. पर्वतीय प्रदेशाने जवळ जवळ ५ लक्ष चौरस किलोमीटर एवढे क्षेत्र व्यापले आहे.

हिमालय ही एकच पर्वतरांग नसून अनेक पर्वतरांगा एकमेकींना समांतर पसरल्या आहेत. अनेक नद्यांनी व नद्यांच्या खोऱ्यांनी या पर्वतरांगा छेदलेल्या आहेत. या पर्वतीय भागावर, अनेक लहानमोठी पठारे आहेत. शिलांगचे पठार, लडाखचे पठार तसेच चेरापुंजीचे पठार ही महत्त्वाची पठारे आहेत. भारताला वायव्येस सुमारे २५०० कि.मी. लांबीच्या हिमालय पर्वतरांगा चापासारख्या (Arc) म्हणजे प्रचंड धनुष्यासारख्या पसरलेल्या आहेत. हिमालय पर्वतीय प्रदेशाचे पुढील प्राकृतिक व प्रादेशिक विभागांत विभाजन होते.

अ. हिमालयाचे प्राकृतिक विभाग (Physiographical Divisions of Himalaya)

१. उत्तर हिमालय किंवा हिमाद्री

२. मध्य हिमालय किंवा हिमाचल हिमालय

३. शिवालिक किंवा बाह्य हिमालय

१. उत्तर हिमालय किंवा हिमाद्री (The Greater Himalaya)

हिमालय पर्वतांची ही प्रमुख पर्वतरांग असून पर्वत श्रेणीस 'मुख्य हिमालय' किंवा हिमाद्री असे म्हटले जाते. उत्तर हिमालय पर्वतरांगेची सरासरी उंची ६००० मीटर्स असून,

रुंदी १२० ते १९० किलोमीटरच्या दरम्यान आढळते. जगातील सर्वात उंच शिखर माउंट एव्हरेस्ट याच भागात असून त्याची उंची ८८४८ मीटर्स एवढी आहे. या शिवाय कांचनगंगा उंची ८५९८ मीटर्स, धवलगिरी ८१७२ मीटर्स, नंगापर्वत ८१२६ मीटर्स, नंदादेवी ७८१८ मीटर्स, मकालू ८१९० मीटर्स, बद्रिनाथ ७७७३ मीटर्स, गंगोत्री ६६१८ मीटर्स इ. प्रमुख शिखरे असून याच भागातून प्रमुख हिमनद्यांचा उगम होतो. या क्षेत्रात हिमनद्यांपासूनच भारतातील आणि पाकिस्तानातील प्रमुख नद्यांचा उगम होतो. महत्त्वाचे वैशिष्ट्य म्हणजे पर्वतश्रेणीची दोन्ही टोके दक्षिणेकडे वळली आहेत. या क्षेत्रातील पर्वत रांगेत साधारणपणे ४००० मीटर्स उंचीवर बारालापचा ला, सिपकी ला, थागा ला, नाथू ला, झूलप ला, जोगी ला या प्रमुख खिंडी आहेत.

२. मध्य हिमालय किंवा हिमाचल (Lesser or Middle Himalaya)

मध्य हिमालयास हिमाचल असेही म्हटले जाते. ह्या पर्वतश्रेणीच्या सुरुवातीला हिमाद्रीच्या दक्षिणेस ६० ते ८० किलोमीटर्स रुंदीची दुसरी पर्वतरांग आहे. पर्वतश्रेणीची सरासरी उंची ४५०० मीटर्सच्या दरम्यान आढळते. अशी श्रेणी उत्तर हिमालय पर्वतश्रेणीला समांतर आहे. विस्तार मोठा असला, तरी ही पर्वतश्रेणी तुटक स्वरूपाची आहे. ह्या पर्वतश्रेणी मध्ये अति उंच पर्वत, तर काही भागात नद्यांनी तयार केलेली खोरी दिसून येतात. मध्य हिमालय पर्वत श्रेणीत धौलधर, पिरपंजाल, नागतिबा, महाभारत, मसुरी, कुमाऊं इत्यादी पर्वतरांगा आहेत. पिरपंजाल ही सर्वांत महत्त्वाची व लांब पर्वतश्रेणी असून ही पर्वत रांग झेलम आणि बियास या नद्यांच्या दरम्यान पसरली आहे. या पर्वतरांगेची सरासरी उंची ४६०० मीटर्स असून सिमला (२२०५ मीटर) हे थंड हवेचे ठिकाण याच पर्वतरांगेच्या पट्ट्यात आहे. तसेच या पर्वतरांगेत पिरपंजाल व बनिहाल या दोन महत्त्वाच्या खिंडी आहेत. याच प्रदेशात नैनिताल, मसुरी ही थंड हवेची ठिकाणे आहेत.

३. शिवालिक किंवा बाह्य हिमालय (Outer Himalaya)

वरील दोन्ही रांगांना समांतर हिमालयाच्या दक्षिणेकडे पायथ्यालगत असणाऱ्या पर्वतीय प्रदेशाला शिवालिक किंवा बाह्य हिमालय असे म्हटले जाते. पर्वतरांगांची सरासरी उंची १२०० मीटर्स असून रुंदी ५० किलोमीटर पर्यंत आहे. हिमाचल प्रदेशात रुंदी जास्त असून ती अरुणाचल प्रदेशाकडे जवळजवळ १५ किलोमीटर्सपर्यंत आहे. यातील काही पर्वतश्रेणींतील काही टेकड्या हिमालयाच्या निर्मितीनंतर उंचावल्या आहेत. म्हणून नद्यांच्या प्रवाह मार्गात अडथळे निर्माण झाले आहे. अडथळ्यांमुळे काही क्षेत्रांत हंगामी सरोवरांची निर्मिती होत असते. अशा पर्वतश्रेणीतील टेकड्यांना लागूनच उत्तरेस नद्यांनी तयार केलेली विस्तृत खोरी आहेत.त्यांनाच 'डून्स'(Duns) असे म्हटले जाते. शिवालिक रांग म्हणजे

कमी उंचीच्या टेकड्यांची साखळीच आहे. अशा पर्वतरांगेमध्ये नद्यांची अरुंद व खोल घड्यांची निर्मिती झाली आहे.

पामीरच्या पठारापासून आग्नेयेकडे जाणाऱ्या पर्वतश्रेणीस काराकोरम रांग व झास्कर रांग असे म्हटले जाते. अशा रांगा म्हणजे हिमाद्रीच्या शाखा होत. काराकोरम ही रांग काश्मीरमधून पुढे तिबेटच्या पठारापर्यन्त पसरलेली असून तिचा आकार चंद्राकृती आहे. अशा पर्वतरांगेची लांबी ३५० किलोमीटर्स, तर रुंदी ४० किलोमीटर्सच्या दरम्यान आढळते. ह्या पर्वतरांगेत K-2 हे उंच शिखर असून या शिखराची उंची ८६११ मीटर्स असून याशिवाय गॉडविन ऑस्टिन हे भारतातील सर्वोच्च उंच शिखर असून या शिखराची उंची ८८१६ मीटर्स एवढी आहे. झसिकर रांग ही हिमाद्रीच्या जवळच ८० अंश पूर्व रेखांशाजवळ आहे. ही उत्तरेस गेलेली महत्त्वाची शाखा आहे. या रांगेची सरासरी उंची ६०००मीटर्स असून याच पर्वतरांगेत सिंधू नदीने खोल घळई तयार केली आहे. झास्कर रांगेला समान्तर उत्तरेला असलेल्या समांतर रांगेला 'लडाक रांग' असे म्हटले जाते. या रांगेची लांबी ३०० मीटर्सच्या जवळपास आढळते. अशा रीतीने शिवालिक रांग आणि बाह्य हिमालयाचा भाग प्रामुख्याने भारतातील हिमालय पर्वत म्हणून संबोधला जातो.

ब. हिमालयाचे प्रादेशिक विभाजन (Regional Divisions of Himalaya)

१. पूर्वेकडील किंवा ईशान्येकडील पर्वतरांगा
२. मध्य हिमालयाच्यारांगा
३. पश्चिमेकडील पर्वतरांगा (पंजाब व कुमाऊं हिमालय)

१. पूर्वेकडील किंवा ईशान्येकडील पर्वतरांगा

भारताच्या ईशान्य भागातील दक्षिणेकडील भागात या पर्वतरांगा मुख्य हिमालय पर्वतापासून वेगळ्या झाल्या आहेत, त्या उत्तर-दक्षिण दिशेस विस्तारल्या आहेत. भारताच्या पूर्वीय राज्याचा भाग यामध्ये येतो. (आसाम, मेघालय, त्रिपुरा, मणिपूर, अरुणाचल इ.) हिमालयीन पर्वतरांगांमुळे भारत आणि ब्रह्मदेश यांच्या दरम्यान नैसर्गिक सरहद्द तयार झाली आहे. तेथे अस्तित्वात असलेल्या उत्तरेला पत्कोई तर दक्षिणेस मैणपुरी व नाग ह्या लहान-मोठ्या पर्वतरांगा आहेत. शिवाय मेघालय पठार भागावर अधिक रुंद अशा गारो खासी व जायंतिया इत्यादी डोंगराळ प्रदेश दिसून येतात. मणिपूरच्या दक्षिणेस भारत व ब्रह्मदेशाच्या सीमेजवळून आरकान योना पर्वताची रांग उत्तरेकडून दक्षिणेकडे ब्रह्मदेशात गेली आहे. या भागातील पर्वतीय प्रदेशांची सरासरी उंची कमी दिसून येते. परंतु असा प्रदेश उंच-सखल असल्यामुळे तसेच या भागात पर्जन्याचे प्रमाण भरपूर असल्याने हा डोंगराळ व पर्वतीय प्रदेश घनदाट अरण्यामुळे दुर्गम बनला आहे. अशा पर्वतीय प्रदेशात सरामती हे सर्वात उंच शिखर आहे. त्याची उंची ३८२६ मीटर इतकी

हिमालयाचे प्रादेशिक विभाजन (नकाशा क्र. २.२)

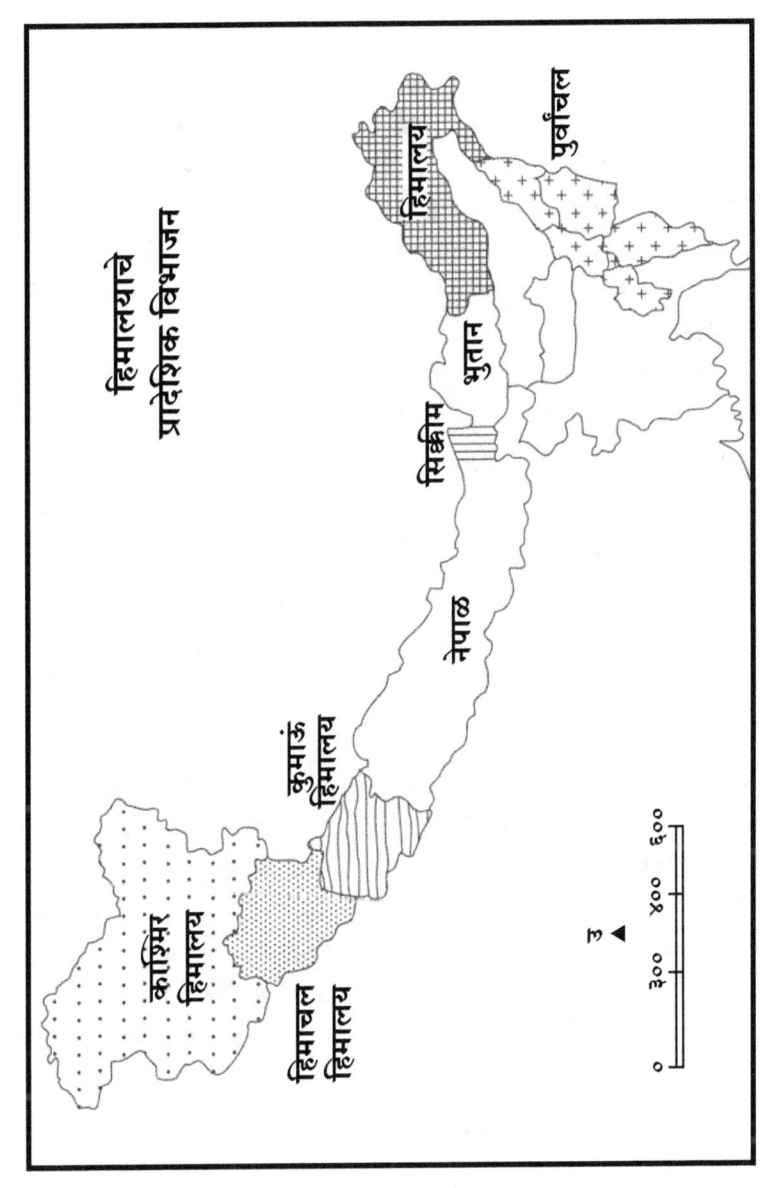

हिमालयाचे
प्रादेशिक विभाजन

हिमालय

पूर्वांचल

भूतान

सिक्कीम

नेपाळ

कुमाउं
हिमालय

काश्मिर
हिमालय

हिमाचल
हिमालय

३

आहे. मुख्य रांगा व वळलेल्या उपरांगा मिळून या भागात नरसाळ्यासारखी रचना तयार झाल्याने नैर्ऋत्य मोसमी वारे कोंडले जाऊन चेरापुंजी किंवा मोसिनराम येथे जगातील सर्वांत जास्त पाऊस पडतो.

२. मध्य हिमालयाच्या रांगा

भारताच्या उत्तर सीमेजवळ पामीरच्या पठारापासून पूर्व भाग तलवारीसारखा वक्र, विस्तार उंच व सलग अशा हिमालय पर्वतरांगा पसरलेल्या आहेत. भारताच्या उत्तरेकडील जम्मू-काश्मीर राज्यांपासून पूर्वेला अरुणाचल प्रदेशापर्यंत ह्या पर्वतरांगा पसरलेल्या आहेत. या पर्वतरांगांमुळे भारत आणि चीन या दोन देशांची सीमा निश्चित झाली आहे. जगातील सर्वांत उंच रांग म्हणून हिमालय पर्वतरांगा ओळखल्या गेल्या आहेत. हिमालय पर्वतीय प्रदेशाची सरासरी लांबी ३२०० किलोमीटर असून, रुंदी २०० ते ३०० किलोमीटरच्या जवळपास आढळते. हिमालय पर्वतरांगेच्या मध्यभागी रुंदी जास्त असून पूर्व व पश्चिम टोकांकडे रुंदी कमी कमी होत गेली आहे. हिमालय पर्वतरांगेची सरासरी उंची ६५०० मीटर असून, आशिया खंडातील ९४ उंच शिखरांपैकी ९२ उंच शिखरे याच पर्वतरांगेत आहेत, तर जगातील १४ अति उच्च शिखरे या पर्वतरांगेत आढळतात. ही शिखरे वर्षभर हिमाच्छादित असतात. हिमालय पर्वतरांगेत सिंधू, सतलज, यमुना, गंगा, ब्रह्मपुत्रा या प्रमुख नद्यांचा उगम होतो. जगातील सर्वांत उंच शिखर माउंट एव्हरेस्ट याच पर्वतरांगेत आहे. याशिवाय कांचनगंगा (८५९८ मी.), मकालू (८४८१मी.), धवलगिरी (८१७२ मी.) व अन्नपूर्णा (८०५० मी.) ही शिखरे याच रांगेत आहेत. या पर्वतरांगेचे तीन विभाग केले जातात.

३. पश्चिमेकडील पर्वतरांगा (पंजाब व कुमाऊं हिमालय)

पश्चिमेकडील या पर्वतरांगांनाच पंजाब हिमालय व कुमाऊं हिमालय असे म्हणतात. सिंधु नदीपासून सतलज नदीपर्यंतच्या भागास पंजाब व काश्मीर हिमालय, तर सतलज नदीपासून काली नदीपर्यंतच्या हिमालय पर्वतरांगांना कुमाऊं हिमालय असे म्हणतात. पंजाब हिमालयातील नंगापर्वत सर्वांत उंच पर्वत असून या प्रदेशात लहानमोठी सरोवरेही आहेत. तेथील वूलर, दाल इ. सरोवरे जगात प्रसिद्ध आहेत. नंदादेवी, बद्रिनाथ, केदारनाथ, त्रिशूल, माना, गंगोत्री ही उंच शिखरे कुमाऊं हिमालयात आहेत, तर गंगा, यमुना या नद्या याच भागात उगम पावतात.

अ. हिमालयाचे पूर्व आणि पश्चिम भाग

भारतातील हिमालय पर्वताचे नेपाळ या देशामुळे दोन भागांत विभाजन झाले. पूर्व दिशेच्या भागाला पूर्व हिमालय तर पश्चिम दिशेच्या भागाला पश्चिम हिमालय असे

म्हणतात. पूर्व हिमालयात दार्जिलिंग हिमालय, सिक्कीम हिमालय, भूतान हिमालय आणि आसाम हिमालय तर पश्चिम हिमालयात प्रामुख्याने काश्मीर हिमालय, पंजाब हिमालय आणि कुमांऊ हिमालय असे तीन भाग पडतात.

हिमालय पर्वतातील शिखरे व त्यांची उंची (तक्ता २.२)

	शिखर	उंची
१.	माऊंट एव्हरेट	८८४८ मीटर
२.	गॉडविन ऑस्टीन	८६११ मीटर
३.	कांचनगंगा	८५९८ मीटर
४.	धवलगिरी	८१७२ मीटर
५.	मानसालू	८१५६ मीटर
६.	नंदादेवी	७८१८ मीटर
७.	नामचाबरवा	७७५६ मीटर
८.	चोमोल्हारी	७३१४ मीटर
९.	कुला कांग्री	७२५० मीटर
१०.	बद्रीनाथ	७०४० मीटर
११.	केदारनाथ	६८४१ मीटर
१२.	मिशुल	६७०७ मीटर
१३.	जन्मोत्री	६५२७ मीटर
१४.	गंगोत्री	६५०८ मीटर
१५.	नंगापर्वत	८१२६ मीटर

१. **पूर्व हिमालय :** नेपाळच्या पूर्वेला असलेल्या भागाचा पूर्व हिमालयात समावेश होतो. ह्या रांगेमुळे हिमालय आणि तिबेट यांच्या सरहद्दीजवळ भारत आणि चीन या देशांची सरहद्द निश्चित केली आहे. त्यालाच मॅकमोहन रेषा असे म्हणतात.

दार्जिलिंग हिमालय : पश्चिम बंगालच्या उत्तरेकडील भागात असलेल्या दार्जिलिंग शहराच्या आजूबाजूच्या प्रदेशास 'दार्जिलिंग हिमालय' असे म्हणतात.

या क्षेत्रातून मिची, बलसान, तिस्ता, महानंदा इ. नद्या वाहतात. सिक्कीम हिमालयातील पर्वतीय भागात उंच शिखरे असून त्यात नामचा बर्वा ७७५६ मीटर्स,

कांग-टो ७०९० मीटर्स, कब्रु ७३१६ मीटर, वॉनो ७७१० मीटर यांचा समावेश होतो. सिक्कीम हिमालयाच्या पूर्वेला भूतान पर्वतीय प्रदेश असून या भागात उंच शिखरे आढळतात. आसाम, हिमालयात तिस्ता नदीपासून ब्रह्मपुत्रा नदीपर्यंतच्या पर्वतीय प्रदेशाचा समावेश आसाम हिमालयात केला जातो. हा प्रदेशही उंचसखल प्रदेश असून या भागातून ब्रह्मपुत्रा नदी वाहात जाते.

ब. पश्चिम हिमालय : पश्चिम हिमालयात असणाऱ्या काश्मीरचा प्रदेश सर्वात जास्त उंच असून त्याची लांबी ७०० किलोमीटर, तर रुंदी ५०० किलोमीटरच्या जवळपास आहे. जम्मू-काश्मीर राज्याच्या वायव्य अग्नेय दिशेने पिरपंजाल पर्वतरांग गेली आहे. वायव्य भागात काराकोरम रांग आहे. जगाचे दुसऱ्या क्रमांकाचे व भारतातील सर्वांत उंच शिखर म्हणजे गॉडविन-ऑस्टीन ८८१६ मीटर हे शिखर याच पर्वतरांगेत आहे. सतलज नदीच्या वायव्य भागात असलेल्या पर्वतीय प्रदेशाला पंजाब हिमालय म्हटले जाते. या भागातून चिनाब, बियास आणि रावी या नद्या मार्गस्थ होतात. उत्तर प्रदेशाच्या वायव्येकडील भागात सतलज व काली या नद्यांच्या दरम्यान पसलेल्या पर्वतीय प्रदेशास कुमाऊं हिमालय असे म्हटले जाते. ह्या भागातून भागीरथी, गंगा व यमुना या नद्यांचा उगम होतो. पर्वतीय प्रदेशात ३५० पेक्षा अधिक सरोवरे आहेत. त्या पैकी नैनिताल, भीमताल, सातताल इ. महत्त्वाची सरोवरे आहेत. या भागातील नंदादेवी ७७६३ मीटर, त्या खालोखाल कामेर ७७५६, बद्रीनाथ ७१३८, त्रिशूल ७१२०, सतोपंथ ७०८४, दुनागिरी ७०६६, केदारनाथ ६९४०, नंदाकोट ६८६४ आणि गंगोत्री ६६१४ मीटर इ. उंच शिखरे आहेत.

क. पश्चिमेकडील पर्वतरांगा : ही पर्वतरांग पामीर पठाराच्या पश्चिमेपासून सरळ हिंदकुश पर्वतरांगेमध्ये गेली आहे. भारत आणि अफगाणिस्थानाच्या सरहद्दीतून ही पर्वतरांग गेली आहे. हिंदकुश पर्वत रांगांच्या दक्षिण भागातून भारत आणि पाकिस्तान सीमेजवळून सुलेमान पर्वताची रांग किरषार टेकड्यांपर्यंत पसरलेली आहे. सुलेमान श्रेणीच्या पर्वतरांगेत जगविख्यात खैबर व बोलनखिंड आहे. अशा पद्धतीने भारत - अफगाणिस्थान, भारत - पाकिस्तान या देशाच्या सीमेजवळ भारताच्या वायव्य भागात ह्या पर्वतरांगा विखुरलेल्या आहेत.

ड. हिमालयाचे भारतदृष्ट्या महत्त्व

भारताच्या दृष्टीने हिमालय पर्वतरांगा महत्त्वाच्या असून या पर्वतरांगांचे भारताच्या दृष्टीने पुढील फायदे आहेत -

१. संरक्षण दृष्टिकोनातून हिमालय पर्वताने भारताची उत्तर बाजू मजबूत बनविलेली आहे.

२. ध्रुवीय प्रदेशातून येणारे शीतवारे हिमालय पर्वतामुळे अडविले जातात.

३. हिमालय पर्वतामुळे नैऋत्येकडून येणारे मोसमी वारे अडविले जातात. त्यामुळे भारतीय उपखंडास पर्जन्य मिळतो.

४. हिमालयात अनेक नद्या उगम पावतात. त्या नद्यांमुळे भारत सुजलाम् सुफलाम् झाला आहे.

५. हिमालयामुळे नद्यांना बारमाही पाणी मिळते. त्यामुळे उत्तरेकडील मैदानी प्रदेश शेतीयोग्य बनला आहे व जलवाहतूकदृष्ट्या या नद्या उपयुक्त ठरल्या आहेत.

६. घनदाट जंगलातून लाकूड व औषधोपयोगी वनस्पती उपलब्ध होतात.

७. अनेक प्रकारच्या प्राण्यांचे व वनस्पतींचे वसतिस्थान हा पर्वतीय भाग असल्याने भारतातील जैवविविधतेत वाढ झाली आहे.

८. हिमालय पर्वतीय भागात विविध प्रकारची खनिजे उपलब्ध होत असल्याने आर्थिक विकासाला हातभार लागला आहे.

९. सृष्टीसौंदर्याने नटलेली अनेक थंड हवेची ठिकाणे पर्यटन विकासाच्या दृष्टीने उपयुक्त ठरली आहेत.

१०. अनेक धार्मिक स्थळांमुळे सांस्कृतिक विकासाला मदत झाली आहे.

११. सुपीक मैदानाची निर्मिती, जलविद्युत केंद्रांना भरपूर पाणीपुरवठा यामुळे भारताचा आर्थिक विकास हिमालय पर्वतरांगांवर अवलंबून आहे.

२.३ उत्तरेकडील विस्तृत मैदानी प्रदेश (The North Indian Plains)

भारताचे विस्तृत मैदान हिमालय पर्वताच्या दक्षिणेस व द्वीपकल्पीय पठार यांच्या उत्तर भागात निर्माण झाले आहे. या क्षेत्रास उत्तरेकडील भारताचे मैदान म्हणून संबोधले जाते. हिमालयात उगम पावणाऱ्या सिंधु, गंगा-यमुना व ब्रह्मपुत्रा ह्या प्रमुख नद्या व त्यांच्या जोडीला काही उपनद्यांच्या क्षेत्रामध्ये विस्तारित गाळाच्या मैदानाची निर्मिती झाली आहे. पूर्व भारतातील ब्रह्मपुत्रेच्या खोऱ्यापासून पश्चिमेकडील पाकिस्तान देशापर्यन्त तर दक्षिणेकडील द्वीपकल्पीय पठारापासून उत्तरेकडील शिवालिकच्या पायथ्यापर्यंत मैदानी प्रदेश विखुरलेला आहे. उत्तरेकडील विस्तारित मैदानाने भारताचा १/५ भाग व्यापला आहे. क्षेत्रफळ सुमारे ६,५२,००० चौरस किलोमीटर एवढे आहे. अशा मैदानाची लांबी पूर्व – पश्चिम सुमारे २४०० कि.मी. असून रुंदी सुमारे २४० ते ३२० कि.मी.च्या दरम्यान आहे, तर पश्चिम टोकास मैदानांचा विस्तार वाढत गेलेला दिसतो. तो या भागात सुमारे ५०० कि.मी. तर पूर्वभागात तो २५० कि.मी.च्या जवळपास आहे. मैदानी भागाचा विस्तार प्रामुख्याने पंजाब, राजस्थान, हरियाणा, उ.प्रदेश, बिहार, आणि प. बंगाल इ. राज्यांत आढळतो. अशा मैदानी भागाची सरासरी उंची २०० मीटरच्या जवळपास आहे.

उत्तर भारतीय मैदानी प्रदेश (नकाशा क्र. २.३)

उत्तर भारतीय मैदानी प्रदेश
उ

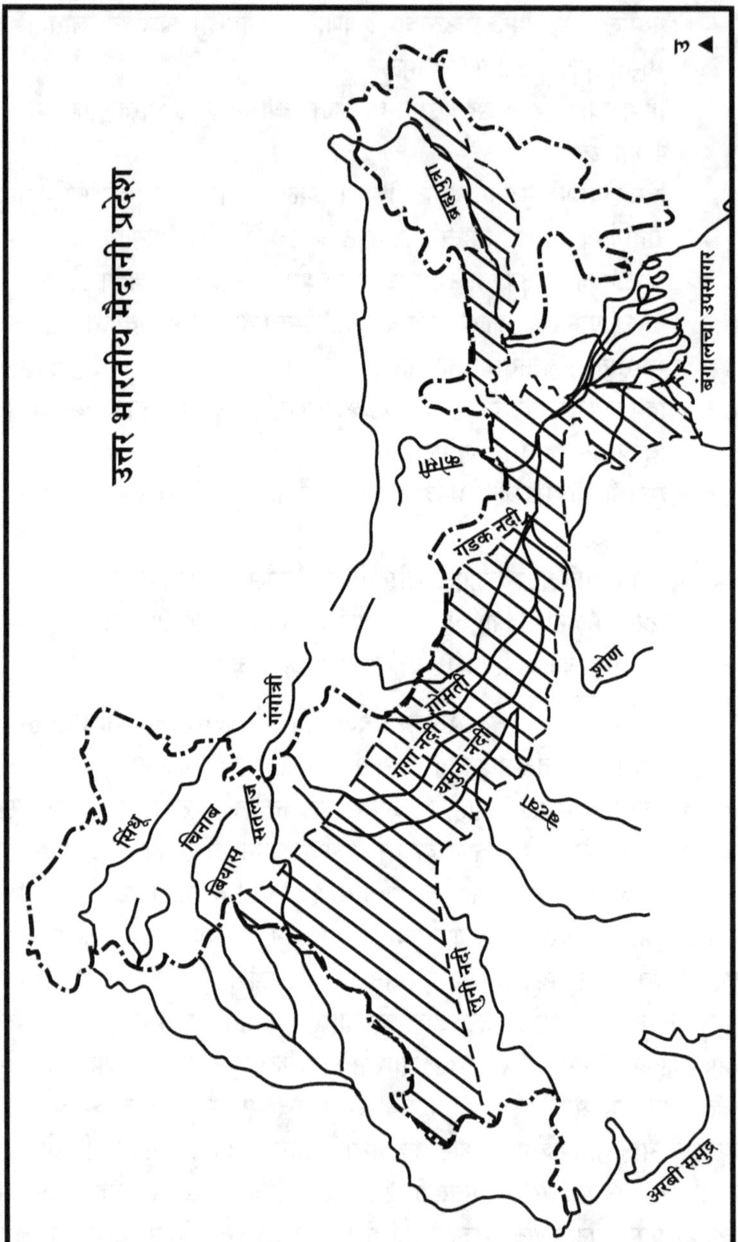

मैदानी प्रदेशाचा उतार नैर्ऋत्य व अग्नेयेकडे आहे. अशा क्षेत्रातील उताराचे प्रमाण फारच कमी झालेले दिसून येते. दर किलोमीटर तो १२ सें.मी.पर्यंत आहे. उत्तरेकडील विस्तृत मैदानी प्रदेशाचे पुढील विभाग पडतात.

अ. पूर्वेकडील मैदानी प्रदेश

ब्रह्मपुत्रा नदीचे खोरे व गंगानदीच्या खालच्या टप्प्यातील मैदानी भागाचा पूर्वेकडील मैदानी प्रदेशात समावेश होतो. बिहारपासून पश्चिम बंगालपर्यंत पसरलेल्या अशा मैदानी प्रदेशात उत्तर व दक्षिण बिहारचा मैदानी प्रदेश, पश्चिम बंगालमधील त्रिभुज मैदानी प्रदेश व आसाममधील मैदानी प्रदेशाचा समावेश होतो. उत्तरेकडील दार्जिलिंग हिमालयापासून बंगालच्या उपसागरापर्यंत, तर पश्चिमेस छोटया नागपूरच्या पठारी प्रदेशापासून बांगला देशापर्यंत हा मैदानी प्रदेश पसरला आहे. मैदानी प्रदेशामध्ये गंगा नदीच्या घागरा, गंडक, कोसी इ. उपनद्यांच्या प्रदेशांचाही समावेश होतो, पश्चिम बंगालमध्ये गंगा नदीचा विस्तारित त्रिभुज प्रदेश तयार झाला आहे. पूर्वभागात गंगा व ब्रम्हपुत्रा नद्या अनेक फाट्यांनी बंगालच्या उपसागराला जाऊन मिळतात. गंगा नदीच्या अशा फाट्यांना भागीरथी, हुगळी यासारखी नावे आहेत, तर गंगा आणि ब्रह्मपुत्रा या नद्यांच्या संयुक्त प्रवाहास पद्मा असे संबोधले जाते.

भारताच्या ईशान्येकडील भागात ब्रह्मपुत्रा नदीने आसाम या राज्यात मैदानी प्रदेश तयार केला आहे. त्यास आसामचे खोरे असे म्हटले जाते. हा मैदानी प्रदेश हिमालयाचा डोंगराळ प्रदेश व मेघालयाचे पठार यांच्या दरम्यान विखुरलेला असून ब्रम्हपुत्रा व तिच्या उपनद्यांनी आसाम खोऱ्याची निर्मिती झाली आहे.

ब. विस्तृत मैदानाचा मध्य भाग

गंगा नदीच्या वरच्या व मधल्या टप्प्यातील मैदानी प्रदेशाचा समावेश या प्रदेशात केला जातो. अशा प्रदेशाचा विस्तार पूर्व - पश्चिम दिशेने आहे. प्रामुख्याने गंगा यमुना नद्यांचा दुआब, गंगेच्या उत्तरेस असलेल्या रोहित खंडाचे मैदान तसेच अवध / आयोध्याचे मैदान इत्यादी क्षेत्रांचा समावेश केला जातो. उत्तर प्रदेशात जवळ जवळ ५१ टक्के भाग या मैदानी प्रदेशाने व्यापला आहे. उत्तर प्रदेशातील बिजनीर पासून लखनौपर्यंतचा प्रदेश रोहिल खंडाचे मैदान म्हणून ओळखला जातो. मध्य मैदानी प्रदेशातून शारदा व रामगंगा या नद्या वाहतात, तर रोहिल खंड मैदानी प्रदेशाच्या पूर्वेस असलेल्या मैदानी प्रदेशास अवध मैदान किंवा अयोध्येचे मैदान या नावाने ओळखले जाते. अवधचा मैदानी प्रदेश गोमतीशबरी आणि घाघरा या नद्यांनी तयार केला आहे. गंगा नदीच्या वरच्या टप्प्यातील गाळाच्या प्रदेशाला भांगर किंवा पुरातन गाळाचा मैदानी प्रदेश असे म्हटले जाते, तर पूर्वेकडील मैदानी प्रदेशाला खद्दर किंवा खादर किंवा नवीन गाळाचा प्रदेश असे म्हटले जाते.

पश्चिमेकडील मैदानी प्रदेश

पश्चिमेकडील मैदानी प्रदेशात प्रामुख्याने राजस्थान व पंजाबमधील तसेच हरियाणातील मैदानी प्रदेशांचा समावेश केला जातो.

१. **राजस्थानातील मैदान :** राजस्थानच्या मैदानी प्रदेशाची सुरुवात अरवली पर्वताच्या पश्चिमेकडील भागात अस्तित्वात असलेल्या मैदानांपासून होते. हा प्रदेश मोठ्या प्रमाणात ओसाड व निमओसाड असल्याने त्यालाच थरचे वाळवंट असेही म्हणतात. अशा मैदानांचे क्षेत्रफळ १,७५,००० चौरस किलोमीटर असून लांबी ६४० किलोमीटर, तर रुंदी ३०० किलोमीटर आहे. अरवली पर्वत पायथ्याजवळ पश्चिमेकडील भागात सुपीक मैदानी प्रदेश आहे. त्यालाच राजस्थानचे मैदान असे म्हटले जाते. हा भाग मोठ्या प्रमाणात पाणथळीचा आहे. Oasis ची लहान-मोठी सरोवरे दिसून येतात. अशा सरोवरांमध्ये सांबर, दोडधाना, पयपाद्रा, सारताल या सारखी अनेक सरोवरे दिसून येतात. सांबर हे सर्वात मोठे व महत्त्वाचे सरोवर या भागात असून या प्रदेशात एकमेव लुनिक नदी वाहते.

२. **पंजाब व हरियाणाचे मैदान :** हे मैदान भारताच्या वायव्य भागातील पंजाब व हरियाणा या राज्यांच्या दरम्यान विखुरलेले आहे. पूर्वेला यमुना नदी, तर वायव्य सीमेपासून रावी नदी वाहते. या प्रदेशाची सरासरी उंची २०० ते २४० मीटर दरम्यान आहे. मैदानी प्रदेश रावी, बियास आणि सतलज या नद्यांच्या पूरमैदानास 'बंरस' म्हणतात. रावी, बियास व सतलज दरम्यानच्या प्रदेशास 'बिस्तदुआब' म्हणतात.

मैदानाच्या गाळाचे प्रमुख प्रकार (Major types of Deposition of Plain)

मैदानी प्रदेशावरील संचयन झालेल्या गाळाचे सर्वच ठिकाणी सारख्या प्रकारचे संचयन होत नाही. मैदानावर संचयित झालेल्या गाळाची पुढील चार प्रकारात विभागणी होते.

१. **भाबर :** हिमालयातून वाहात येणारे जलप्रवाह पायथ्यालगतच्या प्रदेशात दगड, गोटे, वाळू यांचे संचयन करतात, त्यामुळे पायथ्यालगतच्या प्रदेशात गाळाच्या संचयनाचे पंखे तयार होतात. अशा पंख्यांमध्ये जलप्रवाह लुप्त होतात. या संचयनास भाबर असे म्हणतात.

२. **तराई :** भाबरमध्ये लुप्त झालेले जलप्रवाह त्या लगतच्या दक्षिणेकडील भागावर पुन्हा भूपृष्ठावर प्रकट होतात. या भागात बारीक वाळू व दगड, गोटे यांचे संचयन होते. नद्यांच्या पाण्यामुळे या भागात दलदल निर्माण होते. या प्रदेशाला तराई असे म्हणतात. हा प्रदेश दाट जंगलव्याप्त असतो.

भारतातील विस्तृत मैदाने (नकाशा क्र. २.४)

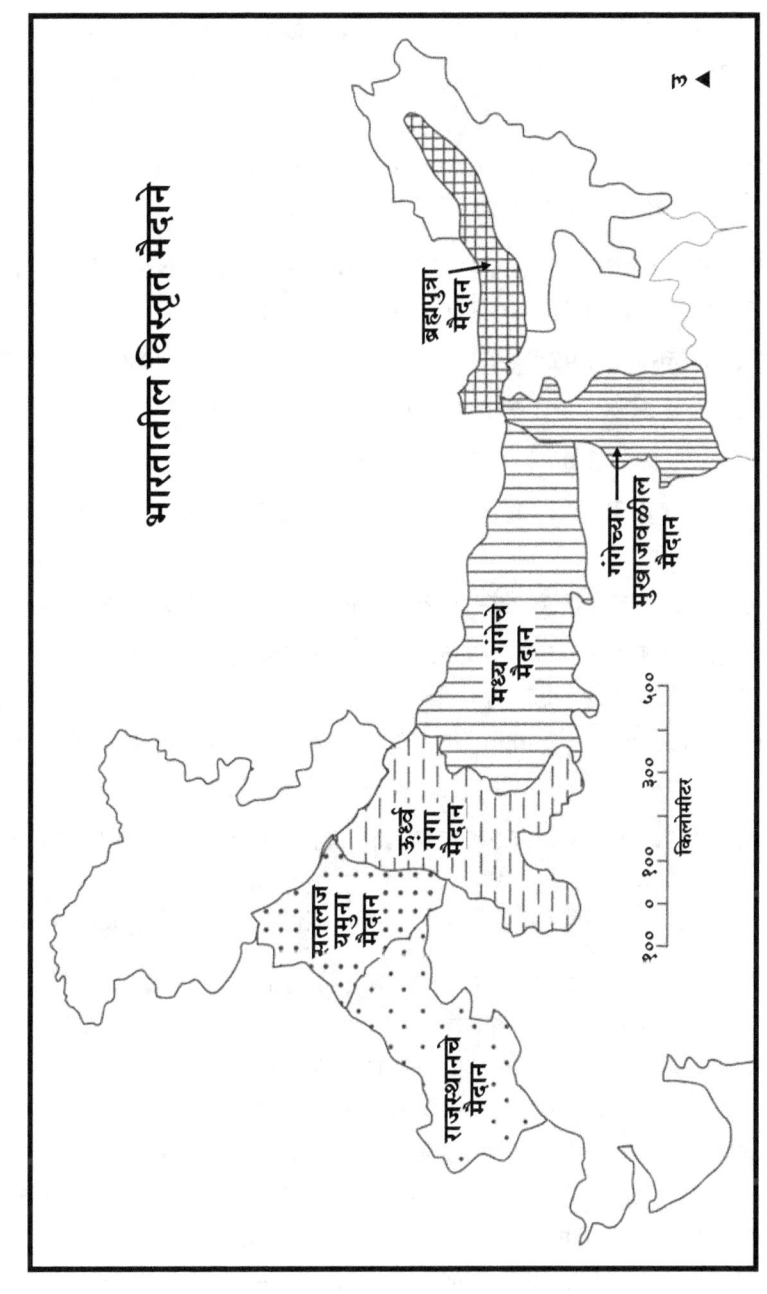

भारतातील विस्तृत मैदाने

ब्रह्मपुत्रा मैदान

गंगेच्या मुखाजवळील मैदान

मध्य गंगेचे मैदान

ऊर्ध्व गंगा मैदान

सतलज यमुना मैदान

राजस्थानचे मैदान

३०० ० १०० २०० ३०० ४००
किलोमीटर

३. **भांगर :** तराईच्या दक्षिणेकडे नदीच्या मुख्य प्रवाहापासून दूर अंतरावर जुन्या गाळाचे संचयन झालेले पट्टे आढळतात. त्या गाळात काही ठिकाणी चुनखडीचे थर आहेत. या गाळाच्या पट्ट्यांना भांगर असे म्हणतात. उत्तर प्रदेशात या थरांना कंकर असे म्हणतात.

४. **खादर :** नद्यांच्या लगतच्या सखल प्रदेशात नवीन संचयित झालेल्या गाळाच्या संचयनास खादर असे म्हणतात.

उत्तरेकडील भारतीय मैदानांचे महत्त्व (Importance of North Indian Plains)

उत्तरेकडील भारतीय मैदानांचे महत्त्व पुढीलप्रमाणे आहे.

१. उत्तरेकडील भारतीय मैदान हा भारतातील सर्वांत महत्त्वाचा कृषीप्रधान प्रदेश आहे.

२. या प्रदेशात जलसिंचनासाठी बारमाही नद्या उपलब्ध आहेत.

३. या प्रदेशात भूमिगत पाण्याचे मोठे साठे उपलब्ध आहेत.

४. शेतमालावर आधारित उद्योगधंदे या प्रदेशात मोठ्या प्रमाणावर निर्माण झालेले आहेत.

५. या प्रदेशात रस्ते व लोहमार्ग या वाहतूक मार्गाचे मोठे जाळे निर्माण झालेले आहे.

६. मैदानावरील गंगा नदीच्या मुखापासून पाटण्यापर्यंत कच्च्या मालाच्या वाहतुकीसाठी जलवाहतुकीचा उपयोग होतो.

७. गंगा नदीकाठावर प्रयाग, काशी, हरिद्वार, ऋषिकेश यासारखी अनेक पवित्र तीर्थक्षेत्रे वसलेली आहेत.

८. जंगलातील सर्वांत जास्त लोकसंख्येची घनता या प्रदेशात असून भारतातील ३०% भौगोलिक क्षेत्रफळ असलेल्या या प्रदेशात भारतातील ४०% लोकसंख्या आहे. या सर्व गोष्टींमुळेच उत्तरेकडील भारतीय मैदानांचे महत्त्व वैशिष्ट्यपूर्ण मानले जाते.

२.४ द्वीपकल्पीय पठारी प्रदेश (The Peninsular Plateau)

द्वीपकल्पीय पठारी भाग दक्षिणेस - निलगिरी पर्वत, भारताच्या दक्षिणेस पश्चिम सह्याद्री पर्वतरांगा किंवा पश्चिम घाट, पूर्वेस पूर्वघाट इत्यादी क्षेत्राचा ह्या विभागात समावेश होतो. ह्या प्रदेशाचा आकार त्रिकोनाकृती असून या क्षेत्राची सरासरी उंची ६०० मीटरच्या जवळपास दिसून येते. उत्तरेकडील पंचमढी (अरवली) टेकड्यांपासून दक्षिणेस कन्याकुमारीपर्यंत लांबी १६०० किलोमीटर आहे. पश्चिम सह्याद्रीपासून पूर्वेस राजमहाल टेकड्यांपर्यंत या प्रदेशाची रुंदी १४०० कि.मी. आहे. द्वीपकल्पीय क्षेत्र टेकड्या, पठार, नद्यांची खोरी व मैदानी प्रदेशांनी व्यापला आहे. द्वीपकल्पीय प्रदेशाचे प्रमुख दोन भाग आहेत.

मध्यभागाच्या उंचवट्याचे क्षेत्र आणि दक्षिणेकडील दख्खनचे पठार (डेक्कन ट्रॅप) भूगर्भशास्त्रीयदृष्ट्या हा प्रदेश गोंडवना प्रदेश म्हणून संबोधला जातो. द्वीपकल्पीय पठारी प्रदेशाचे पुढीलप्रमाणे विभाग पडतात. ते खालीलप्रमाणे आहेत –

अ. पूर्व घाट

पूर्वघाट पश्चिमघाटाप्रमाणे सलग आढळत नाही. पूर्वघाट हा भारताच्या पूर्व किनारपट्टीच्या जवळचा आहे. भारताच्या दक्षिण टोकाजवळील निलगिरी पर्वतापासून ते उत्तरेकडील छोट्या नागपूरच्या पठारी भागाचा समावेश पूर्व घाटात केला जातो. पूर्व घाटात मोठमोठ्या नद्या समुद्राला येऊन मिळतात. या नद्यांना मोठया प्रमाणात पूर आल्याने मैदाने व त्रिभुज प्रदेश तयार होतात. त्यामुळे पूर्व घाट खंडित झाला आहे. उत्तरेकडील महानदी, दक्षिणेकडे गोदावरी, गोदावरीच्या दक्षिणेस कृष्णा व तिच्या दक्षिणेस तामिळनाडू राज्यात कावेरी या नद्यांनी पूर्वघाट खंडित केला आहे.

ब. पूर्वेकडील पठारी प्रदेश

पूर्वेकडील मध्य प्रदेशातील बुंदेलखंड पठार, बिहारच्या भागातील छोटा नागपूरचे पठार, ओरिसातील पश्चिमेकडील टेकड्यांचा प्रदेश तसेच महानदीचे खोरे आणि त्याच्या जवळच असलेल्या दंडक अरण्य आणि छत्तीसगडचा पठारी प्रदेश इत्यादींचा समावेश होतो. ह्या प्रदेशातील छोटा नागपूरचा पठारी प्रदेश महत्त्वाचा आहे. अशा पठारी प्रदेशात मोठ्या प्रमाणात खनिजांचे साठे केंद्रित झाले आहे. सर्वच प्रकारची खनिजे या भागात आढळतात. या प्रदेशातून दामोदर, सुवर्णरेखा ह्या प्रमुख नद्या वाहतात. या क्षेत्रात रांची पठार तसेच हजारीबागचे पठार आणि कोदामाळचे पठार असे तीन विभाग पाडले आहेत.

क. अरवली सातपुडा आणि विंध्य प्रदेश

गुजरातमधील पालनपूर या क्षेत्रापासून दिल्लीपर्यंत सुमारे ८०० किलोमीटर ही पर्वतरांग माळवा पठाराच्या पश्चिमेस अरवली पर्वताची रांग आहे. या पर्वतरांगेची सरासरी उंची ३०० ते ९०० मीटरच्या जवळपास आहे. या क्षेत्रातील माऊंटअबू या उंच शिखराची उंची ११५८ मीटर आहे. या शिवाय या क्षेत्रात गुरूशिखर या सर्वात उंच शिखराची उंची १७२२ मीटर आहे. या क्षेत्राचे सर्वांत जास्त क्षेत्रफळ राजस्थान या राज्यात आढळून येते. अशा क्षेत्रात प्रसिद्ध असे मेवाडचे पठार राजस्थान राज्यात आढळून येते. अरवली पर्वत आणि दक्षिणेस विंध्य पर्वताच्या मध्यभागात माळव्याचे पठार (मध्य प्रदेशात) विस्तारलेले आहे. या पठारावरून चंबळ ही नदी वाहात आहे. बुंदेलखंड हे पठार यमुना नदी व विंध्य पर्वताच्या दरम्यान आहे. महाराष्ट्र आणि मध्यप्रदेश यांच्या सरहद्दीजवळून पूर्व-पश्चिम दिशेने ९०० किलोमीटर लांबीची सातपुडा पर्वतरांग पसरली आहे. या

द्विपकल्पीय पठारी प्रदेश (नकाशा क्र. २.५)

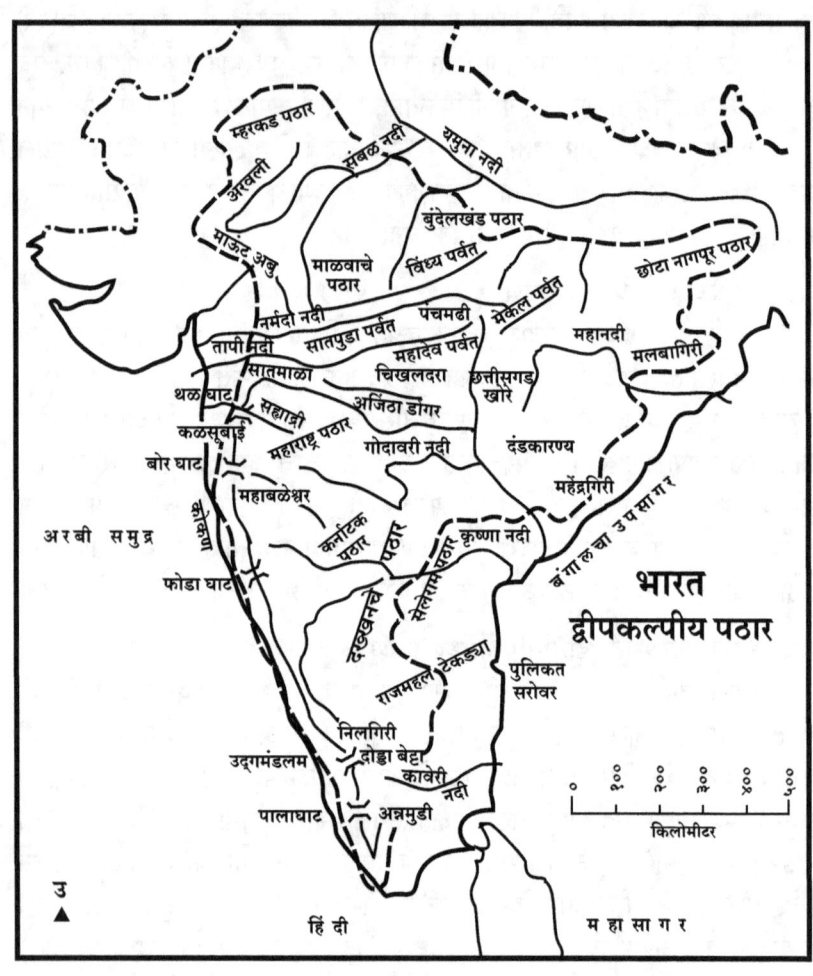

क्षेत्रातील उंची सरासरी १००० मीटरच्या जवळपास आढळते. अशा क्षेत्रातील पर्वत प्रदेशाच्या कमी-अधिक उंचीच्या सात पर्वतरांगा दिसून येतात; म्हणून त्याला सातपुडा पर्वत रांगा असे संबोधले जाते. या क्षेत्रातील तोरणामाळाची उंची ११३५ मीटर, तर धूपगडची उंची ११५० मीटर आहे. नर्मदा नदी सातपुडा पर्वत क्षेत्रातून वाहते. दक्षिण क्षेत्रातून तापी नदी वाहते. पर्वतरांगेच्या उत्तरेकडील क्षेत्रात नर्मदेच्या उत्तरेस विंध्य पर्वताची १०५० किलोमीटर लांबीची सलग अशी पर्वतरांग पूर्व - पश्चिम दिशेने विखुरलेली आहे. या रांगेस विंध्यपर्वत रांग असे म्हटले जाते.

ड. दख्खनचे पठार किंवा दख्खनचा उंचवट्यांचा प्रदेश

नर्मदा नदीच्या दक्षिणेकडील क्षेत्राला दख्खनचे पठार म्हणून संबोधले जाते. हे पठारी क्षेत्र नर्मदा नदीपासून (विंध्य पर्वत) दक्षिणेस निलगिरीपर्यंत पसरले आहे. या पठाराच्या पश्चिमेस पश्चिम घाट, तर पूर्वेस पूर्वघाट विखुरलेला आहे. भारतामधील सर्वांत मोठे पठार दख्खनचे असून या पठाराचे क्षेत्रफळ सुमारे ७ लक्ष चौरस किलोमीटर इतके आहे. या पठाराचा उतार पूर्व व पश्चिम अशा दोन्ही बाजूंस आहे. दख्खनच्या पठाराच्या व्याप्तीत महाराष्ट्रातील पठारी प्रदेश, कर्नाटकचे पठार आणि आंध्रप्रदेशातील तेलंगणच्या पठारी प्रदेशाचा समावेश होतो. महाराष्ट्रातील पठारी प्रदेशाने विस्तृत क्षेत्र व्यापले असून हे सर्व क्षेत्र बेसॉल्ट खडकाने तयार झाले आहे. अशा पठारी क्षेत्रामध्ये गोदावरी, कृष्णा या प्रमुख पूर्ववाहिनी नद्या आहेत. पठाराच्या उत्तर भागातून तापी ही पश्चिमवाहिनी नदी वाहते. या पठारावर तापी नदीच्या दक्षिणेला अंजिठा-वेरूळ टेकड्या आहेत. गोदावरी व भीमा नदीच्या दरम्यान असलेल्या डोंगररांगांना बालाघाट डोंगर असे म्हटले जाते. भीमा-कृष्णा नदीच्या दरम्यान असलेल्या टेकड्यांना महादेव डोंगर असे म्हटले जाते. उत्तरेस पूर्व - पश्चिम दिशेने सातपुडा पर्वताची रांग गेली आहे. आंध्र प्रदेशातील दख्खनचा पठारी प्रदेश तेलंगण पठार या नावाने ओळखला जातो. अशा भागात गोलाकार टेकड्या व नद्यांची रुंद खोरी आढळतात. या क्षेत्रात ग्रॅनाईटसारखा प्रमुख खडक प्रकार दिसून येतो. कर्नाटकातील पठारी प्रदेश महाराष्ट्राच्या पठारी प्रदेशाच्या दक्षिणेस असून त्यालाच कर्नाटकचे पठार किंवा मैसूरचे पठार असे संबोधले जाते. या पठाराची सरासरी उंची ६०० मीटर असून त्याचे क्षेत्रफळ २६०० चौरस किलोमीटरच्या जवळपास आढळते. या भागातून तुंगभद्रा आणि कावेरी या प्रमुख नद्या वाहतात.

इ. पश्चिम घाट

भारताच्या पश्चिम क्षेत्राला समांतर उत्तर-दक्षिण दिशेला पर्वत रांगा असून तिची लांबी १६०० किलोमीटर इतकी आहे. या क्षेत्राची सरासरी उंची सुमारे १२५० मीटरच्या

दरम्यान आहे. दक्षिणेकडील कन्याकुमारीपासून ते उत्तरेकडील तापी नदीच्या मुखापर्यंतचा भाग पश्चिम घाटात येतो. पश्चिम घाटास सह्याद्री पर्वत असे संबोधले जाते. पश्चिम घाट हा दक्षिण भारतातील प्रमुख जल विभाजक आहे. ह्या घाटात अनेक नद्यांचा उगम होतो. त्यातील काही नद्या पूर्ववाहिन्या तर काही नद्या पश्चिमवाहिन्या आहेत. पूर्ववाहिन्या नद्या पूर्व भागात लांबपर्यंत वाहात जाऊन बंगालच्या उपसागराला मिळतात, तर पश्चिमवाहिन्या नद्या ह्या पश्चिम दिशेस वाहात जाऊन अरबी सागराला जाऊन मिळतात. त्यांची वाहण्याची लांबी कमी आहे. पश्चिम घाट उभ्या भित्तीसारखा उभा असून तो तीव्र उताराचा आहे. त्याच्या विरुद्ध स्थिती पूर्व भाग मात्र मंद उताराचा आहे. पश्चिम घाटात महाराष्ट्रातील उंच शिखर अहमदनगर जिल्ह्यातील अकोले तालुक्यातील कळसूबाई, त्यांची उंची १६४६ मीटर्स व हरिश्चंद्रगड १४२४ मीटर आहे. महाबळेश्वर १४६८ मीटर ही पश्चिम घाटातील उंच शिखरे आहेत. पश्चिम घाटामध्ये लहानमोठ्या खिंडी असून त्यामध्ये थळघाट, भोरघाट, आंबाघाट, फोंडाघाट, कुंभार्लीघाट या खिंडीतून कोकणाकडे रस्ते गेलेले आहेत. दक्षिण घाटातील दोड्डाबेट्टा हे सर्वांत उंच शिखर असून त्यांची उंची २६३७ मीटर्स (उटकमंड) या शिवाय माकुर्णी शिखराची उंची २५५४ मीटर आहे. निलगिरी पर्वत, केरळ, कर्नाटक, तामिळनाडू या घटक राज्यांच्या सीमेवर आहे. याशिवाय या क्षेत्रामध्ये अन्नमलाई पर्वतांचा समावेश होतो. अन्नाईमुंडी पर्वताची उंची २६९५ मीटर असून ते दक्षिण भागातील उंच शिखर आहे. निलगिरी पर्वताच्या दक्षिणेकडील पालघाट खिंडीच्या क्षेत्रामध्ये अन्नमलाई, काल्डँमंड पलमी, कोडाईकॅनॉल यासारख्या अनेक लहान-मोठ्या टेकड्यांचे क्षेत्र आहे. अन्नाईमुंडी हे शिखर याच क्षेत्रात आहे. कोडाईकॅनॉल हे गिरी क्षेत्र असून याची उंची २१९५ मीटर्स आहे.

द्वीपकल्पीय पठाराचे महत्त्व (Importance of Peninsular Plateau)

१. पठारावरील जमीन अतिशय सुपीक आहे.

२. पठारावरील जमीन कापूस व ऊस उत्पादनाच्या दृष्टीने उल्लेखनिय आहे.

३. पठारावर सुतीकापड उद्योगांची व साखर उद्योगांची प्रगती झालेली आहे.

४. पठारावर दगडी कोळसा, लोखंड, मॅग्नेनिज, बॉक्साईट इत्यादी खनिजे आढळतात.

५. पठारावर खाणकाम व खनिजावर आधारित उद्योगांचा विकास झालेला आहे.

पूर्व आणि पश्चिम घाटावरील शिखरे व उंची (तक्ता क्र. २.३)

शिखर	उंची
१. अन्नाईमुडी	२६९५ मीटर
२. दोड्डाबेट्टा (निलगिरी)	२६३७ मीटर
३. माकुर्ती (निलगिरी)	२५५४ मीटर
४. कुद्रेमुख	१८९२ मीटर
५. पुष्पगिरी	१७९४ मीटर
६. गुरूशिखर (अरवली)	१७२२ मीटर
७. कळसुबाई	१६४६ मीटर
८. साल्हेर	१५६७ मीटर
९. महेंद्रगिरी (पूर्वघाट)	१५०१ मीटर
१०. महाबळेश्वर	१४३८ मीटर
११. हरिश्चंद्रगड	१४२४ मीटर
१२. पंचमढी (सातपुडा)	१३५० मीटर

२.५ किनारपट्टीचा मैदानी प्रदेश किंवा किनारा (The Costal Land)

आसामच्या पूर्व भागापासून ते दक्षिणेकडील कन्याकुमारीपर्यंतच्या प्रदेशाचा समावेश पूर्व किनारपट्टीत होतो, तर दक्षिण कन्याकुमारी प्रदेशापासून ते गुजरातच्या कच्छच्या रणापर्यंतच्या क्षेत्राचा समावेश पश्चिम क्षेत्रामध्ये होतो.

१. पश्चिम किनारपट्टी

गुजरातच्या कच्छरणापासून ते कन्याकुमारी पर्यंतच्या क्षेत्राचा समावेश होतो. या क्षेत्राची लांबी सुमारे १५०० किलो मीटर असून रुंदी १० ते ८० कि.मी. दरम्यान आहे. पश्चिम किनारपट्टीचे एकूण क्षेत्रफळ सुमारे ६५००० चौरस किलोमीटरच्या जवळपास आढळून येते. दक्षिण भागापेक्षा गुजरातच्या क्षेत्रामध्ये रुंदी जास्त आढळते. किनारपट्टीच्या क्षेत्रामध्ये उंची काही भागात सुमारे ३ ते ५ मीटर तर काही क्षेत्रामध्ये सुमारे १५० ते ३२५ मीटर्स उंचीच्या टेकड्या आढळून येतात.

२. गुजरात किनारपट्टी

गुजरात राज्याच्या उत्तरेकडील काही भागाचा किनारपट्टीच्या क्षेत्रांचा समावेश होतो. कच्छचे द्वीपकल्प आणि कच्छचे रण, काठेवाड द्वीपकल्प किंवा दक्षिण खंबाईतचे आखात व गुजरातच्या दक्षिण किनारपट्टी क्षेत्राचा समावेश होतो. या क्षेत्रात पश्चिम घाटाचा विस्तार नसल्यामुळे या भागातील रुंदी जास्त आहे. कच्छचे द्वीपकल्प हा ओसाड वाळवंटी प्रदेश असून याच क्षेत्रात कच्छचे रण हा मोठा मैदानी प्रदेश पसरला आहे. या क्षेत्रामधील जमीन मात्र क्षारयुक्त आहे. कच्छच्या रणाच्या क्षेत्रामध्ये लुनी, बनास, आणि माही इ. नद्या वाहत जातात. कच्छच्या द्वीपकल्पच्या दक्षिणेकडील क्षेत्रामध्ये काठेवाड किंवा खंबाईतचे आखाती क्षेत्र आढळते. हे क्षेत्र काठेवाड किंवा खंबाईतच्या आखाताचे क्षेत्र गुजरातमधील गिरनार पर्वतापर्यंत आढळते. काठेवाडच्या पूर्व व दक्षिण क्षेत्रामध्ये मैदानी क्षेत्र विस्तारले आहे. त्यास गुजरातचे मैदान म्हणतात. या क्षेत्रातून मही, साबरमती, सरस्वती, नर्मदा, तापी इ. नद्या वाहत जातात. या मैदानाच्या पूर्वेकडील भाग सुपीक असला, तरी पश्चिमेकडील भागात मात्र क्षारयुक्त व दलदलीचे क्षेत्र दिसून येते.

३. कोकण किनारपट्टी

महाराष्ट्रातील पश्चिम किनारपट्टीच्या मैदानी प्रदेशाला कोकण किनारपट्टी असे म्हणतात. उत्तरेकडील दमनगंगा नदीपासून ते दक्षिणेकडे गोव्यातील तेरखोल नदीपर्यंतच्या क्षेत्राचा समावेश कोकण किनारपट्टीच्या प्रदेशात होतो. महाराष्ट्रात कोकण किनारपट्टीची लांबी ५०० किलोमीटर तर दक्षिणेस गोव्यापर्यंत ७२० किलोमीटरच्या जवळपास लांबी आहे. महाराष्ट्रातील पश्चिम घाटाच्या सलग पर्वतरांगेमुळे हा किनारपट्टीचा प्रदेश चिंचोळा झाला आहे. कोकण किनारपट्टीच्या क्षेत्राची सरासरी रुंदी ४५ ते ७५ किलोमीटरच्या जवळपास दिसून येते. या किनारपट्टीच्या भागात दमन गंगा, उल्हास, वैतरणा या प्रमुख नद्या असून दक्षिण क्षेत्रात वसिष्ठी, सावित्री या प्रमुख नद्या आहेत. वरील नद्यांची लांबीसुद्धा कमी आहे कारण या नद्या पश्चिम घाटात उगम पावून जवळच असलेल्या अरबी समुद्रास जाऊन मिळतात. या किनारपट्टीच्या दक्षिणेतील भाग खडकाळ व ओबडधोबड दिसून येतो. त्याचबरोबर टेकड्या व नद्यांच्या खाड्या आढळून येतात.

४. कर्नाटक किनारा किंवा कारवार किनारा किंवा कानडी किनारपट्टी

कर्नाटक राज्यातील किनारपट्टीचा समावेश होतो. या क्षेत्राला कारवार किनारा म्हटले जाते. उत्तरेकडील कारवारपासून दक्षिणेस मंगलोरपर्यंतच्या भागाचा या किनारपट्टीच्या क्षेत्राचा समावेश होतो, त्यांची लांबी सुमारे २५५ किलोमीटर आहे. रुंदी सर्वांत कमी ८ किलोमीटरपासून ते २४ किलोमीटरच्या जवळपास आहे. या भागातून नेत्रावती आणि शरावती

किनारपट्टीचा सखल प्रदेश (नकाशा क्र. २.६)

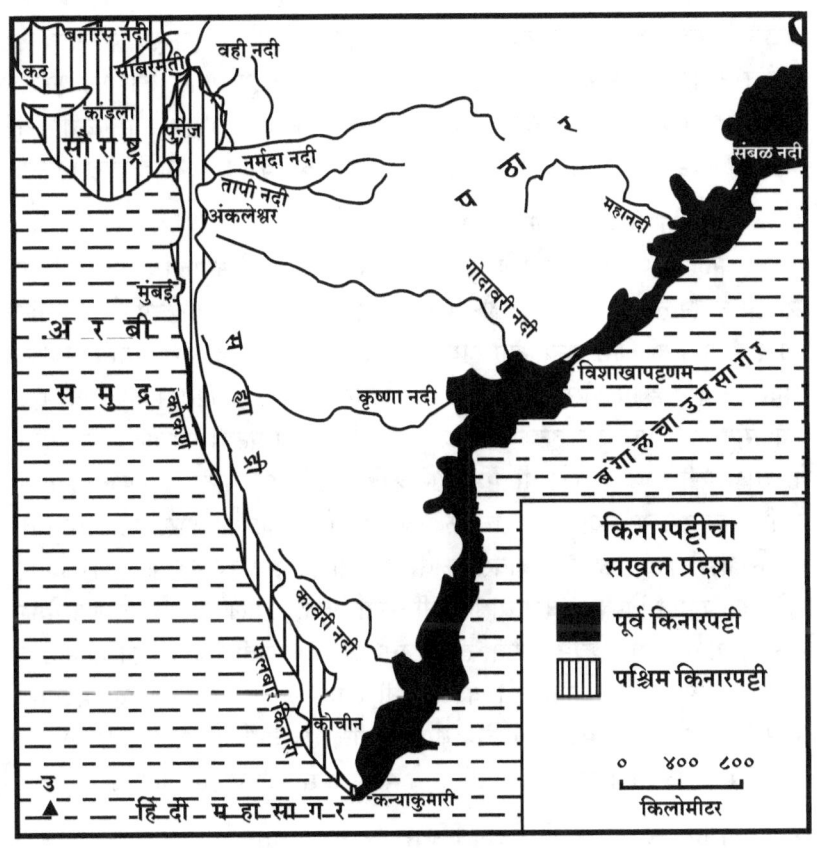

या प्रमुख नद्या वाहतात. शरावती नदीवर गिरीसप्पा या ठिकाणी भारतातील सर्वांत उंच धबधबा 'जोगफॉल' आढळून येतो. या धबधब्याची उंची सुमारे २९३ मीटर एवढी आहे.

५. केरळ किनारपट्टी किंवा मलबार किनारपट्टी

केरळ राज्यातील किनारपट्टीचा समावेश या भागात केला जातो. त्यालाच मलबार किनारा असे म्हटले जाते. या किनारपट्टीची लांबी ५०० किलोमीटर एवढी असून रुंदी २५ किलोमीटरपर्यंत आढळते. ही किनारपट्टी उत्तरेकडून कनोरपासून दक्षिणेस त्रिवेंद्रम् व त्याखाली कन्याकुमारीपर्यंत (तामिळनाडू) पसरली आहे. या किनारपट्टीच्या भागात वाळूच्या टेकड्या व लगुन्स किंवा खाजन (खाऱ्या पाण्याची लांबट आकाराची किनाऱ्याला समांतर असलेली उथळ सरोवरे) मोठ्या प्रमाणावर आढळून येतात. त्यांनाच कामले असेही म्हटले जाते. त्याचबरोबर या भागात अनेक लहान तळी असून पावसाळ्याात ती समुद्राशी जोडली जातात. या किनारपट्टीलाच 'लँगूसचा किनारा' असेही म्हटले जाते.

६. पूर्व किनारपट्टी मैदानी प्रदेश

बंगालचा उपसागर आणि पूर्वघाट या दरम्यान हा किनारपट्टीचा मैदानी प्रदेश पसरला असून त्यास पूर्व किनारपट्टीचे मैदान असेही म्हटले जाते. पश्चिम बंगालमधील बंगादुणीपासून दक्षिणेस कन्याकुमारीपर्यंत हा प्रदेश पसरला आहे. या प्रदेशाचे क्षेत्रफळ सुमारे १ लक्ष ३ हजार चौरस किलोमीटर एवढे असून या मैदानांची खरी सुरुवात सुवर्णरेखा नदीपासून होते. पूर्व घाट तुटक असल्याने व द्वीपकल्पीय पठारी प्रदेशातून वाहणाऱ्या मोठ्या नद्यांनी आपल्या काठावर पूर–मैदाने व त्रिभुज प्रदेशाची मोठ्या प्रमाणावर निर्मिती केली असल्याने या मैदानी प्रदेशाची रुंदी पश्चिम किनाऱ्यापेक्षा जास्त आढळून येते. सुवर्णरेखा, महानदी, कृष्णा, गोदावरी, कावेरी इत्यादी नद्या प्रमुख असून कृष्णा व गोदावरी नदीने या भागात विस्तृत मैदानाची निर्मिती केली आहे. बंगालच्या उपसागराला येऊन मिळणाऱ्या या नद्या पश्चिम घाटात, तसेच उत्तरेकडील भागातील पठारी प्रदेशातून उगम पावतात, म्हणून पूर्व किनारपट्टीच्या नद्यांची लांबी जास्त आढळते. या मैदानाचे ओरिसातील उत्कलचे मैदान, पश्चिम बंगालमधील सुंदरबनचे मैदान, आंध्रप्रदेशातील आंध्रचे मैदान व तामिळनाडूमधील तमिळचे मैदान असे भाग पाडले जातात.

७. बंगाल व ओरिसाचे मैदान किंवा उत्कलचे मैदान

बंगालच्या मैदानी प्रदेशामध्ये प्रामुख्याने पश्चिम बंगालमधील सुंदरबनचा काही भाग आणि ओरिसातील उत्कलच्या मैदानाच्या विस्तृत भागाचा समावेश केला जातो. उत्कलच्या मैदानी प्रदेशाची लांबी ४०० किलोमीटर असून महानदीच्या त्रिभुज प्रदेशामध्ये हे मैदान सुपीक झाले आहे. या मैदानाच्या दक्षिणेस चिल्का सरोवर असून या सरोवराचा

विस्तार ईशान्य नैर्ऋत्य असून लांबी ७० किलोमीटर व क्षेत्रफळ १२०० किलोमीटरच्या जवळपास आढळते.

८. आंध्रचे मैदान

उत्तरेकडील उत्कलच्या मैदानापासून दक्षिणेस पुलकित सरोवरापर्यंत आंध्रचा मैदानी प्रदेश पसरला आहे. या भागात गोदावरी आणि कृष्णा या नद्यांनी विस्तृत मैदानी प्रदेशाची निर्मिती केली आहे.

९. तमिळनाडूचे मैदान

उत्तरेकडील पुलकित सरोवरापासून दक्षिणेस, कन्याकुमारीपर्यन्त तामिळनाडूचे मैदान म्हणून ओळखले जाते. तसेच हा किनारासुद्धा मलबार नावाने ओळखला जातो. या भागात कावेरी ही प्रमुख नदी असून कावेरी व तिच्या उपनद्यांनी विस्तृत त्रिभुज प्रदेशाची निर्मिती केली आहे. या मैदानाची लांबी सुमारे ६७५ किलोमीटर असून या मैदानाची सरासरी उंची १०० किलोमीटरच्या जवळपास आढळते.

किनारपट्ट्यांचे महत्त्व (Importance of Coasts)

१. किनाऱ्यावर जलवाहतूक चालते.

२. मीठ गोळा करण्यासाठी मिठागरांची निर्मिती केली जाते.

३. पश्चिम किनारपट्टीच्या मैदानी प्रदेशात मिरी, आले, वेलदोडे, नारळ, पोफळी, आंबे, काजू, रबर, आमसुल (कोकम) तसेच तांदूळ इत्यादी महत्त्वाची पिके घेतली जातात.

४. पूर्व किनारपट्टीची मैदाने भात, नारळ, सुपारी इत्यादी उत्पादनांसाठी प्रसिद्ध आहेत.

५. किनारपट्टीवरील मुंबई, गोवा, कोचीन, मंगलोर, चेन्नई, विशाखापट्टणम इत्यादी बंदरांतून आंतरराष्ट्रीय व्यापार चालतो.

६. मोठ्या प्रमाणात मासेमारी क्षेत्र हे किनारपट्ट्यांचे महत्त्वाचे वैशिष्ट्य आहे.

७. सर्वच किनारे पर्यटकांची आकर्षणकेंद्रे असतात. त्यामुळे किनारपट्टी प्रदेशात मोठ्या प्रमाणात पर्यटन व्यवसायाचा विकास झालेला आहे.

२.६ बेटे (Islands)

भारताला लाभलेल्या सागरी भागात लहान-मोठी सुमारे २४७ बेटे असून, त्यापैकी २०४ बेटे बंगालच्या उपसागरात आढळतात. बंगालच्या उपसागरात अंदमान व निकोबार हे दोन द्वीपसमूह असून अंदमान द्वीपसमूहाचे क्षेत्रफळ बेटांमध्ये सर्वांत जास्त असून, यातील सर्वात मोठ्या बेटाचे क्षेत्रफळ ८६२ चौरस किलोमीटर एवढे आढळते. अरबी समुद्रातील बेटे लहान-लहान प्रवाळ समूहाने तयार झाली आहेत. त्यात लक्षद्वीप सर्वांत मोठे असून

त्याचे क्षेत्रफळ ३२ चौरस किलोमीटर एवढे आहे. या शिवाय अरबी समुद्रात 'मिनिकॉय' हे लहान बेट असून, त्याचे क्षेत्रफळ साडेचार चौ. किलोमीटर एवढे आहे. या शिवाय अमीर दीव हे बेटसुद्धा या भागात आढळते. भारत व श्रीलंका या दरम्यान पांबन हा बेटसमूह असून, या बेटांची लांबी १८ किलोमीटर, तर रुंदी ९ किलोमीटरच्या जवळपास आढळते. गुजरातच्या किनाऱ्याजवळील खंबायतच्या आखाताजवळ नोरा बैदा, कारुभार, परिन इ., काठेवाड द्वीपकल्पच्या दक्षिण किनाऱ्याजवळील दीपबेट तसेच कर्नाटकच्या किनाऱ्याजवळील रुंद दिवपीशन सेंट मेरी, ओरिसा किनारपट्टीजवळील व्हीलर शॉर्ह ही सागरी बेटे आहेत.

भारतीय बेटांचे महत्त्व (Importance of Indian Islands)

१. पर्यटन केंद्रे म्हणून भारतीय बेटांचे महत्त्व दिवसेंदिवस वाढत आहे.

२. अंदमान बेट बंगालच्या उपसागरातील, तर लक्षद्वीप बेट अरबी समुद्रातील पहारेकरी आहे.

३. अंदमान, निकोबार बेटावरील जलसंपदा व मासेमारी आर्थिकदृष्ट्या महत्त्वाची आहे.

३ जलप्रणाली
Drainage Pattern

३.१ प्रास्ताविक (Introduction)

"ठराविक क्षेत्रातील उपनद्या, नद्यांना येऊन मिळणाऱ्या साहाय्यक नद्या अशा सर्वांचा एकत्रित प्रवाह एका विशिष्ट क्रमाने मार्गस्थ किंवा वाहत जातो अशा रचनेला नदीप्रणाली, जलप्रणाली किंवा जलौसारण पद्धती म्हणतात." भारतात उत्तरेला असलेल्या पर्वतरांगांमुळे काही प्रमुख प्रवाह दक्षिण दिशेला वाहत जाऊन पुढे पूर्व व पश्चिम दिशेनी उताराच्या दिशेने वाहतात व सागरात विलीन होतात. जलप्रणालीवर प्रामुख्याने पुढील घटकांचा परिणाम होतो. स्थान, प्राकृतिक रचना, हवामान, प्रदेशाचा उतार इत्यादी. भारतात अनेक महत्त्वपूर्ण जलप्रवाह असून त्यांमध्ये काही महत्त्वाच्या जलप्रवाहात ब्रह्मपुत्रा, गंगा, सिंधू, महानदी, नर्मदा, कावेरी, गोदावरी, कृष्णा, तापी इत्यादींचा अंतर्भाव होतो. यातील काही नद्या अरबी समुद्राला तर काही बंगालच्या उपसागराला जाऊन मिळतात. प्राकृतिक रचनेनुसार भारतातील नदीचे दोन भागांत विभाजन झालेले दिसून येते–

अ. हिमालयीन नद्या (उत्तर भारतीय नद्या) (Himalayan Rivers)

भारताच्या उत्तर सीमेवरील उंच हिमालय पर्वत श्रेणीत अनेक नद्यांचा उगम झालेला आहे. उन्हाळ्यात बर्फ वितळण्याने व पावसाळ्यात मोठ्या प्रमाणातील पर्जन्याने या नद्यांना बाराही महिने पाण्याचा पुरवठा असतो. हिमालयात उगम पावणाऱ्या या नद्या

अगोदर दक्षिणेकडे व नंतर पूर्वेकडे वाहत जाऊन बंगालच्या उपसागराला मिळतात. गंगा व ब्रह्मपुत्रा या नद्या हिमालयीन नद्यांच्या दृष्टीने महत्त्वाच्या आहेत. सिंधु नदी मात्र हिमालयात उगम पावते व अरबी समुद्राला येऊन मिळते.

ब. द्विपकल्पीय नद्या (दक्षिण भारतीय नद्या) (Peninsular Rivers)

दक्षिण भारतातील अनेक नद्या पश्चिम घाटात उगम पावून पूर्वेकडे वाहतात. गोदावरी, कृष्णा, तुंगभद्रा, भिमा या त्यातील महत्त्वाच्या नद्या आहेत. मध्य प्रदेशातील मैकल पर्वत श्रेणीत अमरकंटक पठारावर उगम पावणारी नर्मदा नदी व सातपुडा पर्वतरांगांमध्ये उगम पावणारी तापी नदी पश्चिमेकडे वाहत जाऊन अरबी समुद्राला मिळते. त्याचबरोबर विंध्य व सातपुडा पर्वतीय क्षेत्रातून उगम पावणाऱ्या काही नद्या उत्तरेकडे उताराच्या दिशेने वाहतात आणि यमुना व गंगा या नद्यांना मिळतात. यात चंबळ, बेटवा, केन व शोण या प्रमुख नद्या आहेत.

३.२ भारतातील नद्याचे खोरे (River Basins of India)

नदी व तिच्या उपनद्या भूपृष्ठावरील जलवहनाचे प्रमुख माध्यमे असतात. भूपृष्ठाचे खनन करणारे महत्त्वाचे कारक (Agents of land erosion) या दृष्टिकोनातून नदीचा अभ्यास महत्त्वाचा असून वाया गेलेल्या पदार्थांचे भूमीवरून सागरापर्यंत वहातुकीचे कार्यही नदीप्रवाह करत असते. छोट्या नद्यापासून मोठ्या नद्यापर्यंत जे प्रवाह मुख्य नदीला पाणी वाहून आणतात त्या सर्व भागास त्या नदीचे खोरे असे संबोधले जाते. किती मोठ्या क्षेत्रातून मुख्य नदीस जलप्रवाह येऊन मिळतात, यावरून नदी खोऱ्याचे तीन प्रकार पडतात.

अ. विस्तृत खोरे (Large River Basins) : ज्या नदीखोऱ्याचे पाणलोट क्षेत्र (Catchment area) २०,००० चौ.कि.मी. पेक्षा जास्त आहे, अशा नदीखोऱ्यास विस्तृत खोरे म्हणतात.

ब. मध्यम खोरे (Medium Basins) : ज्या नदीखोऱ्याचे पाणलोट क्षेत्र २००० ते २०,००० चौ.कि.मी. च्या दरम्यान असतात, अशा नदीखोऱ्यास मध्यम खोरे म्हणतात.

क. सूक्ष्म किंवा लघु खोरे (Minor Basins) : ज्या नदीखोऱ्याचे पाणलोट क्षेत्र २००० चौ.कि.मी. पेक्षा कमी असते, अशा नदी खोऱ्यास लघु किंवा सूक्ष्म खोरे म्हणतात.

भारतात एकूण ११३ नदी खोरे असून त्यांपैकी १४ नदीखोरे विस्तृत, ४४ नदीखोरे मध्यम तर ५५ नदीखोरे लघु खोरे स्वरूपाचे आहेत.

पाणलोट क्षेत्रानुसार गंगा, सिंधू, गोदावरी, कृष्णा, ब्रह्मपुत्रा, महानदी, नर्मदा, कावेरी, तापी, पेन्नार, ब्राह्मनी, माही, सुवर्णरेखा व साबरमती या मुख्य नद्याच्या खोऱ्यांनी देशातील एकूण नदीखोरे क्षेत्रापैकी ८४% क्षेत्र व्यापले आहे.

भारतातील नदी खोरे (नकाशा क्र. ३.१)

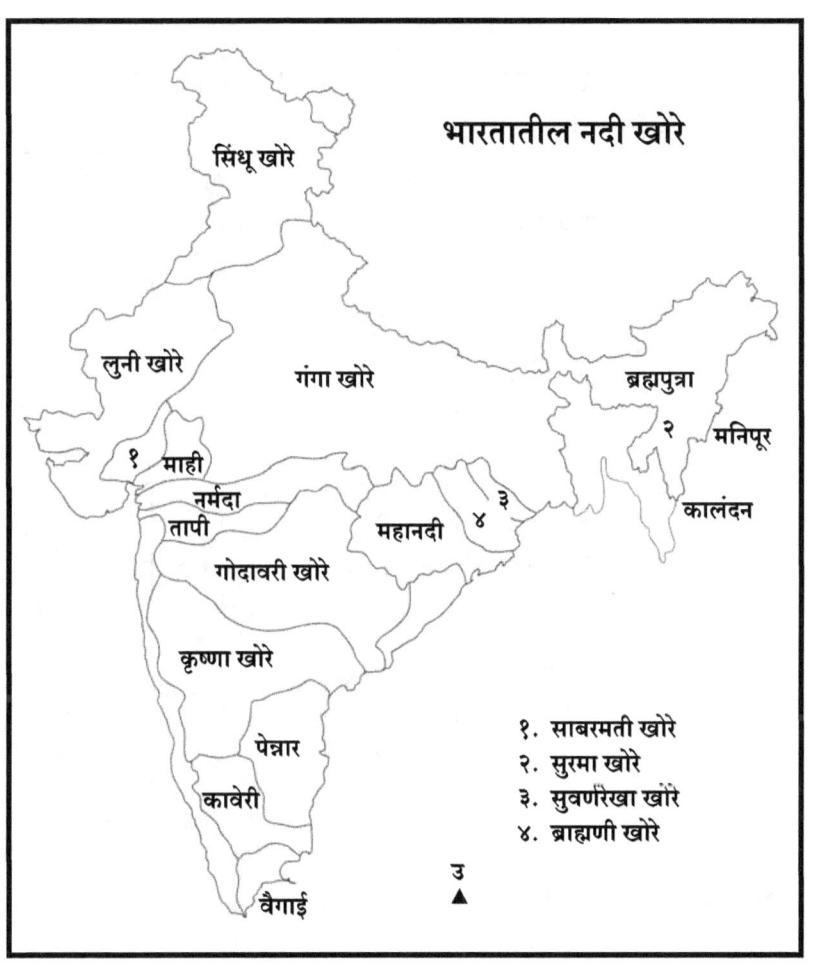

भारतातील नदी खोरे

सिंधू खोरे

लुनी खोरे

गंगा खोरे

ब्रह्मपुत्रा

२ मनिपूर

कालंदन

१ माही

नर्मदा

तापी

महानदी

३

४

गोदावरी खोरे

कृष्णा खोरे

पेन्नार

कावेरी

वैगाई

१. साबरमती खोरे
२. सुरमा खोरे
३. सुवर्णरेखा खोरे
४. ब्राह्मणी खोरे

उ
▲

गंगा, सिंधू आणि ब्रह्मपुत्रा या नद्या आंतरराष्ट्रीय नदीप्रणाली म्हणून ओळखल्या जातात. सिंधू व तिच्या काही उपनद्या तिबेट, नेपाळ, भूतान व बांगलादेश या देशांतून वाहतात. उगमस्थानानुसार भारतीय नद्या दोन विभागात विभागल्या जात असल्या तरी, त्या दोन विभागांची सुस्पष्ट विभाजन रेषा करता येत नाही. कारण द्विकल्पीय भागात उगम पावणाऱ्या चंबळ, बेटवा, सिंद, केन, शोन या नद्या वयाने हिमालयात उगम पावणाऱ्या नद्यांपेक्षा जास्त वृद्ध आहेत.

भारतातील महत्त्वाच्या नद्या – भूपृष्ठ प्रवाह (तक्ता क्र. ३.१)

(Major Rivers of India and their Surface Flow)

नदी खोरे	भारतातील नदी खोऱ्याचे क्षेत्र (चौ.कि.मी.)	क्षेत्र टक्केवारी	प्रवाह वहन वार्षिक घ.मी. /चौ.कि.मी.	टक्के (प्रवाह वहन)
गंगा	८६१४०४	२६.२	४६८७००	२५.२
सिंधु	३२१२८४	९.८	७९५००	४.३
गोदावरी	३१२८१२	९.५	११८०००	६.४
कृष्णा	२५८९४८	७.९	६२८००	३.४
ब्रह्मपुत्रा	२५८००८	७.८	६२७०००	३३.८
महानदी	१४१५८९	४.३	६६६४०	३.६
नर्मदा	९८७९५	३.०	५४६००	२.९
कावेरी	८७९००	२.७	२०९५०	१.१
तापी	६५१५०	२.०	१७९८२	०.९
पेन्नार	५५२१३	१.७	३२३८	०.२
ब्राह्मनी	३९०३३	१.२	१८३१०	१.०
माही	३४४८१	१.०	११८००	०.६
सुवर्णरेखा	१९२९६	०.६	७९४०	०.४
साबरमती	२१८९५	०.७	३८००	०.२
इतर मध्यम व लहान नद्या	७११८३३	२३.६	–	१६.०
एकूण भारत	**३२८७६९७**	**१००.००**	**१५६११७०**	**१००.००**

३.३ हिमालयीन नद्या (उत्तर भारतीय नद्या) (Himalayan Rivers)

हिमालयीन प्रवाह प्रणालीतील गंगा, सिंधू आणि ब्रह्मपुत्रा या नद्या आंतरराष्ट्रीय प्रवाह प्रणालीतील नद्या आहेत. हिमालयीन प्रणालीतील सर्व नद्या बारमाही वाहणाऱ्या आहेत. पाऊस व बर्फ वितळल्याने या नद्यांना वर्षभर पाणीपुरवठा होतो. हिमालयीन नद्या त्यांच्या युवाअवस्थेत प्रभावी खनन कार्य करून धबधबे, धावत्या, व्ही आकाराच्या दऱ्या यांसारखे भूरूपे निर्माण करतात. हिमालयीन प्रवाह प्रणालीतील पुढील नद्या महत्त्वाच्या आहेत.

अ. सिंधू (The Indus)

सिंधू नदी उत्तरेकडील हिमालय पर्वतातील कैलास पर्वतात मानस सरोवराजवळ हिमनदीतून सुमारे ५००० मीटर उंचीवर उगम पावते. सिंधू नदीची एकूण लांबी सुमारे ३२०० किलोमीटर आहे. म्हणून सिंधू नदीस जगातील एक महत्त्वाची जलप्रणाली मानली जाते. या नदीचे एकूण पाणलोट क्षेत्र सुमारे ११६५००० चौरस किलोमीटर आहे; तर जलवाहतूक क्षेत्र सुमारे १,१७,८५० चौ. कि.मी. आहे. सिंधू नदी तिबेट, भारत या देशांतून प्रवास करून पाकिस्तानात जाते.

सिंधू नदीचे प्रवाहक्षेत्र (तक्ता क्र. ३.२)

अ. नं.	देश	प्रवाहक्षेत्र (किलोमीटरमध्ये)
१.	तिबेट	२५०
२.	भारत	७००
३.	पाकिस्तान	११५०

सिंधू नदी हिमालयाच्या पर्वतरांगांतून वाहत असताना खोल व अरुंद घळईतून वाहत जाते. या क्षेत्रातील, गिलगिटजवळ उंच हिमालयीन पर्वतरांग ओलांडून सुमारे ५००० मीटर खोल घळईतून वाहते. या शिवाय या नदीला श्योक शिगार, दास अॅस्टर, झान्स्कर या पर्वतीय नद्यासुद्धा येऊन मिळतात. जम्मू काश्मीर, हिमाचल प्रदेश, पंजाब, हरियाना इ. राज्यांमधून वाहणाऱ्या सतलज, बियास, रावी, चिनाब, झेलम या सिंधू नदीच्या उपनद्या मैदानी प्रदेशातून मिळतात. सिंधू नदी अरबी समुद्राला ज्या ठिकाणी जाऊन मिळते तेथे फार मोठे क्षेत्र त्रिभुज झाले आहे.

१. **सतलज :** ही नदी हिमालय पर्वतीय भागात तिबेटच्या पठारावरील कैलास पर्वतात मानस सरोवरातून सुमारे ४५७० मी. उंचीवर उगम पावते. या नदीची लांबी १४५० कि.मी. आहे. हिमाचल प्रदेशातील शिपकी खिंडीतून भारतात प्रवेश करून वाहते. हिमाचल प्रदेशात या नदीला अनेक जलप्रवाह येऊन मिळतात. या प्रवाहाची लांबी

भारत प्रमुख नद्या (नकाशा क्र. ३.२)

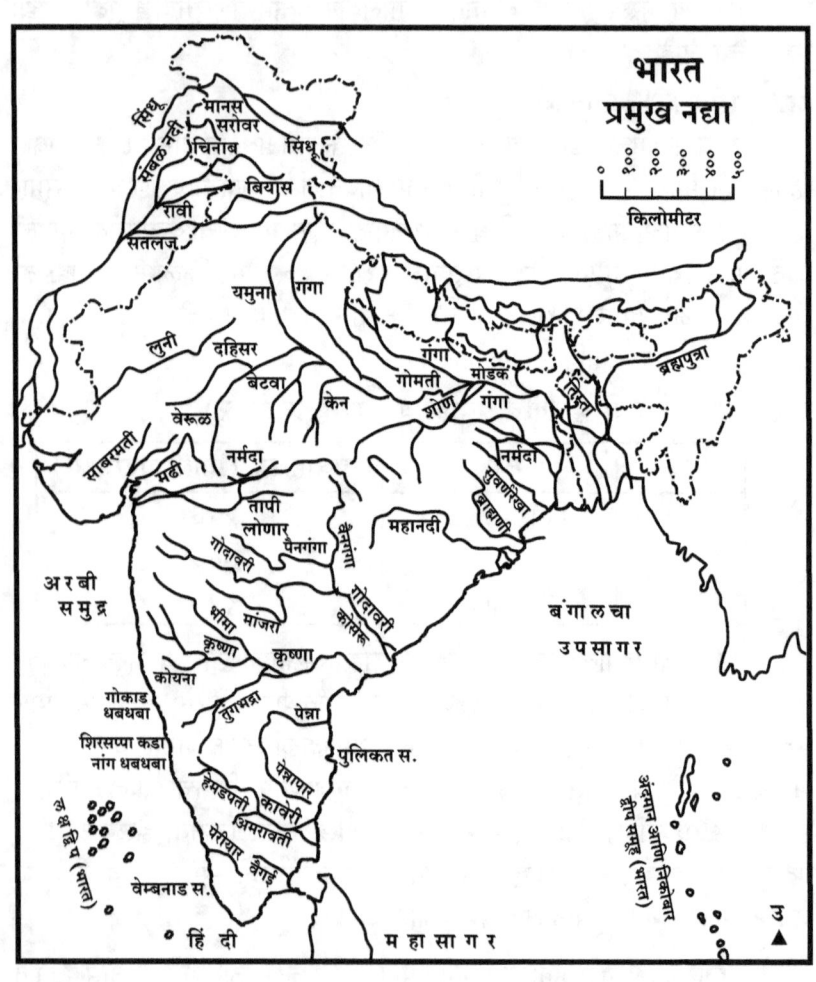

कमी–जास्त असली तरी या नदीने खोल घळई तयार केली आहे. पंजाब प्रांतात सतलज नदीने मोठ्या प्रमाणात खनन कार्यामुळे मोठ्या प्रमाणात घळई तयार केल्या आहेत. त्यांपैकी एका घळईच्या दरम्यान भाक्रा व नानगल धरण बांधले असून त्यांच्या जलाशय साठ्याला गोविंदसागर म्हटले जाते. भारताच्या दृष्टीने मैदानी प्रदेशात या नदीला विशेष महत्त्व आहे. सतलज नदीमुळे जलसिंचन व विद्युतनिर्मिती केली जाते. पुढे ही नदी पाकिस्तानात सुलेमंकीजवळ प्रवेश करते.

२. **बियास :** हिमालय पर्वतामधील हिमाचल प्रदेशातील कुलू टेकड्यांमधील रोहटांग खिंडीजवळ ४१०० मीटर्स उंचीवर बियास कुंडामध्ये उगम पावते. बृहत, हिमालयाच्या दक्षिण भागातील बर्फाच्छादित भागातून वाहत असताना अनेक नद्या येऊन मिळतात. भारतातील या नदीची सुमारे लांबी ४७० कि.मी. इतकी आहे. बियास नदी सुरुवातीस कुलू व मनाली टेकड्यातून वाहत जाते. या भागातील धौलाधर पर्वत क्षेत्रात मोठ्या प्रमाणात नदी प्रवाहाने खनन कार्य करून घळई तयार केली आहे. पुढे पंजाब प्रांतात मोठे मैदान तयार केले आहे. त्याचा फायदा पंजाब प्रांतास झाला आहे. हिमालयात उगम पावलेल्या या नदीस बर्फ वितळल्यामुळे मोठ्या प्रमाणात पाणी उपलब्ध होते. ही नदी हरीकेजवळ सतलत नदीला मिळते. या नदीचे पाणलोट क्षेत्र २०३०३ चौ.कि.मी. इतके आहे.

३. **रावी :** हिमाचल प्रदेशातील कुलू टेकड्यांमध्ये रोहतांग खिंडीजवळ लाहुल या ठिकाणी रावी नदीचा उगम आहे. नदीचे जलवाहक क्षेत्र पिरपंजाळ व धौलाधर रांगा यांच्या परिसरात आहे. धौलाधर रांगांमुळे मोठ्या प्रमाणात खनन कार्य करून घळ्या निर्माण झाल्या आहेत. नदीची लांबी सुमारे ७२५ कि.मी. आहे. पुढे ही नदी गुरूदासपूर व अमृतसर जिल्ह्यांच्या उत्तर सरहद्दीवरून पाकिस्तानात प्रवेश करते. भारतातील या नदीचे पाणलोट क्षेत्र ५९५७ चौ.कि.मी आहे.

४. **चिनाब :** हिमालय पर्वतीय क्षेत्रातील हिमाचल प्रदेशामधील बरालच्या खिंडीच्या विरुद्ध बाजूला बारा–लाचाला खिंडीत या क्षेत्रातील सुमारे ४८४३ मीटर्स उंचीवर चिनाब नदीचा उगम होतो. या नदीची सुमारे ११८० कि.मी. लांबी भारतातील आहे. या नदीने पिरपंजाल रांगांमध्ये किश्तेवार जवळ खोल घळई तयार केली आहे. हिमालय पर्वतीय भागात ही नदी मोठ्या प्रमाणात नागमोडी स्वरूपात वाहते. चिनाब नदीला हिमाचल प्रदेशात चंद्रभागा नावाने संबोधले जाते. कारण ही नदी चंद्र व भागा या दोन प्रवाहांनी तयार झाली आहे. दांडीजवळ दोन प्रवाह एकत्र येतात. तेथेच चिनाबला चंद्रभागा म्हणून संबोधले जाते. पुढे ही नदी पाकिस्तानात प्रवेश करून सिंधू नदीस मिळते.

५. **झेलम :** झेलम नदीस काश्मीरमध्ये 'वेध' नावाने ओळखले जाते. खोल निळ्या पाण्याच्या झऱ्यापासून वेरीनाग या क्षेत्रात या नदीचा उगम होतो. पुढे बृहत् हिमालय पर्वतीय भाग व पिरपंजाल पर्वत रांगांच्या क्षेत्रात झेलम नदीचे मोठे क्षेत्र व्यापले आहे. या दरम्यान नदीने मोठ्या प्रमाणात घळ्या तयार केल्या आहेत. भारतातील या नदीची लांबी सुमारे ७२५ कि.मी. इतकी आहे. पुढे ही नदी पाकिस्तानात सिंधू नदीला मिळते.

सिंधू नदीला अनेक उपनद्या येऊन मिळतात. त्यांची पाण्याची स्थिती नेहमी बदलणारी असल्याने प्रवाह मार्गात अनेक वेळा परिवर्तन झालेले दिसून येतात. कारण पावसाळ्याच्या कालखंडात नद्या रौद्ररूप धारण करतात. तर उन्हाळ्याच्या कालखंडात बर्फ वितळल्यामुळे कधी कधी या नद्यांना पूर येतात. प्रत्येक नदीचे क्षेत्र पर्वतीय असल्याने पाण्याचा मोठ्या प्रमाणात जलसंग्रह होऊन मैदानी भागात पूरस्थिती निर्माण होत असते.

ब. गंगा जलप्रणाली (The Ganga)

भारतातील प्रमुख नदी म्हणून गंगा नदी ओळखली जाते. बृहत हिमालयात बर्फाच्छादित गंगोत्री प्रदेशात गंगा नदीचा उगम होतो. गंगा नदीचे पाणलोट क्षेत्र सुमारे ८६१४०४ चौ.कि.मी. इतके आहे. तीन लहान नद्यांच्या समूहाची गंगा नदी होय. तीन प्रवाह पुढीलप्रमाणे – भागिरथी, अलकनंदा व मंदाकिनी. या तीन लहान नद्यांनी मिळून गंगा नदीचा प्रवाह तयार झाला आहे. अलकनंदा ही नदी गढवाल तिबेट, सरहद्दीवर ७८२५ मीटर्स उंचीवर उगम पावते. गंगोत्री शिखराजवळ सुमारे ६६०० मीटर्स उंचीवर भागिरथी नदीचा उगम होतो व तोच गंगा नदीचा मूळ प्रवाह मानला जातो. गंगा नदीच्या एकूण प्रवाह मार्गाची लांबी सुमारे २५१० कि.मी. एवढी आहे. गंगा नदीला अनेक उपनद्या येऊन मिळतात. रामगंगा, घागरा, गंडक व कोसी या डाव्या बाजूवरील तर यमुना, सोन, दामोदर या उजव्या बाजूवरील उपनद्या आहेत.

गंगा नदीचा प्रवाह मार्ग प्रामुख्याने उत्तर प्रदेश, बिहार आणि पश्चिम बंगाल या राज्यांमधून पूर्वेला वाहत जाऊन अनेक फाट्यांनी बंगालच्या उपसागरास जाऊन मिळतात. हरिद्वारपर्यंत गंगा नदीचा प्रवाह पर्वतमय प्रदेशातून असून हरिद्वारनंतर गंगा नदी मैदानी भागात प्रवेश करते. या क्षेत्रापासून गंगा नदीचा प्रवाह आग्नेय दिशेला जातो. बिहारच्या मैदानी प्रदेशातून ती पूर्वेस वाहत जाते. पुन्हा राजमहाल टेकड्या जवळ आग्नेयेकडे वाहते. पश्चिम बंगालमध्ये मुर्शिदाबाद जिल्ह्यातून काही अंतर प्रवेश केल्यानंतर गंगेचा एक फाटा बांगला देशात प्रवेश करतो. दुसरा फाटा हुगळी या नावाने पश्चिम बंगालमधून वाहत जातो. हिंदू संस्कृतीत गंगा नदी ही पवित्र नदी मानली जाते. एवढेच नाही तर हिंदू म्हणजेच भारतीय संस्कृतीचा उदय गंगा नदीच्या काठावरच झाला. गंगा नदीच्या काठावर हरिद्वार, अलाहाबाद, काशी (बनारस किंवा वाराणशी) अशी तीर्थक्षेत्रे असून काशी हे

भारतातील सर्वांत महत्त्वाचे तीर्थक्षेत्र मानले जाते. तर अलाहाबाद शहराजवळ गंगा नदीला यमुना नदी येऊन मिळते. भारतातील सर्वांत जास्त पवित्र ठिकाणे किंवा तीर्थस्थळे गंगा नदीच्या काठावर आढळतात. गंगा नदीला उत्तर भागातून व दक्षिण भागातून असंख्य लहान-मोठ्या उपनद्या येऊन मिळतात. गंगा नदीला येऊन मिळणाऱ्या प्रमुख उपनद्या पुढीलप्रमाणे आहेत-

१. **यमुना :** यमुना ही गंगा नदीची सर्वांत मोठी व महत्त्वाची उपनदी आहे. यमुना नदीचा उगम गंगोत्रीच्या पश्चिमेस असलेल्या यमुनोत्री शिखराजवळ सुमारे ६३२० मीटर्स उंचीवर झऱ्याच्या स्वरूपात झाला आहे. यमुना नदीच्या प्रवाह मार्गाची लांबी सुमारे १३७६ कि.मी. एवढी असून ही नदी सुद्धा गंगा नदीला समांतर वाहत जाऊन उत्तर प्रदेशातील अलाहाबादजवळ गंगा नदीला जाऊन मिळते. यमुनेचे एकूण पाणलोट क्षेत्र ३६६२२३ चौ.कि.मी. इतके आहे. या नदीला चंबळ, सिंध, बेटवा व केज या नद्या येऊन मिळतात. या नद्यांमध्ये चंबळ ही नदी महत्त्वाची असून चंबळ नदीचा उगम विंध्य पर्वतातील महू (Mhow) या भागात जलपाद टेकड्यांमध्ये होतो. मध्य प्रदेशातून वाहत जाऊन उत्तर प्रदेशातील इटावह जिल्ह्यात यमुना नदीला जाऊन मिळते. चंबळ नदीची एकूण लांबी सुमारे ९६० कि.मी. एवढी असून चंबळ नदीवर अनेक धबधबे व प्रपातमाला आढळून येतात. चंबळ नदीचे खोरे दुर्भूभी (Badland Tapography) म्हणून ओळखले जाते. चुलीया धबधबा चंबळ नदीवर असून त्याची उंची २८ मीटर आहे. चंबळ नदीचे खोरे गुंतागुंतीचे व क्लिष्ट असून हा संपूर्ण प्रदेश उंचसखल दऱ्याखोऱ्यांनी व्यापला आहे. म्हणूनच या भागात भारतातील सर्वांत जास्त दरोडेखोर एकेकाळी केंद्रित झाले होते. चंबळ नदीप्रणाली ही वृक्षाकार स्वरूपाची आहे. बनास नदीचा उगम अरवली पर्वतात होतो व ती ईशान्य दिशेने वाहत जाऊन सवाई मधोपूरच्या पूर्वेला ३० कि.मी. अंतरानंतर चंबळ नदीस मिळते. सिंध, बेटला व केज नद्यांच्या खोऱ्यात खोल घळ्या तयार झाल्या आहेत. त्या नद्या चंबळ नदीस पाणी पुरवितात.

२. **सोन :** सोन नदीचा उगम मध्य प्रदेशच्या अमरकंटक पर्वतावर झाला आहे. सोन नदीची लांबी सुमारे ७८४ कि. मीटर आहे. सोननदी उगमस्थानापासून उत्तरेकडे वाहत जाऊन पुढे ईशान्यकडे वाहत जाते. सोन नदीने नतिलंब दिशेस खोल दरी निर्माण केली आहे, ही नदी रामनगरजवळ गंगा नदीस मिळते. पावसाळ्यात या नदीला पूर येतो तर उन्हाळ्याच्या कालखंडात ती मंद स्वरूपात वाहते. या नदीने आपल्या मार्गात अनेक धबधबे व घळ्या निर्माण केल्या आहेत.

३. **रामगंगा :** रामगंगा नदी कुमाऊँ हिमालयात उगम पावते. पर्वतीय क्षेत्रातून वाहत असताना या नदीने खोल दऱ्या निर्माण केल्या आहेत. ती मैदानी क्षेत्रात कालगड येथे प्रवेश

करून कन्नजजवळ गंगा नदीला मिळते. या नदीची लांबी ५९६ कि.मी. इतकी आहे.

४.   **शारदा :** शारदा नदी बृहत हिमालयात उगम पावते. हिमालयात या नदीला काळी नदीवर खेरी जिल्ह्यात च्युका या नावाने ओळखले जाते. या नदीचा काही प्रवाह भारत व नेपाळ या देशांच्या सरहद्दी जवळून वाहत जातो व खेरी जिल्ह्यात ती घागरा नदीला जाऊन मिळते. शारदा नदीला महाकाली, गालीगड, काळी गंगा या नावाने ही संबोधतात.

५.   **घागरा :** घागरा नदीचा उगम मापचा-चिगो या ठिकाणी सुमारे ७७७० मीटर्स उंचीवर होतो. या नदीची लांबी १०८० कि.मी. असून ही नदी उगमस्थानापासून आग्नेय दिशेला गंगेला मिळेपर्यंत समांतर वाहते. पाटण्याच्या अलीकडे चाप्रा या ठिकाणी गंगेला जाऊन मिळेपर्यंत या नदीच्या पात्रात गाळाचे संचयन मोठ्या प्रमाणात होत असून ही नदी नेहमी पात्र बदलत असते. राप्ती ही घागरा नदीची प्रमुख उपनदी मानली जाते. राप्ती नदी हिमालयातून वाहताना तिने अरुंद खोल घळई तयार केली आहे. घागरा नदीचे एकूण पाणलोट क्षेत्र २७९५० चौ.कि.मी. इतके आहे.

६.   **गंडक :** गंडक नदी मध्य हिमालयात सुमारे ७६१० मीटर्स उंचीवर सिनो-नेपाळ सरहद्दीवर धौलगिरी आणि माऊंट एव्हरेस्टच्या मध्ये उगम पावते. या नदीची भारतातील लांबी ६३० कि.मी. आहे, तर नेपाळमध्ये या नदीला 'नारायणी' असे म्हणतात. ही नदी नेपाळच्या मध्यवर्ती भागातून वाहते. पुढे ती बिहार राज्यात चंपारण्य जिल्ह्यात प्रवेश केल्यानंतर सोनपूरजवळ गंगा नदीला जाऊन मिळते. ही नदी हिमालयात उगम पावत असल्याने तिला पावसाळ्यात अनेक वेळा पूर येतात. त्यामुळे तिचे पात्र सतत बदलत असते.

७.   **दामोदर :** दामोदर नदीचा उगम बिहारमधील छोट्या नागपूरच्या प्रदेशात तोरीजवळ सुमारे १३७० मीटर्स उंचीवर होतो. या नदीची लांबी सुमारे ५९२ कि.मी. असून ही नदी पूर्वेकडे वाहत जाऊन कोलकात्याच्या खालच्या भागात गंगेच्या हुगळी फाट्याला जाऊन मिळते. दामोदर नदीला पावसाळ्यात मोठे पूर येतात. त्यामुळे प्रचंड प्राणहानी व वित्तहानी होते म्हणून या नदीला बंगालची 'दु:खाश्रू' असे ही म्हटले जाते.

८.   **कोसी किंवा सप्तकोसी :** कोसी ही गंगा नदीची मोठी उपनदी असून या नदीचा उगम सिक्कीम, नेपाळ आणि तिबेट क्षेत्रांतील बर्फाच्छादित शिखरावरून होतो. ही नदी सात प्रवाहांनी बनली असून या नदीला 'सप्तकोसी' असेही म्हटले जाते. तिबेटमधून येणारा प्रवाह शीर्षप्रवाह तर मुख्य प्रवाह सनकोसी या नावाने संबोधला जातो. कोसी नदीची भारतातील लांबी सुमारे ७२९ कि.मी. आहे. कोसी नदी उंचपर्वतीय क्षेत्रातून

वाहत असल्यामुळे या नदीच्या प्रवाहाचा वेग अधिक आढळून येतो. तसेच या नदीच्या पुरामुळे बिहार राज्याची दरवर्षी मोठ्या प्रमाणात हानी होते. म्हणून या नदीला बिहारची 'दु:खाश्रू नदी' असे म्हटले जाते. कोसी नदी मोगिर जिल्ह्यातून आग्नेय पूर्व दिशेने वाहत जाऊन पोर्णिया जिल्ह्यात कारगोलजवळ गंगा नदीला जाऊन मिळते. या नदीचे पात्र पश्चिमेकडे सरकताना आढळून येते.

२० व्या शतकात सुमारे ७० वर्षांत या नदीचे पात्र मूळ नदीच्या पात्रापासून बरेचसे पश्चिमेस सरकले आहे. ही नदी वेगवान व भरपूर पाणी असल्यामुळे आपल्या पात्रात सतत बदल करीत असते. त्यामुळे या नदी क्षेत्रात दरवर्षी हजारो किलोमीटर क्षेत्र पूरग्रस्त बनले आहे. या नदीला अरुण, घुगरी, तमूर, इंद्रावती, भोटेकोसी, तांबाकोसी, लिखू व दुधकोसी इ. उपनद्या येऊन मिळतात. याच नदीवर जगातील प्रसिद्ध लेनिसि व्हॅली प्रोजेक्टच्या धरतीवर भारत व नेपाळ यांच्या संयुक्तपणे कोसी व्हॅली प्रोजेक्ट या नावाने उभारला जात आहे.

क. ब्रह्मपुत्रा जलप्रणाली (The Brahmaputra)

हिमालयाच्या कुशीत ब्रह्मपुत्रा नदीचा उगम मानस सरोवराच्या आग्नेयेस सुमारे १०० कि.मी. अंतरावर सुमारे ५१५० मीटर्स उंचीवर तिबेटच्या पठारावर होतो. तिबेटच्या पठारावरून ती पूर्वेला वाहत जाते. तिबेटमध्ये तिला त्सांगपो (Tsangpo) या नावाने ओळखले जाते. चीनी लोक या नदीला चेमयांगउंग या नावाने ओळखतात. ब्रह्मपुत्रा नदीची एकूण लांबी सुमारे २५८० कि.मी. असून भारतातील लांबी ८८५ कि.मी. आहे. उगम स्थानापासून ही नदी पूर्व दिशेने वाहत असताना नंतर ईशान्येकडे वाहते. पुढे ती ग्वालपरी पर्वताजवळून खोल दरीतून वाहत असताना मार्गामध्ये ती अनेक प्रपातमाला व धबधब्याच्या स्वरूपात वाहते. ब्रह्मपुत्रा नदी भारताच्या ईशान्य कोपऱ्यातून अरुणाचल प्रदेशात प्रवेश करते. आसाममध्ये डिहांग नावाने ओळखली जाते. बांगला देशात दक्षिणवाहिनी होऊन बंगालच्या उपसागराला जाऊन मिळते. उगमापासून ही नदी पश्चिम-पूर्व दिशेने हिमालयाला समांतर सुमारे १३०० कि.मी. वाहत जाते. ब्रह्मपुत्राच्या प्रवाहाची लांबी सुमारे २९०० कि.मी. आहे. भारतात प्रवेश केल्यानंतर पुन्हा पूर्वेकडे वाहत जाते. बांगला देशात गंगा व ब्रह्मपुत्रा या नद्यांच्या संयुक्त प्रवाहाला 'पद्मा' असे म्हटले जाते, तर या नद्यांच्या आसाममधील क्षेत्राला आसाम खोरे या नावाने ओळखले जाते. ब्रह्मपुत्रा नदीला तिबेटच्या पठारी प्रदेशात तसेच आसाम व अरुणाचल प्रदेशांत अनेक लहान-मोठ्या नद्या येऊन मिळतात. या नदीचा बहुसंख्य प्रवाह पर्वतीय क्षेत्रातून असल्यामुळे ब्रह्मपुत्रा नदीच्या प्रवाह मार्गावर अनेक धबधब्यांची निर्मिती झाली आहे. भारतातील सर्वांत जास्त विद्युत-निर्मितीक्षमता ब्रह्मपुत्रा खोऱ्यात आढळून येते. ब्रह्मपुत्रा नदीला

बाराही महिने भरपूर पाणी असते. तसेच ही नदी मोठ्या प्रमाणात पर्जन्याच्या क्षेत्रातून वाहत असल्याने दरवर्षी या नदीच्या पुरामुळे आसाम व बांगला देशांत हाहाकार माजतो. नदीच्या पुरामुळे आसाम राज्याचे दरवर्षी मोठ्या प्रमाणावर नुकसान होते. सर्वांत जास्त प्राणहानी व वित्तहानी या नदीमुळे होते; म्हणून या नदीला आसामचे 'अश्रू' म्हटले जाते. सुबानसिरी, भारेली, मानस, संकोश, तिस्ता आणि रैडक या उजव्या तिराकडून तर, दिहांग, लोहीत आणि बुऱ्ही, पूर्वेकडून तसेच धनसिरी, कलांग आणि कापीली या डाव्या तिराकडून मिळणाऱ्या प्रमुख उपनद्या आहेत–

१. **रैडक :** रैडक नदी चोमो लहारी पर्वतीय क्षेत्रात उगम पावून कुलग्राम जवळ ब्रह्मपुत्रेस मिळते. भारत, बांगलादेश व भूतान या देशांतून ही नदी ३७० कि.मी. प्रवास करते.

आ. संकोश : संकोश नदीचा उगम कुलाक्रांग्री दक्षिण शिखर व चोमोलहारी क्षेत्रांच्या दरम्यान होतो. उगम क्षेत्रापासून ती मोठ्या घळईतून वाहत जाते. पटमारी जवळ ती ब्रह्मपुत्रेस मिळते. भारत व भूतान या देशांमधून सुमारे ३२० कि.मी. प्रवास करते.

२. **मानस :** मानस नदीचा उगम अनेक प्रवाह एकत्र होऊन त्यातून एक नदी तयार झाली असून सर्व प्रवाह बाह्य हिमालयात एकत्र येऊन ते खोल घळईतून वाहतात. मैदानी प्रदेशात नदी तयार झालेली नदी ब्रह्मपुत्रेला मिळते. नदीची एकूण लांबी ३७६ कि.मी. आहे.

३. **सुबानसिरी :** सुबानसिरी नदीचा उगम मध्य हिमालयात होतो. नदीचा प्रवाहमार्ग हिमालय पर्वतातील घळ्यांच्या श्रेणीतून आहे. मैदानी भागात प्रवेश केल्यावर शिवसागर जिल्ह्याच्या पश्चिम टोकाला ती बह्मपुत्रा नदीस मिळते. या नदीची एकूण लांबी ४४२ कि.मी. आहे. तिचे एकूण पाणलोट क्षेत्र ३२६४० चौ.कि.मी. इतके आहे.

४. **धनसिरी :** धनसिरी नदीचा उगम नाग टेकड्यांत आहे. या नदीची एकूण लांबी ३५२ किलोमीटर असून गोल घाटजवळ ब्रह्मपुत्रेस मिळते.

५. **तिस्ता :** तिस्ता नदी तिबेटमधील चितमू सरोवरात उगम पावते. तिस्ता नदी बांगला देशात रंगपूर जिल्ह्यात ब्रह्मपुत्रेला जाऊन मिळते. तिस्ता नदीला अनेक लहान–मोठ्या नद्या येऊन मिळतात. सुरुवातीला ही नदी खोल घळईतून वाहते. ब्रह्मपुत्रेची ती प्रमुख उपनदी म्हणून ओळखली जाते. नदीची एकूण लांबी ३०९ कि.मी. आहे.

६. **सुरमा :** मणिपूरच्या उत्तरेस असलेल्या पर्वतीय भागात या नदीचा उगम होतो. या नदीची एकूण लांबी सुमारे ९०० कि.मी. आहे. सुरुवातीला या नदीचा उतार तीव्र काठाचा असून अनेक धबधबे दिसून येतात. धनश्री, प्रोरसा अशा अनेक लहान–मोठ्या

नद्या ब्रह्मपुत्रेला येऊन मिळतात. या क्षेत्रातील नद्यांना मोठ्या प्रमाणात पूर येतात. काही वेळेस प्रवाह एकमेकांना जाऊन मिळतात तर काही वेळेस या नद्यांच्या प्रवाहाला अनेक फाटे फुटतात. काही उपनद्या गंगेच्या उपफाट्यांना जाऊन मिळतात. पुराच्या प्रचंड पाण्यामुळे नद्यांच्या प्रवाहमार्गाच्या दिशेस पात्रात बदल होतो.

३.४ द्वीपकल्पीय नद्या (Peninsular Rivers)

अ. गोदावरी जलप्रणाली (Godavari)

भारतातील द्वीपकल्पीय पठारी प्रदेशातील गोदावरी नदी सर्वांत मोठी नदीप्रणाली आहे. गोदावरी भारतातील दुसऱ्या क्रमांकाची नदी मानली जाते. गोदावरी नदीचा समावेश दक्षिण भारतातील नद्यांमध्ये केला जातो. दक्षिण क्षेत्रातील नद्या प्रामुख्याने पश्चिम घाटात उगम पावतात म्हणून पश्चिम घाट प्रमुख जल विभाजक मानला जातो. पश्चिम घाटाच्या पूर्व उतारावरून वाहणाऱ्या नद्या पूर्ववाहिनी म्हणून ओळखल्या जातात. पठारावरून लांब वाहत जाऊन त्या बंगालच्या उपसागरास जाऊन मिळतात. पश्चिम उतारावर पश्चिम वाहिनी नद्या उगम पावून त्या जवळच असलेल्या अरबी समुद्रास जाऊन मिळतात. गोदावरीचे एकूण पाणलोट क्षेत्र ३१२८०० चौ.कि.मी आहे.

हिमालयीन नद्या (Himalayan Rivers) (तक्ता क्र. ३.३)

अ. क्र.	नदीचे नाव	उगमस्थान	पाणलोट क्षेत्र (चौ.कि.मी.)	प्रवाहाची लांबी (कि.मी.)
१.	सिंधू	मानस सरोवर	११६५०००	३२००
२.	सतलज	कैलास पर्वत	६६३१७	१४५०
३.	बियास	रोहटांग खिंडीजवळ बियास कुंड	२०३०३	४७०
४.	रावी	लाहुल (चम्बा जिल्हा)	५९५७ (भारत)	७२५
५.	चिनाब	बारा लाचा ला खिंड	२६७५५	११८०
६.	झेलम	वेरीनाग झरा		७२५
७.	गंगा	गंगोत्री	८६१४०४	२५१०

८.	यमुना	यमुनोत्री चंपासार हिमनदी	३६६२२३	१३७६
९.	चंबळ	महू	–	९६०
१०.	सोन	अमरकंटक	–	७८४
११.	रामगंगा	कुमाऊँ हिमालय	–	५९६
१२.	शारदा	कुमाऊँ हिमालय	–	३५०
१३.	घागरा	मापचा चिगो	१२७९५०	१०८०
१४.	गंडक	धौलगिरी व मॉऊंट एव्हरेस्टच्या मध्ये	–	६३०
१५.	दामोदर	तोरि (छोटा नागपूर पठार)	–	५९२
१६.	कोशी	सिक्कीम, नेपाळ, तिबेट	–	७२९
१७.	ब्रह्मपुत्रा	मानस सरोवराजवळ	६५१३३४	२९००
१८.	रैडक	चोमो लहारी पर्वतीय प्रदेश	–	३७०
१९.	संकोश	कुलाक्रांग्री दक्षिण शिखर	–	३२०
२०.	मानस	हिमालय पर्वत	–	३७६
२१.	सुबानसिरी	मध्य हिमालय	३२६४०	४४२
२२.	धनसिरी	नाग टेकड्या	१२२०	३५२
२३.	तिस्ता	चितमू सरोवर	–	३०९
२४.	सुरमा	मणिपूरच्या उत्तरेकडील पर्वत	–	९००

गोदावरी नदीचा उगम महाराष्ट्रातील नाशिक जवळ त्रिंबकेश्वर येथे १०६७ मीटर्स उंचीवर पश्चिम घाटात होतो. गोदावरी नदीची लांबी सुमारे १४६५ कि.मी. असून उगम क्षेत्रामध्ये ती एका घळईमधून वाहते. नदीच्या उगमस्थानच्या प्रदेशात विविध ठिकाणी प्रपातमाला दिसून येते. गोदावरी नदी महाराष्ट्रातून आंध्र प्रदेशातील राजमहेंद्री शहराजवळ बंगालच्या उपसागराला जाऊन मिळते. गोदावरी नदी बंगालच्या उपसागराला दोन मुख्य प्रवाहांनी जाऊन मिळते. पूर्व बाजूचा फाटा गौतमी तर पश्चिमेकडील फाटा वसिष्ठी नावाने ओळखला जातो. गोदावरीच्या त्रिभूज प्रदेशात जलवाहतूक करता येते. गोदावरी नदीच्या काही प्रमुख उपनद्या खालीलप्रमाणे आहेत–

१. **दारणा :** दारणा नदीचा उगम सह्याद्रीत इगतपुरी जवळ टेकड्यांमध्ये झाला आहे. या नदीची लांबी २४ कि.मी. असून नाशिकच्या खाली ती गोदावरीस मिळते.

२. **कादवा :** कादवा नदीचा उगम नाशिक जिल्ह्यातील दिंडोरी तालुक्यात डोंगरी भागात झालेला आहे. या नदीची सुमारे लांबी ५१ कि.मी. असून ही नदी निफाडच्या पूर्वेला गोदावरीस मिळते.

३. **प्रवरा :** प्रवरा नदीचा उगम पश्चिम घाटातील अहमदनगर जिल्ह्यातील अकोले तालुक्यातील रतनगड भागातील अमृतेश्वर येथे कळसुबाई शिखराजवळ होतो. उगम क्षेत्रापासून सुमारे १७० कि.मी. अंतरानंतर टोका या खेड्याजवळ ती गोदावरीस मिळते. गोदावरीच्या अगोदर ती मुळा नदीस मिळते. प्रवरा नदीला आढळा व मांजरा या उपनद्या संगमनेरजवळ मिळतात.

४. **पैनगंगा :** पैनगंगा नदी बुलढाणा जिल्ह्यातील अंजिठा डोंगर रांगेत ८६८ मीटर उंचीवर उगम पावते. सुमारे ६७६ कि.मी. लांब वाहत जाऊन पुढे वर्धा नदीस मिळते.

५. **वर्धा :** वर्धा नदीचा उगम मध्य प्रदेशातील बैतूल जिल्ह्यात ७७७ मीटर्स उंचीवर झाला आहे. या नदीची सुमारे लांबी ४८४ कि.मी. आहे.

६. **वैनगंगा :** मध्य प्रदेशातील सेहनी जिल्ह्यातील डोंगर क्षेत्रात ६४० मीटर्स उंचीवर या नदीचा उगम होतो. वैनगंगा नदीची सुमारे लांबी ४६२ कि.मी. एवढी आहे. पुढे वर्धा व वैनगंगा या नद्यांचा संयुक्त प्रवाह प्राणहिता नावाने ओळखला जातो. या प्राणहिता नदीने विदर्भातील बराचसा भाग सुपीक व सपाट केला असून पुढे ती गोदावरीला जाऊन मिळते.

७. **इंद्रावती** – इंद्रावती नदी आंध्र प्रदेशातील कलहंडी जिल्ह्यातील डोंगर भागात ९१४ मीटर्स उंचीवर उगम पावते. या नदीची लांबी सुमारे ५६१ कि.मी. असून भ्रद्राचलजवळ ती गोदावरी नदीस जाऊन मिळते. या नदीला नारंगी, कोत्री, बंडिया इ. प्रमुख उपनद्या येऊन मिळतात.

द्वीपकल्पीय नद्या (नकाशा क्र. ३.३)

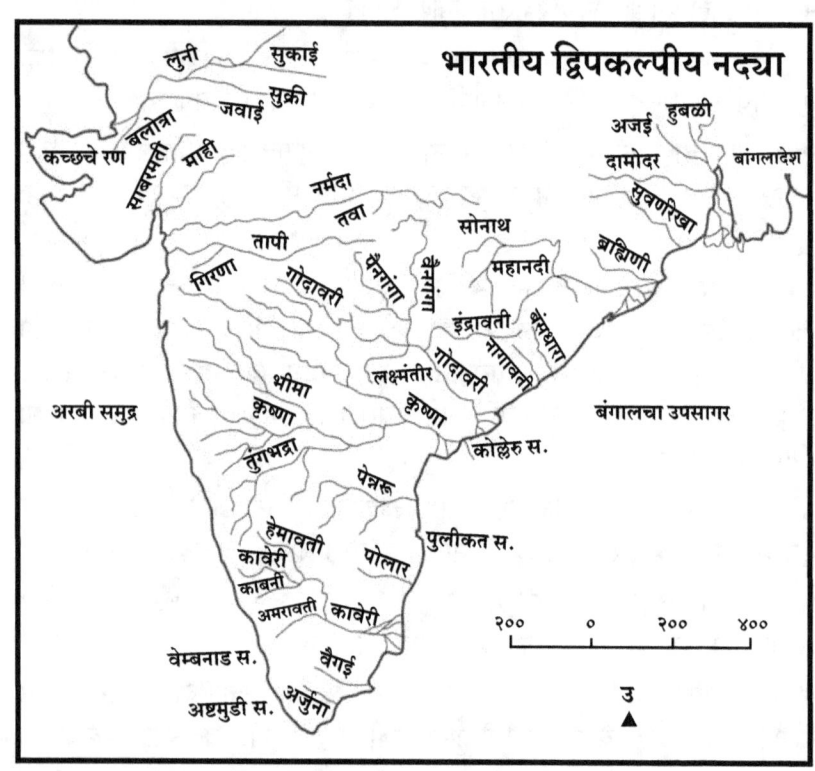

भारतीय द्वीपकल्पीय नद्या

८. **सबरी** – सबरी नदी सुईकराम टेकडीवर १३७२ मीटर्स उंचीवर उगम पावते. या नदीची लांबी ४१८ कि.मी. असून ती पुढे गोदावरी नदीस मिळते.

ब. कृष्णा नदीप्रणाली (Krishna)

कृष्णा ही दक्षिण भारतातील दुसऱ्या क्रमांकाची नदी जलप्रणाली आहे. कृष्णा नदीचा उगम महाराष्ट्रातील सातारा जिल्ह्यातील महाबळेश्वरच्या शिखरावर १३३९ मी. उंचीवर होतो. कृष्णा नदीची लांबी सुमारे १४०० कि.मी. आहे. सुरुवातीस ही नदी पूर्वेकडून पश्चिमेकडे नंतर दक्षिण महाराष्ट्रातील सातारा, सांगली या जिल्ह्यांमधून कर्नाटकच्या उत्तर भागातून आंध्र प्रदेशाच्या दक्षिण भागातून वाहत जाऊन आंध्र प्रदेशातील बेझवाड्याजवळ ती बंगालच्या उपसागरास जाऊन मिळते. आंध्र प्रदेशातील विजय वाड्यापासून थेट किनाऱ्यापर्यंत या नदीने त्रिभुज मैदानी प्रदेश तयार केला असून मधल्या टप्प्यात पूर मैदाने तर शेवटच्या टप्प्यात समतलप्राय मैदाने आढळतात. या नदीच्या पुरामुळे खालच्या टप्प्यातील आंध्र किनारपट्टीच्या क्षेत्राचे मोठे नुकसान होते. कृष्णा नदीला कोयना, भीमा, वारणा, पंचगंगा, दुधगंगा, घटप्रभा, मलप्रभा, तुंगभद्रा व मुसी या प्रमुख उपनद्या येऊन मिळतात.

१. **भीमा :** भीमा नदीचा उगम महाराष्ट्रातील सह्याद्री पर्वतरांगेत पुणे जिल्ह्यात भिमाशंकर येथे ९७५ मीटर्स उंचीवर होतो. भीमा नदीची लांबी सुमारे ८६७ कि.मी. आहे. उगम क्षेत्रात ही नदी खोल घळईतून वाहते. या नदीचे पात्र पंढरपूर जवळ चंद्राच्या कोरीप्रमाणे असल्याने तिला चंद्रभागा असेही म्हटले जाते. कृष्णा नदी उत्तर कर्नाटकामध्ये रायचूर जवळ कुरुगड्डी येथे कृष्णेस मिळते. भीमा नदीचे खोरे गोदावरीच्या दक्षिणेस असून ते बालघाट ते महादेव डोंगर याच्या दरम्यान आहे. कृष्णा नदीस घोड, भामा, इंद्रावती, वेल, मुठा, नीरा, माण, सीना या प्रमुख उपनद्या आहेत. या नद्यांचा उगम सह्याद्रीच्या डोंगर माथ्यावर झालेला दिसून येतो.

२. **तुंगभद्रा :** तुंगभद्रा ही कृष्णा नदीची दुसरी उपनदी असून या नदीचा उगम कर्नाटकात पश्चिम घाटात गोमंतक शिखराजवळ सुमारे १२०० मीटर्स उंचीवर झाला आहे. तुंग व भद्रा या दोन नद्या मिळून तुंगभद्रा नदी बनते. तुंगभद्रा नदीची लांबी सुमारे ६४० किलो मीटर्स आहे. तुंगभद्रा नदीच्या उपनद्या चोरदी, वरदा व हरिदा आहेत. तुंगभद्रा नदीच्या उगम क्षेत्रात अनेक लहान धबधबे निर्माण झाले आहेत. तुंगभद्रा कर्नूल जवळ संगमेश्वरम येथे कृष्णा नदीला जाऊन मिळते.

३. **कोयना :** कोयना नदीचा उगम महाबळेश्वर शिखरातच झाला आहे. सुरुवातीला ती खोल घळई दरीतून वाहते. कराडजवळ ती कृष्णेस मिळते. त्या संगमाला 'प्रीतिसंगम'

असे म्हटले जाते. महाराष्ट्रातील सर्वांत मोठा बहुउद्देशीय प्रकल्प कोयना जलविद्युत प्रकल्प याच नदीवर आहे.

४. **पंचगंगा :** पंचगंगा पाच नद्यांनी तयार झाली असून कासारी, कुंभी, भोगावती, तुलसी व सरस्वती या नद्या कोल्हापूर जिल्ह्यातील पश्चिम घाटात उगम पावून पूर्वेकडे वाहत जाऊन कुरुंदवाड जवळ ती कृष्णा नदीस मिळते.

५. **घटप्रभा :** घटप्रभा ही कर्नाटकात पश्चिम घाटात उगम पावून पूर्वेकडे वाहत जाऊन कृष्णा नदीस मिळते. घटप्रभा नदीवर गोकाक हा प्रसिद्ध धबधबा ५४ मी. उंचीचा आहे.

६. **मुसी :** आंध्र प्रदेशातील मुसी ही नदी बाडापल्ली (पझितबाद) जवळ कृष्णा नदीस मिळते.

क. कावेरी नदी (Kaveri)

दक्षिण भारतातील कावेरी नदीला धार्मिकदृष्ट्या महत्त्व प्राप्त झालेले आहे. म्हणूनच तिला दक्षिण गंगा असे म्हणतात. म्हैसूर मैदानाच्या दक्षिण भागावर कावेरीचा उगम झाला आहे. पर्वतीय भागामुळे धावत्या तसेच धबधब्याची निर्मिती कावेरीच्या मार्गात झालेली आहे. कावेरीचे पाणलोट क्षेत्र ८७९०० चौ.कि.मी. असून या नदीच्या प्रवाहाची लांबी ७६५ कि.मी. इतकी आहे. नैऋत्य मौसमी व परतणाऱ्या मौसमी पावसामुळे नदीला भरपूर पाणीपुरवठा होतो. म्हैसूरपासून २० कि.मी. अंतरावर कृष्णसागर धरणाची निर्मिती करण्यात आलेली आहे. शिवसमुद्रम येथे सन १९०२ मध्ये विजनिर्मिती प्रकल्पाची निर्मिती करण्यात आलेली आहे. भवानी ही मुख्य उपनदी असून तिरुचिरापल्ली पासून काही अंतरावर नदीच्या प्रभावी संचयन कार्यामुळे त्रिभुज प्रदेश निर्माण झाला आहे. तमिळनाडू राज्यात ती बंगालच्या उपसागराला जाऊन मिळते.

१. **अमरावती :** कावेरी नदीची महत्त्वाची उपनदी म्हणून अमरावतीला ओळखले जाते. अमरावतीचा उगम केरळ व तमिळनाडू राज्यांच्या सीमेवर झालेला आहे. या नदीची लांबी १७५ कि.मी. असून तमिळनाडू राज्यातील कसर जिल्ह्यात ती कावेरीला मिळते. कोईमतूर जिल्ह्यातील सुमारे ६०००० एकर शेतीस अमरावती नदीमुळे जलसिंचन सुविधा प्राप्त झालेली आहे. मात्र मोठ्या प्रमाणातील औद्योगिकीकरणामुळे नदीचे मोठ्या प्रमाणात प्रदूषण झालेले आहे. ताम्रपर्णी नदी तिरुनेवेष्टी जिल्ह्यात उगम पावते. रामनाथ पुरमपासून ताम्रपर्णी मानारच्या आखातात जाऊन मिळते.

द्विपकल्पीय पठारावरील महत्त्वाच्या नद्या (तक्ता क्र. ३.४)

अ. क्र.	नदी	उगमस्थान	नदीची लांबी (कि.मी.)	मुख्य उपनद्या
१.	गोदावरी	त्र्यंबकेश्वर (नाशिक)	१४६५	मांजरा, पैनगंगा, वर्धा, वैनगंगा, ईद्रावती, साबरी, प्राणहीता
२.	कृष्णा	महाबळेश्वर	१४००	कोयना, घटप्रभा, मलप्रभा, भिमा, तुंगभद्रा, मुसी
३.	नर्मदा	अमरकंटक	१३१०	हिरण, ओरसांग, बारणा, कोलार, तवा, कुंडी
४.	महानदी	दंडकारण्यचे पठार (रायपूर)	८५७	आय, बी, मांड, हासदेव, सेनाथ, तेल, जोन्कं
५.	कावेरी	तळ कावेरी	८००	हेरांगी, हेमावती, लोकपवनी, अरकावती , शिमसा, भावनी, अमरावती
६.	तापी	मुलतानी बैतूल जिल्हा मध्यप्रदेश	७३०	पुरना, बेतूल, पतकी, गुंजाळ, धतरंज, बोकाऊ
७.	अंबा	खोपाली खंडाळा रस्ता	७६	–
८.	दमणगंगा	नाशिक जिल्हा पेठ तालुका वलवेरी गाव	१३२	दवन, श्रीमंत, वळ, रायते, लेंडी,वाघ, रोशनी, दुधनी, पिपेरिया
९.	मांडवी	कर्नाटक राज्य लां बोटी घाट परिसरात	६२	सरंग, मधनंदा, उडेल, लोली, वेलवोटा, बिचोलिम, मापुका, नानोदा, खंडेपार

ड. महानदी (Mahanadi)

महानदी ही मध्यपूर्व भारतातील एक महत्त्वाची नदी असून रामपूर जिल्ह्यातील खिवाहा टेकड्यांवर समुद्र सपाटीपासून सुमारे ४४२ मीटर उंचीवर तिचा उगम झालेला आहे. महानदीच्या प्रवाहाची लांबी सुमारे ८५८ कि.मी. असून तिच्या पाणलोट क्षेत्राचे क्षेत्रफळ १,३२,०९० चौ.कि.मी. इतके आहे. हासदेव, मांड, इब या तिला डाव्या तिरावर येऊन मिळणाऱ्या तर टोंक ही उजव्या तीरावर येऊन मिळणारी महत्त्वाची नदी आहे. बंदराज ते मंडाणि या दरम्यान महानदीच्या पात्रात अनेक धावत्या आहेत. फाटकजवळ नदीच्या संचयन कार्यामुळे त्रिभुज प्रदेश निर्माण झालेला आहे. अनेक बहुउद्देशीय योजना या नदीवर पूर्ण झालेल्या असून हिराकूड, टिकरपूरा, नाराज येथे धरणे बांधण्यात आलेली आहेत. याशिवाय 'महानदी डेल्टा इरिगेशन योजना' कार्यान्वित झालेली आहे.

पश्चिम वाहिनी नद्या (West Flowing Rivers)

अ. नर्मदा (Narmada)

द्वीपकल्पीय पठारावरील पश्चिम वाहिनी नद्यांमध्ये सर्वांत मोठी नदी म्हणून नर्मदेचा उल्लेख आहे. नर्मदा नदी मध्य प्रदेशातील मैकल पर्वत श्रेणीत अमरकंटक पठारावर १०५४ मीटर्स उंचीवर उगम पावते. मध्य प्रदेश, महाराष्ट्र आणि गुजरात या राज्यांतून पश्चिमेकडे वाहत जाऊन गुजरातमधील भडोचजवळ खंबायतच्या आखातास जाऊन मिळते. या नदीची एकूण लांबी १३७२ कि.मी. असून या नदीचा सर्वांत मोठा प्रवास मध्य प्रदेशातून आहे. महाराष्ट्र राज्याच्या सीमेवरती भागात ३२ कि.मी. प्रवास करते. नर्मदा नदी उत्तरेकडील विंध्य पर्वत व दक्षिणेकडील सातपुडा पर्वत यांच्या दऱ्यात खोल खचदरीतून पूर्व-पश्चिम वाहत जाते. खचदरीची एकूण लांबी १५० कि.मी. आहे. नर्मदा नदीच्या उगम स्थानापासून ते मैदानी भागात प्रवेश करण्यापूर्वी या नदीच्या प्रवाह मार्गात अनेक धबधबे व धावत्या तयार झाल्या आहेत. त्यामुळे नदी मोठ्या प्रमाणात उड्या मारीत चालते. जबलपूर जवळ अरुंद घळईतून ही नदी ३५ मीटर धबधब्याच्या स्वरूपात खाली उडी मारते. शेवटच्या टप्प्यात म्हणजे गुजरात राज्यात राजपिपलाच्या पूर्वेस गुजरातच्या मैदानात ही नदी प्रवेश करते. गुजरातमध्ये नागमोडी वळणे घेत वाहत जाऊन भडोच शहराजवळ रूंद होऊन खंबायतच्या आखातातून अरबी समुद्रास मिळते. नर्मदा नदीला हिरण आणि तवा या प्रमुख उपनद्या आहेत. नर्मदा एक महत्त्वाची पश्चिमवाहिनी नदी आहे.

१. **हिरण :** हिरण ही नर्मदेची प्रमुख उपनदी आहे. उत्तर प्रदेशातील उभ्या भिंतीसारख्या भाटमेर रांगा सलग असून त्यात फक्त एकदोन खिंडीतून मार्गस्थ होते,

जबलपूर जिल्ह्यात भारमेर रांगांना समांतर वाहते या नदीला कोलार व ओसरंग या उपनद्या येऊन मिळतात.

१. **तवा :** तवा नदी महादेव रांगांमध्ये उगम पावते. डोंगराळ भागातून वाहत जाऊन शेवटी नर्मदा नदीस मिळते. या नदीमुळे पावसाळ्यात नर्मदा नदीला प्रचंड पूर येतो.

ब. तापी (Tapi)

तापी नदीचा उगम मध्य प्रदेशातील सातपुडा पर्वतरांगांवर मुलताई येथे होतो. तापी नदीची एकूण लांबी सुमारे ६७० कि.मी. आहे. तापी नदी पूर्वेकडून पश्चिमेकडे वाहत असताना मध्य प्रदेश, महाराष्ट्र व गुजरात राज्यांतून वाहत जाऊन सुरत येथे अरबी समुद्रास मिळते.

तापी नदीच्या उगम क्षेत्रामध्ये खचदरीचा भाग असून खोल घळईमधून ती वाहते. अमरावती जिल्ह्याच्या सरहद्दीवर तापी नदीने घळई तयार केली आहे. नर्मदा नदीचा उपयोग शेतीच्या दृष्टीने मर्यादित आहे. तापी नदीला पूर्णा, गिरणा, बेतूल, लावडा, पतकी, गंजळ, दतरंज, बोहाड, अजभोरा, खुर्शी, भोकर सुबी, मोर, मैत्री, गुली, अनेर, अरुणावती, गोमाझी इत्यादी प्रमुख उपनद्या येऊन मिळतात. तापी नदी महत्त्वाची पश्चिमवाहिनी नदी आहे.

वरील नद्याशिवाय लुनी, साबरमती, माही आणि शरावती या प्रमुख पश्चिम वाहिनी नद्या आहेत.

क. लूनी नदी

ही नदी अरवली पर्वतीय भागात अजमेर जवळ उगम पावते. बंडी, सुकरी, जवाई हे प्रवाह लुनी नदीला डाव्या बाजूने येऊन मिळतात. अरवलीच्या पश्चिम उतारावरील हंगामी प्रवाह अजमेर जवळ लुनीला मिळतात. कच्चच्या रणात लुनी लुप्त होते.

ड. साबरमती नदी

अरवली पर्वताच्या दक्षिण उतारावरून साबरमतीचा उगम होतो. खूप लांब व अरुंद असे सुमारे २१७०० चौ.कि.मी. चे पाणलोट क्षेत्र या नदीचे आहे. साबरमती खंबायतच्या आखातात अरबी समुद्राला जाऊन मिळते.

इ. शरावती नदी

कर्नाटक राज्यातील शिमोगा जिल्ह्यातील पर्वतीय भागात शरावती नदीचा उगम झाला असून २७१ मी. उंचीचा गिरीसप्पा हा जगप्रसिद्ध धबधबा याच नदीवर आहे. जोग धबधबा (Jog Falls) या नावानेही हा धबधबा ओळखला जातो. कर्नाटक किनाऱ्यावर शरावती अरबी समुद्राला जाऊन मिळते.

३.५ सह्याद्री आणि कोकणातील नद्या (Rivers in Sahyadri and Konkan)

पश्चिम वाहिनी नद्यांचे पाणलोट क्षेत्र हे स्वतंत्रपणे वाहणाऱ्या लहान नद्यामुळे तयार झाले आहे. भारताचा द्वीपकल्पीय भागामध्ये कृष्णा नदीच्या पाटलोट क्षेत्राचे दक्षिणेस, कावेरी नदीच्या पाणलोट क्षेत्राचा अपवाद वगळता सर्व नद्या या पश्चिम वाहिनी असून शेवटी अरबी समुद्राला मिळतात. ही पाणलोट क्षेत्रे भारताच्या द्वीपकल्पीय प्रदेशाच्या नैऋत्य कोपऱ्यामध्ये येतात. या पाणलोट क्षेत्राचा भाग, महाराष्ट्र, गोवा, कर्नाटक, तमिळनाडू आणि केरळ या राज्यांमध्ये विखुरलेला आहे. एकूण ३१ मध्यम आणि लहान पाणलोट क्षेत्राचा यामध्ये समावेश होतो. उदाहरणार्थ, उल्हास, काळ, काजवी, गड, मांडवी, मेदाई, अद्यनाशिनी, हळदी, सीता, स्वर्णा, गुरुपूर, नेत्रावती, पयास्विनी, वलतपटनम, कुट्टयादी, चलियार, कदकुंडी, भारतपुझ्झा, चलकडी, पेरियार, मुवसुपुझा, मीनाचिल, पम्बा, उनचन कोविळ, मतीमाला, कल्लाद, वामनपुरम, पझयार आणि तांब्रपर्णी.

या सर्व नद्या पश्चिम घाटाच्या डोंगरामध्ये उगम पावतात आणि त्यांच्या वाहणाऱ्या पद्धती जवळ जवळ सारख्या आहेत. या सर्व नद्यांचे काठ उभ्या चढणीचे असल्याने कितीही पूर आला तरी या क्वचितच पात्रातून बाहेर येतात त्यामुळे या नद्यामुळे, पुरामुळे होणारे नुकसान क्वचितच अनुभवावयास मिळते.

१. **अंबा :** ही नदी खोपोली–खंडाळा रस्त्याजवळ सुमारे ५५४ मीटर उंचीवर सह्याद्री पर्वताच्या बीटघाट डोंगरावर उगम पावते. सुरुवातीला ही नदी दक्षिण वाहिनी आहे. नंतर मात्र वायव्य दिशेला वळून वहाते आणि शेवटी धरमतर खाडीमध्ये खेसजवळ अरबी समुद्राला मिळते. या नदीची एकूण लांबी ७६ मीटर आहे. अरबी समुद्राच्या मुखापासून ३१ कि.मी. वरच्या बाजूस असलेल्या चिकल गावापर्यंत भरतीचे पात्री येते. चिकल गावाच्या वरच्या बाजूस दोन कि.मी. वर असलेल्या नागोठणे गावामध्ये या नदीच्या पाण्याची शास्त्रीय अभ्यास करण्यासाठी पहाणी केंद्र आहे. नागोठाण्याचे खाली दीड कीलोमीटरवर कोल्हापूर पद्धतीचा बंधारा असल्यामुळे पहाणी केंद्राजवळील नदीच्या पाण्याला अरबी समुद्राच्या भरतीचा बांध येत नाही.

या नदीचे पाणलोट क्षेत्र ४२० चौ.कि.मी. असून ते संपूर्णपणे समुद्राच्या भरती–ओहोटीपासून मुक्त आहे. उगमापासून पहाणी केंद्रापर्यंत नदीची लांबी ४१ कि.मी. आहे. या केंद्राचे वरचे भागामध्ये बंधारा नाही मात्र ही नदी हंगामी आहे.

२. **भोगेश्वरी :** रायगड जिल्ह्यातील भोगेश्वरी गावाजवळ पश्चिम घाटामध्ये या नदीचा उगम आहे. उगमस्थान समुद्र सपाटीपासून २२८.६ मीटर आहे. नदी पेण तालुक्यातून पश्चिम वाहिनी आहे. अंतोरा गावाजवळ ही नदी धरमतर खाडीला मिळते.

या नदीची एकूण लांबी ४० कि.मी. आहे.

समुद्राच्या भरतीचे पाणी नदी मुखापासून १४ कि. मी. पर्यंत राष्ट्रीय महामार्ग १७ वरील पुलापर्यंत येते. या नदीचे पहाणी केंद्र पेण येथे आहे. पेण हे भरतीचे पाणी जेथवर येते त्याचेपासून तीस कि. मी. वरचे बाजूस आहे. या नदीचे एकूण पाणलोट क्षेत्र १२५ चौ.कि.मी. आहे. हे पहाणी केंद्र भोगेश्वरी नदीवरील हेटवणे मध्यम बंधारा आणि अंबाघर या भोगेश्वरीच्या उपनदीवरील बंधाऱ्याची देखील पहाणी करते. पहाणी केंद्र नदीच्या उगमापासून २२ कि.मी. अंतरावर आहे.

३. कुंडलिका : कुंडलिका नदी भांबुर्डी गावाजवळ सह्याद्रीच्या डोंगरामध्ये उगम पावते. पाटणुस गावापर्यंत ही नदी नैऋत्य दिशेने वहाते. नंतर वायव्य दिशेने वाहते व अरबी समुद्राला जाऊन मिळते. या नदीवर कोलाड, रोहा ही कोकणातील महत्त्वाची शहरे वसली आहेत. भिरा हे जलविद्युत केंद्र या नदीवर निर्माण केलेले आहे.

४. उल्हास : उल्हास ही महाराष्ट्रातील पश्चिमवाहिनी नदीपैकी एक असून ती अरबी समुद्राला मिळते. उल्हास नदीचे पाणलोट क्षेत्र हे १८° ४४' ते १९° ४२' अक्षांश आणि पूर्व रेखांश ७२° ४५' ते ७३° ४८' बदलापूर येथे या नदीचे पहाणी केंद्र आहे.

उल्हास नदीचे पाणलोट क्षेत्र ४६३७ चौ.कि.मी. असून ते पूर्णपणे महाराष्ट्रामध्ये येते. पाणलोट क्षेत्र ठाणे, रायगड आणि पुणे जिल्ह्यांतील भागांमध्ये येते. या नदीचा उगम समुद्रसपाटीपासून ६०० मीटर उंचीवर सह्याद्री पर्वतावर होतो. या नदीची एकूण लांबी १२२ कि.मी. आहे. उल्हास नदीच्या पेज, बारवी, भिवपुरी, मुरबारी, काळू, शरी, भस्ता, सालपे, पोशीर आणि शिलार या उपनद्या आहेत. काळू आणि भस्ता या उजव्या तीरावरील उपनद्या असून यांचे पाणलोट क्षेत्र उल्हास नदीच्या एकूण पाणलोट क्षेत्राचे ५५.७% इतके आहे.

५. काळ नदी : ही सावित्री नदीची उपनदी आहे. काळ नदीचे पाणलोट क्षेत्र हे १८° ५' ते १८° २५' अक्षांश आणि रेखांश ७३° १०' ते ७३° १३' या मध्ये येते. या नदी पहाणी केंद्र मालगाव येथे आहे.

या नदीचा उगम सह्याद्री पर्वतरांगांमध्ये समुद्रसपाटीपासून ६५२ मीटर उंचीवर आहे. ही सावित्री नदीची प्रमुख उपनदी असून सावित्री नदीच्या पाणलोट क्षेत्रापैकी २३% पाणलोट क्षेत्र या नदीच्या क्षेत्राने व्यापले आहे.

६. काजवी नदी : काजवी नदीचा उगम सह्याद्री पर्वतरांगांच्या विशाळघाट भागात आहे. ही पश्चिम वाहिनी असून रत्नागिरी जवळ भाट्ये खाडीमध्ये ही अरबी समुद्राला मिळते. पावसाळ्यामध्ये भरतीचे पाणी हरचेरीगावापर्यंत येते. हे ठिकाण मुखापासून २५

कि.मी. वरचे बाजूस आहे. या नदीचा तळ हा वाळू आणि खडी यांचा बनलेला आहे. लांजा तालुक्यातील अंजनारी गावामध्ये या नदीचे पहाणी केंद्र आहे.

७. **गड नदी –** या नदीचे पाणलोट क्षेत्र हे १६° ते १६° २०' अक्षांक्षमध्ये आणि ७३° ३०' ते ७४° रेखांश यामध्ये येते. बेलणे पूल येथे या नदीचे पहाणी केंद्र आहे.

गड नदीचे पाणलोट क्षेत्र हे ८९० चौ.कि.मी असून ते पूर्णपणे सिंधुदुर्ग जिल्ह्यामध्ये येते. सह्याद्री पर्वतरांगांमध्ये समुद्रसपाटीपासून ६०० मीटर उंचीवर या नदीचा उगम आहे. याची एकूण लांबी ६६ कि.मी. आहे.

कसाळ ही गड नदीची उपनदी आहे. ही उपनदी चुनवरा गावाजवळ कसाळ नदीला मिळते. पावसाळ्यामध्ये भरतीचा फुगवटा चुनावरा गावापर्यंत येतो. गड नदीच्या एकूण पाणलोट क्षेत्रापैकी २८.८% क्षेत्र या कसाळ नदीने व्यापले आहे. या उपनदीवर कोणताही बंधारा नाही.

८. **मांडवी नदी –** ही गोवा राज्यातील प्रमुख नदी आहे. उगमापासून पाच कि.मी. अंतर ही नदी ईशान्य वाहिनी असून या नंतर ती पश्चिम वाहिनी होते. या नदीचे पाणलोट क्षेत्र १५° १५' ते १५° ४०' अक्षांश आणि रेखांश ७३° १५' ते ७३° ४५' यामध्ये येते. या नदीसाठी गंजीम आणि कोकेम या ठिकाणी दोन पहिली केंद्रे आहेत.

तिसवडी, बारदेस, बिचोली, संगम आणि फोंडा या गोव्यातील तालुक्यांमध्ये या नदीचे पाणलोट क्षेत्र येते.

कर्नाटक राज्यातील जांबोटी घाट विभागामध्ये या नदीचा उगम आहे. हे ठिकाण मबुलेश्वर गावाजवळ आहे. या ठिकाणाला भाबुरनाळ म्हणतात. उगम समुद्रसपाटीपासून ६०० मी. उंचीवर आहे. या नदीची एकूण लांबी ६२ कि.मी. आहे. सरंग, महानंदा, उडेल, लोहा, वेळवोटा, बिचोलीम, मापुका, नानोदा आणि खंडेपार या मांडवीच्या उपनद्या आहेत.

९. **दमणगंगा नदी –** नाशिक जिल्ह्यातील पेठ तालुक्याच्या वलवेरी गावाजवळ सह्याद्री पर्वतरांगांमध्ये दमणगंगा नदीचा उगम आहे. या नदीची एकूण लांबी १३१.३० कि.मी. असून याचे एकूण पाणलोट क्षेत्र २३१८ चौ.कि.मी. आहे. दमणगंगा नदीवर मधुबन बंधारा उगमापासून ९६ कि.मी. अंतरावर आहे. या बंधाऱ्याचे पाणलोट क्षेत्र १८१३ चौ.कि.मी. आहे. ही नदी दमण गावाजवळ अरबी समुद्राला मिळते. दमणगंगा आणि तिच्या उपनद्या या महाराष्ट्र, गुजरात आणि केंद्रशासित दादरा नगरहवेली आणि दमण या राज्यांतून वाहते. दवन, श्रीमंत, वळ, रायते, लेंडी, वाद्य, लाकरतोंड, रोशनी, दुधनी, पिपेरिया या दमणगंगेच्या उपनद्या आहेत. या नदीचे पाणलोट क्षेत्र हे १९° ५१'

ते २०° २८' उत्तर अक्षांश ते ७२° ५०' ते ७३° ३८' पूर्व रेखांश यामध्ये येते. राज्यवार विचार करता महाराष्ट्रातील नाशिक जिल्ह्यामध्ये १४०८ चौ.कि.मी. म्हणजे ६०.७४% पाणलोट क्षेत्र, गुजरात मध्ये ४९५ चौ.कि.मी. म्हणजेच २१.३६% क्षेत्र आणि दादरा नगरहवेली आणि दमण केंद्रशासित प्रदेशांमध्ये ४१५ चौ.कि.मी. म्हणजेच १७.९०% पाणलोट क्षेत्र येते.

या नदीकाठावर पुढील भागामध्ये ५१०५ लघु व मध्यम उद्योग असून केवळ सिल्वासा, वापी व दमण ही याचे काठी प्रमुख शहरे आहेत.

या नद्या व्यतिरिक्त रायगड जिल्ह्यामध्ये सावित्री नदी आणि रत्नागिरी जिल्ह्यामध्ये जगबुडी, वाशिष्ठी, शास्त्री आणि बाव या नद्या आहेत.

अरबी समुद्र – जलोत्सारण आकृतिबंध किंवा जलनिस्सार प्ररूपे

भारताच्या पश्चिमेस असणाऱ्या अरबी समुद्राला मिळणाऱ्या नद्यांचे जलवहन क्षेत्र बंगालच्या उपसागराला मिळणाऱ्या क्षेत्रापेक्षा फारच कमी आहे. सिंधू, नर्मदा व तापी नदीप्रणाली सोडता कोणत्याच नदीप्रणालीचा विकास झालेला नाही. नदी खोऱ्यातील अस्तित्वात असलेले खडक व माती इत्यादींचे स्वरूप, रचना आणि नदीप्रवाहांचे त्यावरील कार्य यामुळे नदीप्रणालीला विशिष्ट रूप प्राप्त झाले आहे. या घटनेला किंवा क्रियेला जलोत्सारण आकृतिबंध किंवा जलनिस्सार प्ररूप असे म्हणतात.

भारताच्या उत्तर दिशेला कच्छच्या रणापासून दक्षिणेला कन्याकुमारीपर्यंत अरबी समुद्राला अनेक नद्या येऊन मिळतात. सिंधू ही नदी भारतातूनच वाहत जाऊन पाकिस्तानातून अरबी समुद्रात विलीन होते. अरबी समुद्राला पश्चिम घाटात उगम पावणाऱ्या सर्वच परंतु पश्चिम वाहिन्या नद्या अरबी समुद्राला मिळतात. या नद्यांना येऊन मिळणाऱ्या उपनद्यांची संख्या कमी आहे. त्यामुळे आकृतिबंध फारसा जाणवत नाही.

हिमालयात उगम पावणाऱ्या प्रमुख नद्या सिंधू, झेलम, बियास, रावी, सतलज या नद्यांना अनेक उपनद्या येऊन मिळतात. त्यांची रचना एक वृक्षासारखी भासते. सिंधू नदीची वृक्षाकृती जलसंधता दिसून येते.

पश्चिमेला वाहणाऱ्या नर्मदा नदीला बुऱ्हनेर, बैयार, शेर, शक्कर, तवा, हिरण, तेंडोनी, बरना, कोलार, जर, मचाव, कुंडी गोई, करयान अशा उपनद्या येऊन मिळतात. त्यामुळे नर्मदा नदीने अमरकंटक क्षेत्रात अरीय जलोत्सारण आकृतिबंध तयार होतो.

पश्चिम घाटात कोकण किनारपट्टीच्या क्षेत्रातील नद्यांचा वेग जास्त आढळतो. मुखजल संग्रह क्षेत्रात या नद्या एकमेकींना समांतर वाहतात. अशा नद्या ज्या ठिकाणी समुद्राला जाऊन मिळतात. तेथे खोल खड्ड्यांची व आखाताची निर्मिती झाली आहे. म्हणून या भागांत कोणताच विशिष्ट प्रकारचा जलनिस्सार आकृतिबंध आढळत नाही.

थरच्या वाळवंटातील जलोत्सारण आकृतिबंध

राजस्थानच्या थरच्या विस्तृत वाळवंटी प्रदेशात वैशिष्ट्यपूर्ण जलप्रणाली तयार झाली आहे. या भागातील जलप्रणालीवर तेथील भूगर्भरचना भूपृष्ठरचना व हवामान या विविध घटकांचा फार मोठा परिणाम झाला आहे. या भागात अरवली पर्वत हा प्रमुख जलविभाजक असून थरच्या वाळवंटातील बऱ्याच नद्या येथेच उगम पावतात. या जलविभाजक अरवली पर्वताच्या आसाबरोबर दक्षिणेकडील सांबर सरोवरापासून अजमेरपर्यंत आहे. अरवली पर्वताच्या दक्षिण व उत्तरेस अनेक लहान मोठ्या नद्या उगम पावतात व त्या अरबी समुद्राला मिळतात. त्या साबरमती, पश्चिमबनास, लुनी आणि माही या प्रमुख नद्या होय. राजस्थानातील थरच्या वाळवंटी प्रदेशात पर्जन्याचे प्रमाण कमी असल्यामुळे या भागात काही तप्तपूर्ती नद्यांचा उगम होतो. तर अंतर्गत भागातच असलेल्या लहान मोठ्या सरोवरांना जाऊन मिळतात. म्हणून सुमारे ६६% नदी प्रणाली अंतर्गत जलप्रणालीने व्यापली आहे. या भागात कांती, सोता, रामगंगा, साहिबी, बऱ्हा या नद्यांचे प्रवाह पश्चिम भागात नष्ट किंवा लुप्त होतात. या भागातील लुनी ही एकमेव मोठी नदी असून या नदीची लांबी सुमारे ४५० कि.मी. आहे. वर्षातील बरेच दिवस या नदीचे पात्र कोरडे असून पावसाळ्यात या नदीला पाणी असते. थरच्या वाळवंटातील आकृतिबंधाचा विचार केल्यास अंतर्गत जलप्रवाही बरोबरच काही नद्यांचे प्रवाह मध्ये गडप होतात. म्हणून विक्षेपात्मक आकृतिबंध आढळतो, तर अरवली शिखरावरील सर्व बाजूने नद्या वाहत जातात म्हणून त्या भागात केंद्रत्यागी जलोत्सारण आकृतिबंध आढळून येतो. अशा रीतीने थरच्या वाळवंटी प्रदेशात वैशिष्ट्यपूर्ण जलप्रणाली आढळते.

भारताचे हवामान
Climate in India

४.१ प्रास्ताविक (Introduction)

कोणत्याही प्रदेशाचे भौगोलिक स्थान व प्राकृतिक रचना यांचे प्रदेशातील हवामानावर स्वामित्व असते. भारत हा विस्तृत उपखंडीय भाग आहे. हिंदी महासागराच्या माथ्याशी असणारे आशिया खंडातील विस्तृत उपखंडीय स्थान व विस्तार, उत्तरेकडील विशाल हिमालयीन उंच पर्वतरांगा, दक्षिणेच्या अर्ध्या उपखंडात समुद्राने वेढलेले दख्खनचे पठार आणि उष्ण कटीबंधीय स्थान या घटकांबरोबरच भूपृष्ठ उठाव आणि मोसमी वारे या सर्व घटकांचा एकत्रित परिणाम भारतीय हवामानावर झालेला दिसून येतो.

भारताचा दक्षिणोत्तर विस्तार जास्त असल्यामुळे भारताच्या हवामानात विविधता आढळते. उत्तरेकडील भूभाग उबदार विभाग तर जम्मू व काश्मीर आणि हिमाचल प्रदेश या भागांत हवामान समशितोष्ण प्रकारचे आढळते. मध्य आशियात निर्माण होणारे वारे हिमालयाच्या उंच रांगांमुळे भारतात पोहचत नाहीत. त्यामुळे भारताचे हवामान उष्ण आहे. बऱ्याच मोठ्या प्रमाणात समुद्र सान्निध्य लाभल्याने किनारपट्टीच्या प्रदेशात हवामान सम असते.

भारतातील तापमान, वायुभार, आर्द्रता, पर्जन्य, वारे या हवामानाच्या अंगामध्ये मोठ्या प्रमाणात विविधता आढळते. जगातील सर्व हवामान प्रकाराची झलक भारताच्या विविध भागांत अनुभवायला मिळते. या सर्व विविधतेतील एकता म्हणजे भारतातील हवामान उष्ण व दमट आहे; परंतु विशिष्ट ऋतूत वाहणाऱ्या सागरी वाऱ्यांपासून भारतीय उपखंडात बऱ्यास वेळा पाऊस पडतो म्हणून भारतीय हवामान उष्ण व मोसमी प्रकारचे आहे असे म्हणतात.

मान्सून (Monsoon) ही संज्ञा मुळात अरब भाषेतील मौसमी आणि मलायी भाषेतील 'मौन्सीन' या शब्दांचे रूपांतरण आहे. सामान्यत: या शब्दाचा अर्थ ऋतू. विशिष्ट ऋतूत सागरी भागावरून जमिनीच्या भागावर वाहणारे बाष्पयुक्त वारे म्हणजे मोसमी वारे. या वाऱ्यांमुळे पाऊस मिळणाऱ्या प्रदेशाला मोसमी हवामान प्रदेश असे म्हटले गेले आहे.

४.२ भारतीय हवामानाची वैशिष्ट्ये (Characteristics of Indian Climate)

'मान्सून' या एका शब्दाने संपूर्ण भारतीय उपखंडाचे हवामान सूचित केले जाते. भारताचा मोठा विस्तार, स्थानिक उठाव व हवामानावर प्रभाव टाकणाऱ्या इतर घटकांना अनुसरून देशाच्या प्रादेशिक हवामानात फार मोठ्या प्रमाणावर विविधता आढळते. दैनिक तापमान, तापमान कक्षा, वायुभार, आर्द्रता, सरासरी वार्षिक पाऊस, वाऱ्याची दिशा व आकाशाची स्थिती अशा सर्वच घटकांच्या बाबतीत जाणवणारी ही विविधता खालील मुद्द्यांवरून अधिक स्पष्ट होईल.

१. राजस्थानमधील गंगानगर आणि बारमेर येथे जूनमध्ये दिवसाचे तापमान ४८° सेल्सिअस ते ५१° सेल्सिअस असते. तर याच काळात काश्मीरमध्ये गुलमर्ग येथील तापमान ३०° सेल्सिअस असते.

२. हिवाळ्यात काश्मीरमध्ये ग्रास येथे (डिसेंबर महिन्यात) रात्रीचे किमान तापमान गोठण बिंदूखाली –४५° सेल्सिअस असते. त्याच काळात दक्षिण भारतात तिरुअंनतपुरम् येथे किमान तापमान २२° सेल्सिअस असते.

३. पूर्व भारतात चेरापुंजी परिसरात वार्षिक पर्जन्य १२०० सें.मी. तर पश्चिमेकडे राजस्थानात १२ सें.मी. पेक्षा कमी आहे. पूर्वेकडील प्रदेशात पडणारा एक दिवसाचा पर्जन्य व पश्चिमेकडील राजस्थानामधील दहा वर्षांचा पर्जन्य सारखाच असतो.

४. जुलै महिन्यात भारताच्या दक्षिण टोकापाशी असलेल्या कन्याकुमारी येथे वायुभार १,०१२ मिलिबार असतो. त्याच काळात राजस्थानच्या वायव्य भागात जैसलमेर, बिकानेर व गंगानगर इ. ठिकाणी वायुभार ९९६ मिलिबार असतो.

५. भारताच्या दक्षिण व वायव्य भागांत मान्सूनच्या आगमन व निर्गमन तारखांमध्ये मोठी तफावत असते. दक्षिण भारतात तिरुअनंतपुरम् येथे ३१ मे रोजी मान्सूनचे आगमन होते. भारताच्या वायव्य भागातील गंगानगर येथे १५ जुलै नंतर मान्सूनचे आगमन होते.

६. राजस्थानच्या पश्चिम व वायव्य भागांतील जैसलमेर व गंगानगर येथे मान्सूनचे निर्गमन १ सप्टेंबरला सुरू होते; तर तिरुअनंतपुरम येथे मान्सूनच्या निर्गमनाची तारीख १ डिसेंबर आहे.

७. जुलै महिन्यात ब्रह्मपुत्रा महापुरामुळे हाहा:कार उडालेला असतो. तेव्हा उत्तर गुजरात व राजस्थानमध्ये कडक ऊन व कोरडे हवामान असते.

८. समुद्र किनाऱ्याजवळील प्रदेशात आर्द्रतेचे प्रमाण जास्त तर अंतर्गत भागात हे प्रमाण अतिशय कमी असते.

९. भारतात ठराविक कालावधीत पर्जन्य पडतो त्यामुळे पावसाळा हा वेगळा ऋतू मानला जातो.

१०. भारत खंडप्राय देश असल्यामुळे येथे विविध प्रकारचे हवामान प्रकार आढळतात. उदा., अंदमान, निकोबार बेटांमध्ये विषववृत्तीय प्रकारचे, जम्मू-काश्मीरमध्ये समशीतोष्ण प्रकारचे तर राजस्थानमध्ये उष्ण व कोरडे वाळवंटी प्रकारचे हवामान आढळते.

११. भारताच्या मध्यातून कर्कवृत्त जाते. कर्कवृत्ताच्या दक्षिणेकडे हवामान उष्ण तर उत्तरेकडे हवामान उबदार व विषम स्वरूपाचे असते.

१२. भारताच्या उत्तरेला हिवाळ्यात भरपूर म्हणजे पाणी गोठण्याइतकी थंडी असते तर दक्षिण भारतात कधीही पाणी गोठत नाही.

४.३ भारतीय हवामानावर परिणाम करणारे घटक (Cliamate Controlling Factors)

भारतीय हवामान स्थितीत प्रादेशिक भिन्नता आढळते. उत्तर भारतातील हवामान स्थिती दक्षिण भारतातील हवामान स्थिती पेक्षा वेगळी आहे. वायुभार, वारे, पर्जन्य, वायुराशी इ. हवामान घटकांची तीव्रता भिन्न भिन्न असते. त्यांचे वितरण ही असमान असते. पर्जन्य, तापमान, आर्द्रता अशा सर्वत्रच बाबतींत तफावत आढळते. थोडक्यात, प्रादेशिक भिन्नतेनुसार हवामानातही फरक आढळतो.

भारतीय उपखंडातील हवामान उष्ण कटीबंधीय मोसमी प्रकारचे म्हणून ओळखले जाते. तापमान, पर्जन्य व वारे यांच्या वितरणावर प्रादेशिक व ऋतुनुसार वैशिष्ट्यपूर्ण बदल होतात. भारतीय हवामानावर पुढील घटकांचा प्रभाव पडतो.

१. **उष्ण कटीबंधीय स्थान –** भारताचा अक्षवृत्तीय विस्तार ८.४ अंश ते ३७.६ अंश उत्तर अक्षांश असा झाला आहे. त्यांपैकी भारतीय भूमीतील खूपच थोडा भाग ३२ अंश अत्तर अक्षांशाच्या उत्तरेस आहे. कर्कवृत्त भारताच्या मध्यातून गेले आहे. त्यामुळे भारताचा खूप मोठा भाग उष्णकटीबंधात किंवा उपउष्ण कटीबंधात येतो. भारताच्या दक्षिण भागाजवळून विषुववृत्त जाते. त्याचा परिणाम म्हणून उत्तरेकडील पर्वतीय प्रदेश वगळता देशातील बहुतेक भागांत तापमान उच्च असते. भारताच्या उत्तर सीमेवर अतिउंच अशा हिमालय पर्वत रांगामुळे सैबेरियाच्या थंड प्रदेशाकडून दक्षिणेकडे वहाणारी थंड हवा अडविली जाते. त्यामुळेही भारताच्या बहुतेक भागांतील तापमान जास्त राहण्यास मदत झाली.

२. **भूरचनेचा प्रभाव –** उत्तर सीमेवर असलेली काराकोरम व हिमालय इ. पर्वत श्रेणीची उच्चशृंखला भारतीय उपखंडाला मध्य व उत्तर आशियापासून वेगळे करते. त्यामुळे हिवाळ्यात उत्तर ध्रुवीय प्रदेशातून येणारे शुष्क व थंड वारे अडतात. या पर्वतरांगा मुख्यतः पूर्व–पश्चिम दिशेने पसरलेल्या असल्यामुळे ध्रुवीय वाऱ्यांना त्या अडवतात. याच अक्षवृत्तावर असलेल्या जगाच्या इतर प्रदेशांतील तापमान गोठणबिंदूच्या खाली जाते. कारण त्या ठिकाणी ध्रुवीय प्रदेशातून येणाऱ्या वाऱ्यांना प्रतिरोध होत नाही. द्विपकल्पीय भारतात तर हिंदी महासागराचा प्रभाव पडण्यामुळे येथील हिवाळे तुलनेने अधिक उबदार असतात. तसेच हिंदी महासागरावरून उन्हाळ्याच्या उत्तरार्धात वाहत येणारे बाष्पयुक्त वारेही हिमालयाच्या अवरोधामुळे अडतात. त्यामुळे भारतीय उपखंडात जून ते सप्टेंबर या काळात वार्षिक सरासरी पर्जन्याच्या ८०% पाऊस पडतो.

भूरचनेचा प्रभाव पावसाच्या वितरणावरही पडलेला दिसून येतो. अरबी समुद्रावरून येणारे वारे किनाऱ्याला समांतर असणाऱ्या पश्चिम घाटाला अडतात व त्यामुळे पश्चिम किनारपट्टीत भरपूर पाऊस पडतो. तर पश्चिम घाटाच्या पूर्वेकडील पायथ्याशी वर्षा छायेचा प्रदेश निर्माण झाला आहे. तसेच बंगालच्या उपसागरावरून येणारे वारेही ईशान्य कडील डोंगराळ भागात अडतात व तेथे मोठ्या प्रमाणात पाऊस देतात. येथून पुढे मोसमी वाऱ्यांची दिशा नियंत्रित होते. हिमालयात अडल्यामुळे मोसमी वाऱ्याची ही शाखा पश्चिमेला वळून गंगेच्या मैदानात शिरते व त्यांच्यापासून उत्तर भारतात पाऊस पडतो.

३. **आंतर उष्ण कटिबंधीय केंद्रिभवन पट्टा –** उत्तर व दक्षिण गोलार्धातील उष्ण कटिबंधीय वायुराशी ज्या भागात एकत्र येतात. त्या भागास आंतर उष्ण कटिबंधीय केंद्रिभवन पट्टा असे म्हणतात. हा पट्टा उन्हाळ्यात भारताकडे सरकतो. मे महिन्याच्या अखेरीस केरळला पोहचतो, तर जून महिन्याच्या शेवटी गंगेच्या मैदानापर्यंत सरकतो. त्यामुळे विषुववृत्ताच्या दक्षिणेकडून येणारे आर्द्रतायुक्त व्यापारी वारे या केंद्रिभवन

पट्ट्याकडे आकर्षित केले जातात. विषुववृत्त आलोंडण्यानंतर फेरेलच्या नियमाप्रमाणे त्याच्या दिशेत बदल होतो व ते उजवीकडे वळतात. नंतर ते नैऋत्यकडून भारतात वाहतात. जेट प्रवाहाच्या दिशेत व स्थानात सुद्धा ऋतुमानानुसार बदल होत असतात. या सर्व गोष्टींचा एकत्रित परिणाम भारतीय हवामान स्थितीवर होतो.

४. **उर्ध्व वातावरणीय स्थिती –** भारतीय हवामानावर भूपृष्ठीय वातावरणाचा म्हणजे वातावरणाच्या खालच्या थराच्या स्थितीचा जसा परिणाम होतो. त्याचप्रमाणे वातावरणाच्या वरच्या थरातील स्थितीचाही परिणाम होत असतो. भूपृष्ठापासून सुमारे ६ कि.मी. उंचीपलीकडे अतिवेगवान वाऱ्याचे झोत असतात. त्यांना जेट स्ट्रीम असे म्हणतात. हे शोभावरणातच (तपांबर) आढळतात. हिमालयाच्या दक्षिण भागात उर्ध्व वातावरणीय पश्चिमी जेट स्ट्रीम असतो. मे महिन्यात त्याचे निर्गमन होते. हिमालयाच्या उत्तर भागात पूर्वीय जेट स्ट्रीम स्थित होतो. उच्च वातावरणीय वायुझोताच्या स्थित्यंतराचा परिणाम म्हणून आंतरउष्णकटिबंधीय संयोगपट्टा भारतावर सरकतो त्यामुळे नैऋत्यमोसमी वारे भारताकडे खेचले जातात.

५. **सागर सान्निध्य –** भारतीय द्विपकल्पाला आकार त्रिकोणी असून ते दक्षिणेकडे अरूंद झालेले आहे. द्विपकल्पाच्या दक्षिणेस हिंदी महासागर, पश्चिमेस अरबी समुद्र व पूर्वेस बंगालचा उपसागर आहे. या परिणामामुळे भारताच्या विस्तृत भागास समुद्र सान्निध्य लाभले आहे. देशाच्या हवामानावर उष्ण सागरी वायुराशीचा प्रभाव पडतो. हिंदी महासागरावर निर्माण होणारे नैऋत्य मोसमी वारे भारतावरून वाटचाल करतात. त्यामुळे देशाच्या बहुतेक भागांत हवामान सम रहाते.

६. **मोसमी वाऱ्यांचा प्रभाव –** कोणत्याही प्रदेशाच्या हवामानावर प्रचलित वाऱ्याचा प्रभाव पडत असतो. भारत हा देश मोसमी वाऱ्याच्या प्रभाव क्षेत्राखाली आहे. जून ते सप्टेंबर या काळात भारतात नैऋत्य मोसमी वारे सक्रीय असतात. त्यामुळे देशात सर्वत्र पाऊस पडतो. तापमान कमी होणे व हवेतील आर्द्रता वाढते. हिवाळ्यात भारतात ईशान्य मोसमी वाऱ्याचा प्रभाव असतो. हे वारे मात्र कोरडे असतात. या वाऱ्यामुळे भारतात विस्तृत प्रदेशात पाऊस पडत नाही. मात्र बंगालच्या उपसागरावरून येताना ते बाष्पयुक्त बनतात व आंध्र प्रदेश तसेच तमिळनाडू किनाऱ्यावर पाऊस देतात. पश्चिमेकडून येणाऱ्या आवर्त वाऱ्यामुळे थोड्या प्रमाणात पाऊस पडतो. किनारी मैदानामध्ये खारे वारे व मतलई वारे या स्थानिक वाऱ्यांचा प्रभाव दैनंदिन हवेच्या स्थितीवर जाणवतो.

७. **महासागराचा प्रभाव –** दक्षिण आशियाच्या दक्षिण भागात हिंदी महासागराचा मोठा विस्तार झाला आहे. उन्हाळ्यात या महासागरावर जास्त दाबाचा प्रभावी पट्टा निर्माण होतो. व तेथून मोसमी वाऱ्याची उत्पत्ती होते. भारतीय उपखंडात पोहचण्यापूर्वी

हिंदी महासागराच्या मोठ्या विस्तारामुळे ते हजारो मैल प्रवास करतात. त्यामुळे त्याच्यात भरपूर बाष्प सामावलेले असते. असे बाष्पयुक्त वारे जमिनीवर येताच पर्वतरांगांना अडून भरपूर पाऊस देतात. याशिवाय हिवाळ्यात उबदार असणाऱ्या महासागराचा भारतीय उपखंडातील तपमानावर पडणारा प्रभाव महत्त्वाचा आहेच.

वरील विशिष्ट भौगोलिक परिस्थितीमुळे भारतीय उपखंडात मोसमी हवामानाचे विकसित रूप पहायला मिळते. अरवली, विंध्य, सातपुडा, पूर्व घाट व इतर डोंगररांगांमुळे भारताच्या विविध भागांतील स्थानिक तपमान व पर्जन्यमान यांवर परिणाम झालेला आहे. हिमालयातील उंच शिखरांवर हिमवर्षाव होतो. हिमालय, पूर्वाचल, पश्चिमघाट इत्यादी पर्वतरांगा मोसमी वाऱ्याच्या मार्गात अडथळा निर्माण करतात. त्यामुळे पर्वताच्या वातसम्मुख बाजूस जोरदार पाऊस पडतो. तर वातविन्मुख उतारावर पावसाचे प्रमाण कमी राहून वर्षा छायेचे प्रदेशि निर्माण होतात.

मोसमी हवामान जगात इतरत्र आढळत नसल्यामुळे ते आशिया खंडाचे वैशिष्ट्य ठरले आहे. मोसमी आशियातील शेतीचे स्वरूप या हवामानामुळे प्रभावित झाले आहे. त्यामुळेच मोसमी हवामान प्रदेश म्हणजे शेतीचे प्रदेश असे समीकरण तयार झालेले आहे. या मोसमी शेतीवर भारतीय उपखंडातील मानवी जीवन व अर्थव्यवस्था अवलंबून असल्यामुळे मोसमी हवामानाला एक वेगळा अर्थ प्राप्त झालेला आहे. म्हणूनच भारतीय उपखंडाला 'मोसमी हवामानाचा एक वास्तविक प्रदेश' (The Region as a Climate entity) असे म्हणले जाते.

४.४ मोसमी वाऱ्यांची उत्पत्ती व रचना (Monsoon Origin & Mechanism)

मान्सून वारे हे भारतीय हवामानाचे वैशिष्ट्य आहे. 'मान्सून' हा शब्द 'मोसम' या अरेबियन शब्दापासून तयार झाला आहे. अरबी भाषेत मान्सून, म्हणजे ऋतू मौसम (Monsoon) या शब्दाचा शब्दश: अर्थ काढल्यास ऋतू किंवा हंगाम असा होतो. भारताचा पूर्व पश्चिम मोठा विस्तार खंडाच्या दक्षिणेला असलेला सागरीय भाग व खंडाच्या मध्यातून पूर्वपश्चिम पर्वतरांगा यामध्ये असलेल्या प्रदेशात मान्सून वाऱ्यांची निर्मिती होते. बाष्पयुक्त वारे ज्या दिशेकडून वाहतात त्या दिशेचे नाव वाऱ्यांना दिले गेले. त्यावरून मोसमी वाऱ्याचे पुढील दोन प्रकार पडतात.

अ. नैऋत्य मोसमी वारे : भारतीय उपखंडातील जानेवारी व जुलैमधील प्रचलित वाऱ्याची उलटसुलट दिशा असते. भारताच्या मध्यातून कर्कवृत्त गेल्याने उन्हाळ्यात तापमान जास्त असल्याने भारतात हवेच्या कमी दाबाची (भाराची) केंद्रे निर्माण होतात. मे महिन्यात वायव्य भारतात जास्त तापमानामुळे हवेच्या कमी भाराचे केंद्र निर्माण होते. त्यालाच 'आंतर उष्णकटिबंधीय पट्टा' असे म्हणतात. त्याचवेळी दक्षिणेस हिंदी

भारतातील तापमान वितरण (जानेवारी) (नकाशा क्र. ४.१)

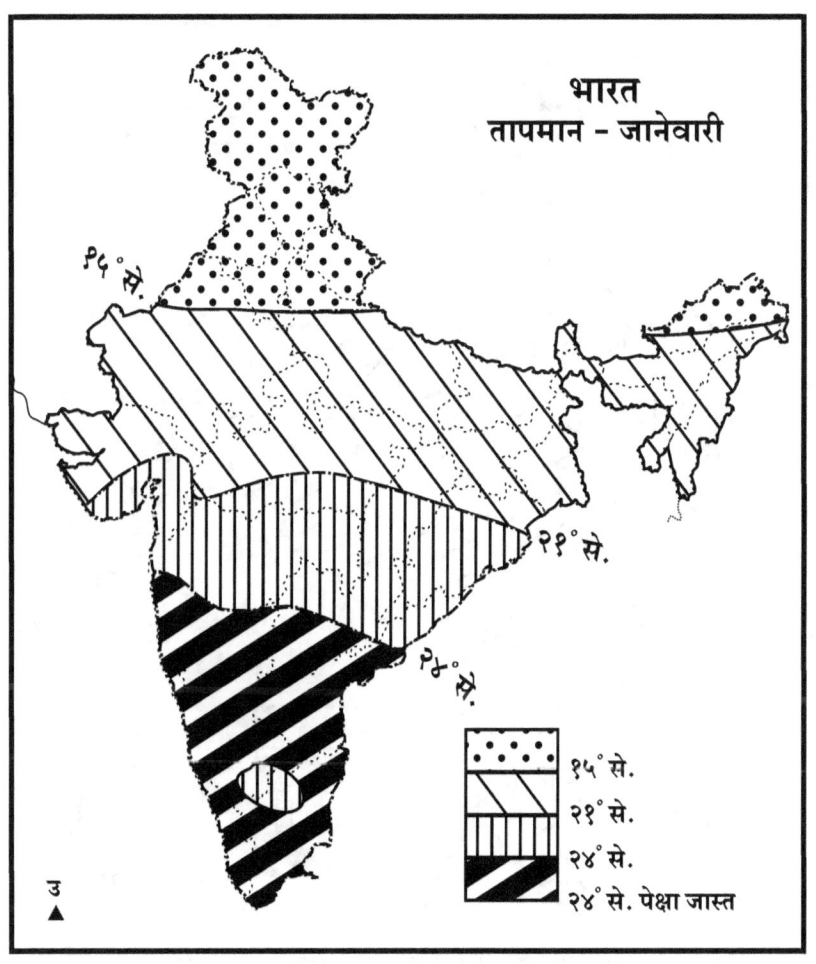

भारत
तापमान – जानेवारी

१५° से.
२१° से.
२४° से.
२४° से. पेक्षा जास्त

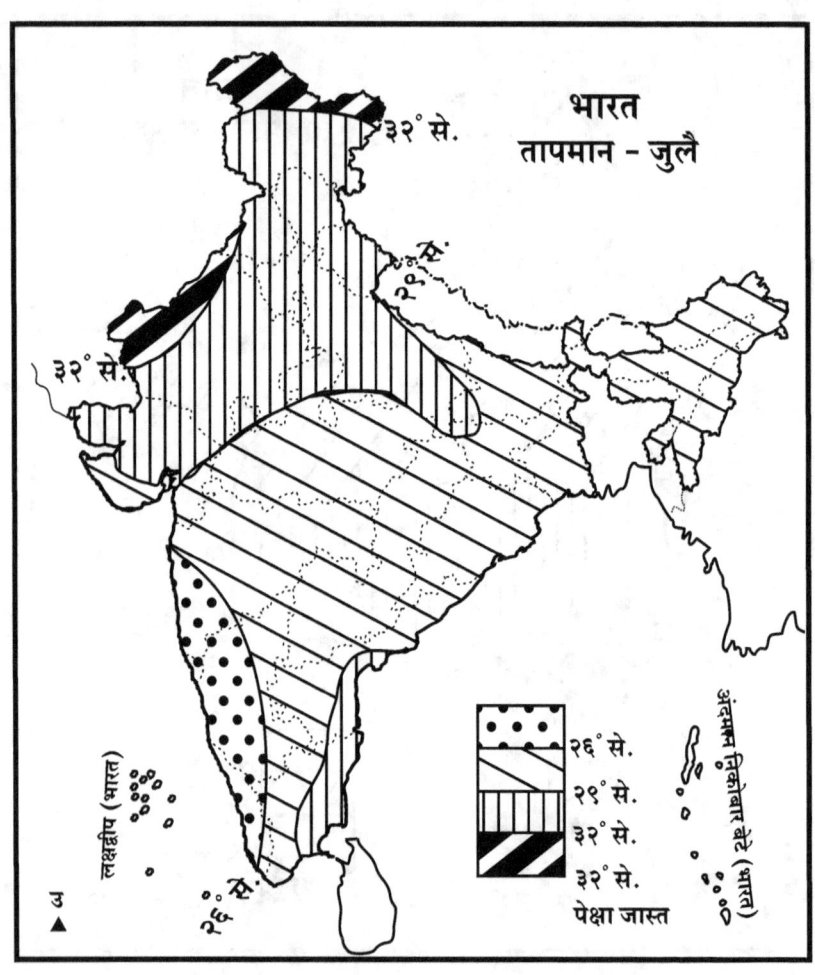

भारतातील तापमान वितरण (जुलै) (नकाशा क्र. ४.२)

भारत
३२° से.
२९° से.
३२° से.
२६° से.
२९° से.
३२° से.
३२° से.
पेक्षा जास्त
लक्षद्वीप (भारत)
अंदमान निकोबार बेटे (भारत)

महासागरावर कमी तापमान असल्याने जास्त दाबाची केंद्रे निर्माण होतात. त्यामुळे हिंदी महासागराकडून भारताच्या वायव्य भागाकडे वारे वाहू लागतात.

भारताच्या वायव्य भागातील कमी वायुदाबामुळे आग्नेय व्यापारी वारे विषुववृत्त ओलांडून उत्तर गोलार्धात येतात. पृथ्वीच्या परिवलनामुळे ते आपल्या उजवीकडे वळतात व त्यामुळे ते नैऋत्येकडून ईशान्यकडे वाहतात. त्यांनाच 'नैऋत्य मोसमी वारे' असे म्हणतात हे बाष्पयुक्त वारे पाऊस देतात.

नैऋत्य मान्सून वारे हिंदी महासागरावरून वाहत असल्यामुळे ते आपल्याबरोबर जास्त बाष्प वाहून आणतात. त्यापासून भारताला पाऊस मिळतो. नैर्ऋत्य मान्सून वारे भारतात दोन मार्गांनी प्रवेश करतात. अरबी समुद्रावरून येणारे मान्सून वारे भारताच्या पश्चिम किनाऱ्यावरून येतात व उत्तरेकडे आणि पूर्वेकडे वाहत जातात. बंगालच्या उपसागरावरील मान्सून वाऱ्यांच्या पूर्व–पश्चिम विस्तारामुळे पश्चिम बंगालवरून पंजाबकडे जाते. दुसरी शाखा पतकोईच्या दक्षिणोत्तर विस्तारामुळे मेघालय, आसाम व अरुणाचल प्रदेशाकडे वाहते. भारतातील एकूण पर्जन्यांपैकी ८०% पेक्षाही अधिक पर्जन्य नैऋत्य मोसमी वाऱ्यांपासून मिळतो.

जून ते सप्टेंबर हा भारतातील सर्वाधिक पावसाळा असण्याचा कालावधी असला तरी ही देशाच्या सर्व भागात पावसाचे आगमन एकाच वेळी होत नसून वेगवेगळ्या वेळी होते. प्राकृतिक रचना, सागरापासूनचे अंतर तसेच वायूभाराची रचना या घटकांचा पावसाच्या आगमनावर व वितरणावर परिणाम होत असतो. पुढील सारणीत भारतातील नैऋत्य मान्सूनच्या भारतातील विविध प्रदेशांतील आगमनाच्या तारखा दिलेल्या आहेत.

नैऋत्य मोसमी पावसाचे आगमन

१. १ जून – त्रिवेंद्रम, चेन्नई, आगरतळा
२. ५ जून – मंगळूर, नेल्लोर, कोलकाता
३. ७ जून – गोवा, हैद्राबाद, मछिलीपट्टणम
४. १० जून – मुंबई, भुवनेश्वर, पाटणा
५. १५ जून – अहमदाबाद, भोपाल, अलाहाबाद
६. १ जुलै – कच्छ, जयपूर, चंदिगढ
७. १५ जुलै – जयसलमेर, बिकानेर, गंगानगर

नैऋत्य मोसमी वाऱ्याच्या काळात भारतात पर्जन्य वितरणाची प्रमुख वैशिष्ट्ये

१. दक्षिण भारताच्या विस्तृत भागात अरबी समुद्र शाखेमुळे पाऊस पडतो. पश्चिम घाटामुळे वारे अडविले जातात, त्याचे उद्धहरण होते व ते घाट माथ्यावर येतात. त्यामुळे पश्चिम किनारपट्टीवर पावसाचे प्रमाण जास्त राहते. मंगळूरला

३२० से.मी. व मुंबईला १८८ ते ७०० से.मी. पाऊस पडतो. आंबोलीला ७५० से.मी. महाबळेश्वर ६२५ से.मी. तर माथेरानला ५२० से.मी. पाऊस पडतो.

२. घाट माथ्याकडून पूर्वेकडे पावसाचे प्रमाण घटत जाते. पाचगणी येथे १८० से.मी., वाई ६५ से.मी. व आणखी पूर्वेला फलटण येथे ४५ से.मी. पाऊस पडतो.

३. पश्चिम घाटाच्या पूर्वेस भारतीय पठारावर महाराष्ट्र, कर्नाटक व आंध्र प्रदेशाच्या अंतर्गत भागांत पर्जन्य छायेचा अवर्षण ग्रस्त प्रदेश निर्माण झाला आहे.

४. अवर्षण ग्रस्त प्रदेशाच्या पूर्वेस पावसाचे प्रमाण पुन्हा वाढते, नागपूर १२५ से.मी. तंजावर ९० से.मी., हैद्राबाद १०० से.मी., तर गडचिरोलीला १३० से.मी. पाऊस पडतो.

५. उत्तर गुजरात, कच्छ, सौराष्ट्र व पश्चिम राजस्थानात वारे अडविण्यासाठी डोंगररांग नाहीत त्यामुळे पावसाचे प्रमाण कमी आहे. राजस्थानात अरवलीची रांग नैऋत्य मोसमी वाऱ्यांना समांतर आहे. तिचा उपयोग वारे अडविण्यासाठी होत नाही. हेच वारे पश्चिम हिमालयाच्या भागात जास्त पाऊस देतात.

६. दक्षिण बिहार व पश्चिम बंगालमध्ये अरबी समुद्र शाखेला बंगालच्या उपसागरावरील शाखा येऊन मिळते. बंगालच्या उपसागरीय शाखा गारो, खांसी, जॅनिया टेकड्यांच्या प्रदेशांत प्रवेश करतात. व तेथे भरपूर पाऊस देतात. चेरापुंजी येते ११०० से.मी. आणि मौसमीनराम येथे ११५० से.मी. म्हणजे सर्वांत जास्त पाऊनस पडतो. ही दोन्ही ठिकाणे मेघालय राज्यात खासी टेकड्याच्या दक्षिण उतारावर आहेत. त्याच टेकड्याच्या पर्जन्य छायेच्या बाजूस शिलाँग येथे १०० से.मी. व गुवाहाटी येथे १०० से.मी. पाऊस पडतो.

७. गंगेच्या मुखातून मोसमी वारे वायव्येला हिमालयाला समांतर दिशेने मार्गक्रमण करतात. वायव्येकडे पावसाचे प्रमाण कमी होत जाते. कोलकत्त्याला १७५ से.मी., पाटणा १३० से.मी., वाराणसी १२८ से.मी., कानपूर १०० से.मी., दिल्ली ७ से.मी., अमृतसर ६४ से.मी., तर श्रीनगरला फक्त २० से.मी. पाऊस पडतो.

ब. ईशान्य मोसमी वारे (North East Monsoon) : उत्तर भारतामध्ये डिसेंबर महिन्यात तापमान झपाट्याने खाली येते. त्यामुळे तेथे जास्त वायुभाराचा प्रदेश निर्माण होतो. परंतु यावेळी हिंदी महासागरावर तापमान वाढल्याने कमी वायुभाराचा प्रदेश तयार होतो. त्यामुळे उत्तर भारताकडून हिंदी महासागराकडे कोरडे वारे वाहू लागतात. तेव्हा काही प्रमाणात तेथे पाऊस पडतो. साधारणत: ईशान्य मोसमी वाऱ्यांपासून पूर्व किनारपट्टीवरील आंध्र व तमिळनाडू या प्रदेशांना पर्जन्य मिळतो. या वाऱ्यांनाच परतणारे मोसमी वारे असेही म्हणतात.

जानेवारी महिन्यात पंजाबमध्ये सरासरी तापमान १२ अंश सें. तर दक्षिण भारतात २० ते २५ अंश सें. असते. उत्तर भारतात पश्चिमेकडून वादळी वारे वाहतात. त्यामुळे भारताच्या वायव्य भागात काही प्रमाण पाऊस पडतो ही वादळे बंगालच्या उपसागरावरून प्रवास करतात. तेव्हा त्यांच्यातील बाष्पाचे प्रमाण वाढते. त्यामुळे तमिळनाडू व आंध्र प्रदेश किनाऱ्यावर दक्षिण व पूर्व भागात पाऊस पडतो. या काळात जेट प्रवाह भूपृष्ठाकडे पोहचतात. त्यामुळे तापमान कमी होऊन हिवाळ्यात हिमवर्षाव होतो. तसेच काही वेळा मध्य व उत्तर भारतात थंडीची लाट पसरते. कमी तापमानामुळे उत्तर भारतात जास्त दाबाचा प्रदेश निर्माण होतो. तुलनेने दक्षिणेकडे वायुभाराचे प्रमाण कमी असते. भूपृष्ठावरील जास्त दाबाच्या प्रदेशाकडून हिंदी महासागरातील कमी वायुभाराकडे वारे वाहू लागतात. ते वारे ईशान्येकडून नैऋत्यकडे वाहतात. त्यांना ईशान्य मोसमी वारे म्हणतात. ते मंद गतीने समुद्राकडे वाहतात. ते थंड व कोरडे असतात. बंगालच्या उपसागरावरून वाहताना ते बाष्पयुक्त बनतात पुढे आंध्र व तमिळनाडू किनाऱ्यावर ते हिवाळ्यात पाऊस देतात.

४.१ भारतातील ऋतू (Seasons in India)

जगातील इतर अनेक देशांत उन्हाळा व हिवाळा असे दोनच ऋतू असतात. पावसाळा हा स्वतंत्र ऋतू केवळ मोसमी हवामान विभागातच आढळतो. भारतामध्ये उन्हाळा, पावसाळा व हिवाळा या तीन ऋतूंबरोबरच माघारी मान्सून हा मान्सूनच्या निर्गमनाचा आणखी एक ऋतू मानला जातो. अशा प्रकारे भारतामध्ये वर्षाची विभागणी एकूण चार ऋतूंमध्ये केली जाते.

अ. उन्हाळा ऋतू (मार्च ते मे) : २२ मार्चनंतर सुर्याचे भासमान भ्रमण उत्तर गोलार्धात सुरू होते म्हणजे उत्तरायणास सुरुवात होते. भारतीय द्विपकल्पात सूर्याची किरणे लंबरूप पडू लागतात. त्यामुळे भूपृष्ठ अधिक तापू लागते. याउलट स्थिती दक्षिण गोलार्धात असते. तापमान कमी असल्याने वायुभार जास्त असतो व हवा कोरडी असते. भारतीय द्विपकल्पाच्या दक्षिणेकडील भागात तापमान ३०° सें. असते. याचवेळी ते गुजरात, मध्य प्रदेशात ३८° ते ४३° से. पर्यंत जाते. मे महिन्यात उत्तर भारतातील अनेक राज्यांत ते ४७° ते ४८° सें. पर्यंत जाते. वाळवंटी प्रदेशांत यावेळी तापमान ४९° ते ५१° सें. इतके असते. या काळात वायव्य सरहद्द भागात हवेच्या कमी भाराचे केंद्र निर्माण होते. उत्तर भारतातील बऱ्याच मोठ्या क्षेत्रात या काळात उष्ण वारे वाहतात. या वाऱ्यांना 'लू' असे म्हणतात. काही वेळा या भागात धुळीची वादळे निर्माण होतात.

तापमान वाढल्याने वायुभार कमी होतो. राजस्थान, पंजाब, हरियाणा व उत्तर प्रदेशात वायुभार साधारणपणे १००० मिलीबार पेक्षा कमी राहतो. यावेळी दक्षिणेकडील सागरी भागावर हवेचा भार १०१० मिलीबार पेक्षा अधिक असतो. पश्चिम बंगाल,

ओडिशा या राज्यांच्या भागात बंगालच्या उपसागरावरून उबदार बाष्पयुक्त वारे वाहत येतात. तर वायव्येकडून उष्ण कोरडे वारे वाहत येतात. दोन्ही वाऱ्यांच्या आघाडी दरम्यान गडगडाटी वादळांची निर्मिती होते. त्यांना 'नॉर्वेस्टर' असे म्हणतात. ही वादळे वैशाख महिन्यात येत असल्यामुळे पश्चिम बंगालमध्ये त्यांना 'कालबैसाखी' असे म्हणतात. ताशी १०० कि.मी.च्या वेगाने हे वादळी वारे वाहतात. याच काळात बंगालच्या उपसागरावर व अरबी समुद्रावर बऱ्याच वेळा चक्रीवादळे येतात. कधीकधी या चक्रीवादळाबरोबर पाऊसही पडतो.

वैशिष्ट्ये

१.   सूर्याची लंबरूप किरणे पडतात.

२.   तापमान जास्त व तापमान कक्षा कमी असते.

३.   वायुभार कमी असून सागरी भागाकडून वारे जमिनीकडे वाहतात.

४.   पर्जन्य व आर्द्रता कमी असते

५.   हवेची सर्वसामान्य स्थिती अशांत स्वरूपाची असते.

ब.   नैऋत्य मान्सून – पावसाळा ऋतू (जून ते सप्टेंबर) : उन्हाळ्यात भारतीय उपखंडात हळूहळू उष्णतेचे प्रमाण वाढत जाते. मे महिन्याच्या शेवटच्या आठवड्यात तर ते सर्वाधिक होते. वायव्य भारतात हिच स्थिती जुलैच्या शेवटपर्यंत राहते. नैऋत्य मान्सून काळात भारतात सर्व भागांत नैऋत्य मोसमी वाऱ्यामुळे पाऊस पडतो. जास्त उष्णतेमुळे वायव्य भागात हवेच्या कमी दाबाचे तीव्र स्वरूपाचे केंद्र निर्माण झालेले असते. या उलट स्थिती हिंदी महासागरावर असते. या काळात आंतर उष्ण कटिबंधीय पट्टा भारतावर येतो. त्यामुळे वायुराशीच्या सम्मीलनाने किंवा एकत्र येण्याने जोराने वारे वाहू लागतात व पाऊस पडतो. या वाऱ्यांमुळे पावसाचे प्रमाण सर्वत्र सारखे नसते. अरबीसमुद्रावरून येणारे नैऋत्य मोसमी वारे सह्याद्री पर्वतरांगांना अडवली जातात. त्यामुळे पश्चिम किनारपट्टीवर म्हणजे कोकणात भरपूर पाऊस पडतो. परंतु सह्याद्रीच्या पूर्व भागात कमी किंवा अत्यल्प पाऊस पडतो. त्यामुळे तेथे वर्षाछायेचा प्रदेश निर्माण होतो. बंगालच्या उपसागरावरून येणारे मोसमी वारे पूर्वेकडील व उत्तरेकडील पर्वतांनी अडविले जातात. व त्यामुळे ते उत्तरेकडे आणि वायव्येकडे वळतात. नैऋत्य मान्सून काळात बंगालच्या उपसागरात व अरबी समुद्रात तीव्र गतीची वादळे निर्माण होतात.

भारतातील वायव्य भागातील कमी वायुभारामुळे आग्नेय व्यापारी वारे विषुववृत्त ओलांडून उत्तर गोलार्धात येतात. पृथ्वीच्या परिवलनामुळे ते आपल्या उजवीकडे वळतात व त्यामुळेच ते नैऋत्यकडून ईशान्यकडे वाहतात. त्यांनाच नैऋत्य मोसमी वारे म्हणतात.

नैऋत्य मोसमी वारे हिंदी महासागरावरून वाहत असल्याने ते आपल्याबरोबर

भारतातील वायुभार वितरण व नैऋत्य मोसमी वारे (नकाशा क्र. ४.३)

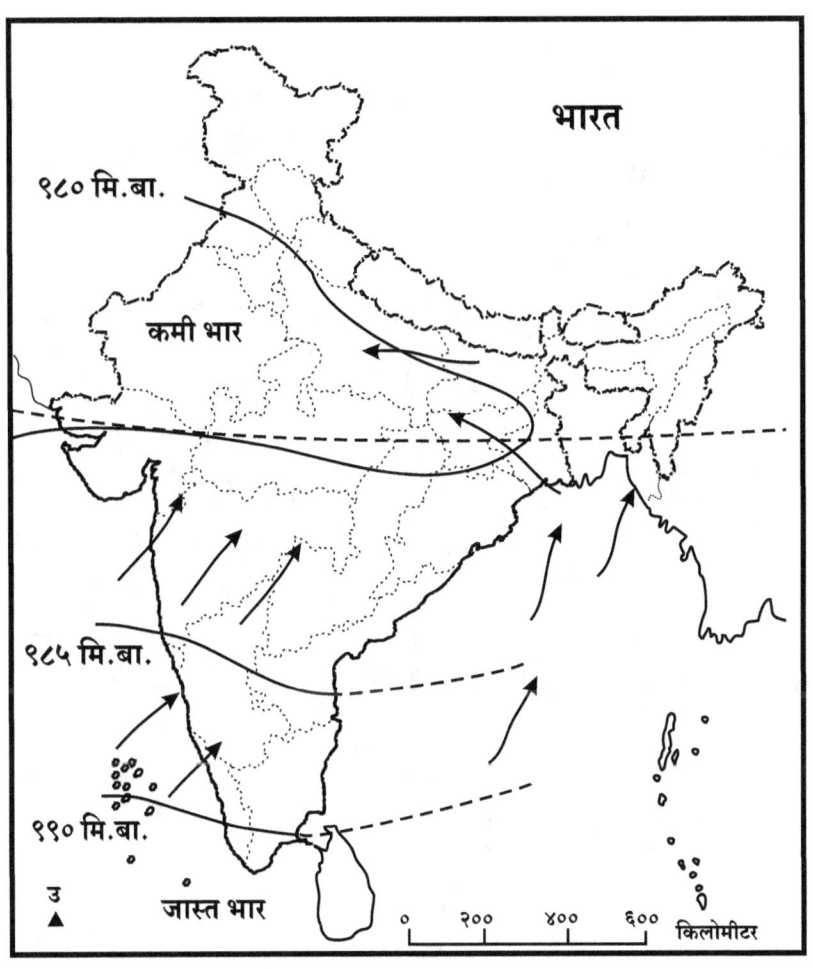

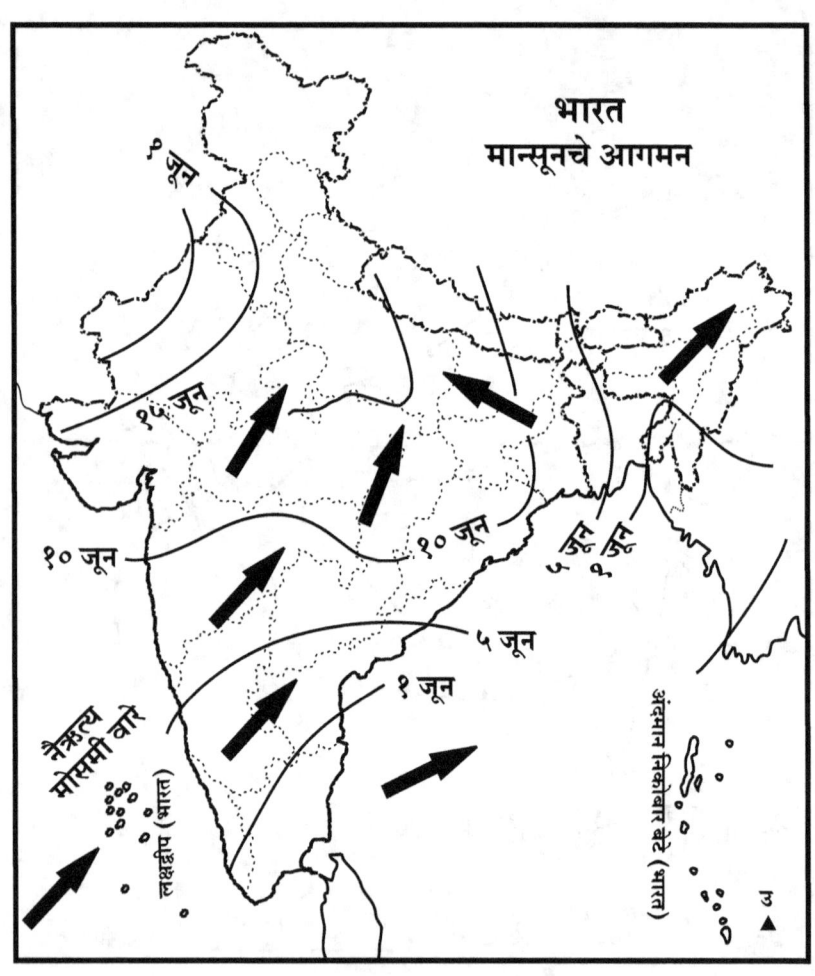

बाष्पयुक्त आणतात. त्यापासून भारतीय उपखंडास पाऊस मिळतो. अरबी समुद्र व बंगालचा उपसागर अशा दोन मार्गांनी हे वारे भारतात प्रवेश करतात. बंगालच्या उपसागरावरून येणारी शाखा दोन भागांत विभागून एक पंजाबकडे जाते; तर पतकोई राखीनेयोमाच्या दक्षिणोत्तर विस्तारामुळे दुसरी शाखा मेघालय, आसाम व अरुणाचल प्रदेशाकडे वाहते. अरबी समुद्रावरून येणारे मोसमी वारे भारताच्या पश्चिम किनाऱ्यावरून येतात व उत्तरेकडे आणि पूर्वेकडे वाहतात. भारतातील एकूण पर्जन्यापैकी ८० टक्क्यांपेक्षाही जास्त पर्जन्य नैऋत्य मोसमी वाऱ्यापासून मिळतो.

वैशिष्ट्ये

१. सूर्याची लंबरूप किरणे पडतात.

२. नैर्ऋत्य मोसमी वाऱ्यांची निर्मिती होते.

३. तापमान जास्त व तापमान कक्षा कमी असते.

४. वायुभार कमी सागरी भागाकडून बाष्पयुक्त वारे वाहतात.

५. पर्जन्य व आर्द्रता जास्त असते.

क. नैऋत्य मोसमी वाऱ्यांचे निर्गमन : पावसाळा व हिवाळा या दरम्यानचा संक्रमण काळ (ऑक्टोबर व नोव्हेंबर).

साधारणपणे सप्टेंबरच्या शेवटी पावसाचा जोर कमी होतो. पावसाळा व हिवाळा यांचे दरम्यानचा हा संक्रमण काळ असतो. मोसमी वाऱ्याचा जोर कमी होऊन थंडी वाढते. ऑक्टोबरमध्ये हवेचा दमटपणा कमी होऊन तापमान वाढते. शरद संपातानंतर तापमान कमी कमी होऊ लागते. व भूभागावर हवेचा दाब वाढू लागतो. आणि सागरावर हवेचा दाब कमी होतो. आंतर उष्ण कटिबंधीय केंद्रिभवन पट्टा दक्षिणेकडे सरकतो. बंगालच्या उपसागरावर आवर्ताची निर्मिती होते. प्रचलित वाऱ्याच्या दिशेने आवर्तांचे स्थानांतर होऊन पूर्व किनाऱ्यावर अनेकवेळा वादळे निर्माण होतात व त्यामुळे भरपूर पाऊस पडतो. खंडांतर्गत भागात विशेषतः आरोह प्रकारचा पाऊस पडतो. नोव्हेंबरच्या अखेरीस उत्तर भारतात तापमान १६° ते २०° से. पर्यंत खाली जाते आणि दक्षिण भारतात तापमान २०° ते २५° सें. पर्यंत असते. नैऋत्य मान्सून वारे माघारी अल्यानंतर भारतात सूर्यप्रकल्पाची तीव्रता जाणवू लागते. ऑक्टोबर महिन्यात तापमान वाढते. हवेतील कोरडेपणामुळे त्याची तीव्रता अधिक जाणवते त्यानंतर हिवाळा ऋतू सुरू होतो. म्हणूनच या काळास 'संक्रमणाचा काळ' असे म्हणतात.

वैशिष्ट्ये

१. सूर्य किरणे तिरपी पडल्यास सुरुवात होते.

२. तापमान कमी झालेले असते.

३. वायुभार तुलनेने जास्त व खंडीय भागाकडून वारे वाहू लागतात.

४. मोसमी पावसाचे निर्गमन.

ड. हिवाळा ऋतू (डिसेंबर ते फेब्रुवारी) : भारतात बहुतेक भागात या काळात तापमान कमी असते. सापेक्ष आर्द्रताही कमी झालेली असते. आकाश निरभ्र असते. पावसाचा अभाव असतो. जानेवारी मध्ये पंजाबमध्ये सरासरी तापमान १२° सें. तर दक्षिण भारतात २०° ते २५° सें. च्या दरम्यान तापमान असते. उत्तर भारतात पश्चिमेकडून वादळी वारे वाहतात. त्यामुळे भारताच्या वायव्य भागात थोड्या प्रमाणावर पाऊस पडतो. ही वादळे बंगालच्या उपसागरावरून प्रवास करतात. त्यामुळे त्यांच्यातील बाष्पाचे प्रमाण वाढते आणि दक्षिण व पूर्व भागात पाऊस पडतो. जेट प्रवाह या काळात भूपृष्ठावर पोहचतात. त्यामुळेही तापमान कमी होऊन उत्तर भारतात बऱ्याच ठिकाणी हिमवर्षाव होतो. तसेच मध्य व उत्तर भारतात थंडीची लाट पसरते. उत्तर भारतात जास्त वायुभार प्रदेश निर्माण होतात. दक्षिणेकडे वायुभार कमी होत जातो. भूपृष्ठावरील जास्त वायुभाराच्या प्रदेशाकडून हिंदी महासागरावरील कमी वायुभाराच्या प्रदेशाकडे वारे वाहू लागतात. हे वारे आपल्या उजवीकडे वळतात व ईशान्यकडून नैऋत्यकडे वाहू लागतात. त्यांना ईशान्य मोसमी वारे म्हणतात. हे वारे मंद गतीने समुद्राकडे वाहतात. हे वारे थंड व कोरडे असतात. बंगालच्या उपसागरावरून वाहताना ते बाष्पयुक्त बनतात. पुढे आंध्र प्रदेश व तमिळनाडूच्या पूर्व किनाऱ्यावर ते हिवाळ्यात पाऊस देतात.

वैशिष्ट्ये

१. सूर्यकिरणे तिरपी पडतात.

२. तापमान कमी व तपमान कक्षा जास्त असते.

३. वायुभार जास्त व हवा शांत.

४. पर्जन्य व सापेक्ष आर्द्रता कमी असते.

भारतातील हवामानाचे प्रदेश (Climatic Regions in India)

वेगवेगळ्या हवामान शास्त्रज्ञांनी भारताच्या हवामानाचे वर्गीकरण केले आहे. भारताच्या हवामान विभागाचा अभ्यास प्रा. केड्रयू. डॉ. स्टॅम्प, थॉर्नवेट आणि डॉ. त्रिवार्था यांनी केलेला आहे. डॉ. त्रिवार्था यांनी भारतीय हवामानाचा चिकित्सक अभ्यास करून भारताचे हवामान विभाग सांगितले आहेत.

डॉ. त्रिवार्था यांनी कोपेनच्या हवामान विभागाच्या वर्गीकरणामध्ये सुधारणा करून हवामान प्रदेश सांगितले आहेत. त्रिवार्था यांचे वर्गीकरण तापमान व वनस्पती प्रकार यांवर आधारित असून यासह भारतातील भौगोलिक प्रदेशही त्यांनी विचारात घेतले आहे. डॉ. त्रिवार्था यांनी भारतीय भूभागाचे प्रमुख चार हवामान विभाग सांगितले

आहेत व त्यानंतर सात उप हवामान विभाग सांगितले आहे.

१. उष्ण कटिबंधीय हवामान विभाग – A

२. समशीतोष्ण हवामान विभाग – B

३. दमट समशीतोष्ण हवामान विभाग – C

४. पर्वतीय हवामान विभाग – H

उपप्रकार

१. उष्ण कटिबंधीय जास्त पर्जन्य हवामान विभाग (AM Type) : या प्रकारचे हवामान कर्नाटक, केरळ, महाराष्ट्र या राज्यांचा पश्चिम किनारपट्टीचा भाग, मेघालय, पश्चिम त्रिपुरा, नागालँड इ. प्रदेशांत आढळते. येथील तापमान वर्षभर जास्त असते. हिवाळ्यातील म्हणजेच डिसेंबरमध्येही रात्रीचे तापमान १८° सेल्सिअस पेक्षा अधिक असते. एप्रिल / मे महिने अतिशय उष्ण असतात. जुलै व ऑगस्टमध्ये जास्त पर्जन्यामुळे तपमान कमी असते. येथे सरासरी २५० सें.मी.पेक्षा अधिक पर्जन्य पडतो. मेघालय, पश्चिम त्रिपुरा, नागालँड या भागांत जास्त पाऊस पडतो. डिसेंबर ते मार्च महिन्यांत हवा कोरडी असून या हवामान प्रदेशात भारतात सदाहरित प्रकारची जंगले आढळतात.

२. उष्ण कटिबंधीय सॅव्हाना हवामान विभाग (AW type) : या प्रकारचे हवामान दख्खनच्या पठारी प्रदेशाचा पूर्व भाग, ईशान्य गुजरात, मध्य प्रदेशाचा दक्षिण भाग, दक्षिण बिहार, ओडिशा, आंध्र प्रदेशाचा उत्तर भाग, पूर्व महाराष्ट्र, पूर्व तमिळनाडू इ. प्रदेशांमध्ये आढळते. या प्रदेशात दीर्घ काळ कोरडी हवा, सरासरी तापमान १८° सेल्सिअस पेक्षा अधिक तापमान व कमाल तापमान ४६° ते ४८° सेल्सिअस ही या हवामान प्रकाराची वैशिष्ट्ये आहेत. या विभागात वार्षिक सरासरी १०० सें.मी. पाऊस पडतो. परतणाऱ्या मोसमी वाऱ्यापासून (ईशान्य मान्सून वारे) आंध्र प्रदेश व तमिळनाडू या राज्यांत पाऊस पडतो. त्यामुळे या प्रदेशाला 'हिवाळी पावसाचा प्रदेश' असे म्हणतात.

३. उष्ण कटिबंधीय स्टेपी हवामान विभाग (BS Type) : या विभागात पश्चिम घाटाचा पर्जन्य छायेचा प्रदेश कर्नाटकाचा पूर्व भाग, मध्य तमिळनाडू, आंध्र प्रदेशाचा पश्चिम भाग, इ. प्रदेशांमध्ये या प्रकराचे हवामान आढळते. एप्रिल व मे महिन्यात उन्हाळा अतिशय कडक असतो. वार्षिक सरासरी तापमान २७° सेल्सिअस असते. हिवाळ्यात तापमान २३° सेल्सिअस असते. या विभागात वार्षिक सरासरी पर्जन्य ७५ सें.मी. इतका असतो. या विभागात वारंवार दुष्काळ पडतो. विशेषत: नैर्ऋत्य मोसमी वाऱ्यामुळे या हवामान विभागात पाऊस पडतो.

४. **समशीतोष्ण स्टेपी हवामान विभाग (BSH Type) :** भारताच्या या हवामान प्रदेशात पंजाब प्रांताचा नैर्ऋत्य भाग, राजस्थानचा पश्चिम भाग, सौराष्ट्र, उत्तर गुजरात इ. ठिकाणी या प्रकारचे हवामान आढळते. या विभागाचे वार्षिक सरासरी तापमान २७° सेल्सिअस असते. उन्हाळ्यात जास्तीत जास्त ४८°सेल्सिअस तापमान एखाद्या ठिकाणी आढळते. या विभागात वार्षिक सरासरी पर्जन्य ५० ते ७५ से.मी. इतका पडतो.

५. **उष्ण कटिबंधीय व कोरड्या हवामानाचा विभाग (BUKH Type) :** भारताच्या या हवामान प्रदेशात राजस्थानच्या थरच्या वाळवंटाचा, पश्चिम भाग, कच्छचा उत्तर व पश्चिम भाग यांचा समावेश होतो. उन्हाळ्याचे तापमान ४८°C पेक्षा जास्त असते तर हिवाळ्यात तापमान १२° सेल्सिअस खाली जाते. मे आणि जून मात्र अतिशय उष्ण असतात. वार्षिक सरासरी पर्जन्य ९३ सें.मी.पर्यंत असतो. कडक हिवाळ्याचा पिकांवर विपरीत परिणाम होतो.

६. **समशीतोष्ण दमट हवामान विभाग (CAW Type) :** या हवामान प्रकारात हिमालय पर्वताच्या पायथ्याचा प्रदेश, पंजाब–हरियाणा मैदान, पूर्व राजस्थान, उत्तर प्रदेश, बिहारमधील मैदान, पश्चिम बंगालचा उत्तर भाग, आसाम, अरुणाचल प्रदेशचा काही भाग यांचा समावेश होतो. उन्हाळ्यात जास्तीत जास्त तापमान ४३° ते ४८° सेल्सिअस पर्यंत वाढते. वार्षिक सरासरी पर्जन्य ६२५ सें.मी. इतके असतो; परंतु पूर्व भागात वार्षिक सरासरी पर्जन्य २५० सें.मी. पर्यंत आढळते. या भागात हिवाळा कोरडा असतो. मोसमी वाऱ्याच्या कालावधीमध्ये पाऊस पडतो. त्याचप्रमाणे आसाम व हिमाचल प्रदेशात उन्हाळ्यातही पाऊस पडतो.

७. **पर्वतीय हवामान विभाग / थंड हवामान विभाग (H-Type) :** भारताच्या या हवामान प्रदेशात हिमालय पर्वताचा पूर्व भाग येतो. येथे जूनमध्ये सरासरी तापमान १५° से १७° सेल्सिअस असते. हिवाळ्यात तापमान ८° सेल्सिअस खाली जाते. हिवाळ्यात उंच पर्वतरांगेवरील तापमान गोठणबिंदूच्या खाली जाते. त्यामुळे अशा भागात बर्फवृष्टी होते. पूर्व भागात २५० सें. मी. पेक्षा जास्त पाऊस पडतो. पश्चिम भागात मात्र पर्जन्याचे प्रमाण कमी कमी होताना आढळते.

अशा प्रकारे भारताचे वरील सात हवामान प्रदेश वैशिष्ट्यपूर्ण मानले जातात.

५ मृदा आणि नैसर्गिक जंगले
Soils and Natural Vegetation

५.१ प्रस्तावना (Introduction)

मृदा ही जीवसृष्टीतील सर्वांत महत्त्वाचा घटक आहे. मृदेशिवाय जीवसृष्टीतील कोणत्याच वनस्पतीचा विकास होऊ शकत नाही. मृदेचा विकास होण्यासाठी कोट्यवधी वर्षांचा कालखंड जावा लागतो. अनेक प्रकारच्या खनिज द्रव्यांच्या व मूलद्रव्यांच्या मिश्रणातून मृदा या घटकाचा विकास होत असतो. मृदेच्या निर्मितीची क्रिया पूर्णपणे नैसर्गिक पर्यावरणावर अवलंबून असते. खडकांची संरचना, भूपृष्ठाचे स्वरूप, भूपृष्ठाचा उतार, अस्तित्वात असलेले हवामान या सर्व घटकांच्या एकत्र परिणामातून विविध प्रकारच्या मृदेचा विकास झालेला दिसून येतो.

भारतीय शेतीचा मूलभूत आधार – मृदा

भारतीय अर्थव्यवस्था ही पूर्णपणे शेतीवर अवलंबून आहे. भारतातील सुमारे ६८% लोकसंख्या (२०११ च्या जनगणनेनुसार) ही शेती व्यवसायात प्रत्यक्ष व अप्रत्यक्षरीत्या गुंतलेली आहे. शेती उत्पादनातून भारताला सुमारे ४६% राष्ट्रीय उत्पन्न प्राप्त होते. म्हणूनच भारतीय शेतीला भारतीय अर्थव्यवस्थेचा कणा म्हणून संबोधले जाते. शेतीचा पूर्णपणे विकास मृदा प्रकार, भूपृष्ठ रचना, हवामान या भौगोलिक घटकांबरोबरच जलसिंचनच्या जोडीला आर्थिक घटकांवर अवलंबून आहे. भारताच्या विस्तीर्ण भागामुळे

शेतीमध्ये विविधता दिसून येते. मृदा हा घटकसुध्दा फार महत्त्वाचा आहे. मृदेची सुपीकता ही शेती विकासास विशेष करून फायद्याची ठरते. भारताच्या मैदानी प्रदेशांमध्ये सुपीक मृदा प्रामुख्याने नद्यांच्या खोऱ्यांमध्ये दिसून येते. भारताच्या शेतीचा विकास नदीकाठच्या सुपीक प्रदेशांत झालेला दिसून येतो. पिकांमधील विविधतेत मृदा हा घटक विशेष प्रभावी ठरतो. वेगवेगळ्या मृदा प्रकारात त्यांच्यात अस्तित्वात असलेल्या मूलद्रव्यांच्या गुणधर्मानुसार मृदेचे प्रकार पडतात. मृदा या खडकांच्या विदारण प्रक्रियेतून निर्माण होतात. त्या खडकांचे गुणधर्म त्या मृदेत उतरत असतात. ज्या मूळ खडकापासून मृदा निर्मिती होते त्या खडकाला 'पालक खडक' म्हणून संबोधले जाते.

मृदेची वैशिष्ट्ये

मृदेची उपयुक्तता प्रामुख्याने तिच्या उत्पादन क्षमतेवर अवलंबून असते. उत्पादकता ही प्रामुख्याने भौतिक व रासायनिक गुणधर्मांवर आधारित असते. उत्पादकतेवर पुढील घटकांचा परिणाम होत असतो.

१. मृदेचा रंग	२. मृदेचा पोत
३. मृदेची पाणी शोषून घेण्याची क्षमता	४. मृदेची आम्ल-विम्लता
५. मृदेची संरचना	६. मृदेच्या थराची खोली किंवा जाडी

१. **मृदेचा रंग :** मृदेला रंग प्राप्त होण्यासाठी अस्तित्वात असलेली विविध खनिज द्रव्ये व सेंद्रिय पदार्थ यांच्या मात्रांवर पूर्णपणे अवलंबून असते. मृदेत असलेल्या विविध खनिज द्रव्यांचे भौतिक व रासायनिक घटकांच्या गुणधर्मांमुळे मृदेला रंग प्राप्त होत असतो. जी मृदा काळी असते त्या मृदेत ह्यूमस किंवा सेंद्रीय घटकांचे प्रमाण अधिक असते. या मृदेत लोहाचे प्रमाण जास्त असते. त्या मृदेला लाल रंग प्राप्त होतो.

२. **मृदेचा पोत :** मृदेची निर्मिती ही अनेक कणांच्या संचयनातून होते. मृदेचा पोत प्रामुख्याने मृदेत अस्तित्वात असलेल्या कणांच्या आकारावर अवलंबून असतो. मृदेचे काही कण अतिशय सूक्ष्म तर काही कण अतिशय मोठे असतात. अति सूक्ष्म कण असतील त्याला पोयट्यांची मृदा (clay soil) असे म्हणतात. अशा मृदेत पाणी जास्त मुरते व ती ओलावा धरून ठेवते. बाष्पीभवनाचा वेग सुद्धा कमी असतो. किंचित मोठे कण असतील तर चिकण मृदेत (silty soil) सुद्धा पाणी धरून ठेवण्याची क्षमता बऱ्यापैकी असते. बाष्पीभवनाचा वेग बऱ्यापैकी असतो. त्यापेक्षा आकाराने मोठे कण असतील तर वालुकामय मृदेत पाणी जास्त प्रमाणात मुरते व मोठ्या प्रमाणात बाष्पीभवन घडून येते.

३. **मृदेची पाणी शोषून घेण्याची क्षमता :** प्रत्येक मृदेची पाणी ग्रहण करण्याची क्षमता ही वेगवेगळी असते. कारण त्या मृदेतील कणांचा आकार व त्या मृदेत असलेले

सेंद्रीय घटक यांचाही परिणाम होतो. त्यामुळे मृदेत असलेल्या सेंद्रीय घटकांवर पिकांची उत्पादन क्षमता अवलंबून असते. जर पाणी जास्त प्रमाणात शोषून घेतले तर पिकांवर विपरीत परिणाम होण्याची शक्यता असते. पाणी योग्य प्रमाणात शोषून घेतले तर त्याचा परिणाम मोठ्या प्रमाणात उत्पादन वाढीस होतो.

४. **मृदेची आम्ल-विम्लता किंवा सामू** (pH Value) : मृदेच्या pH मूल्यावरून ती मृदा आम्लधर्मी व अल्कधर्मीय आहे यांची कल्पना येऊ शकते. या मृदेचे मूल्य एक ते सात असल्यास ती मृदा आम्लधर्मीय; तर मृदेचे मूल्य सात ते चौदाच्या दरम्यान असेल तर ती मृदा अल्कधर्मीय असते. मृदेच्या आम्ल-विम्लतेवरून जमिनीची पीक रचना ठरविता येते.

५. **मृदेची संरचना :** मृदेची निर्मिती ज्या खडकाच्या प्रकारापासून होते त्या खडकातील विविध गुणधर्म, मूलद्रव्ये व त्याची त्या मृदेत उतरण्याची शक्यता यांवर अवलंबून असते. मृदेची संरचना प्रामुख्याने त्यामध्ये ओलावा धरून ठेवण्याची क्षमता, मृदेत विविध वायूंच्या मिश्रणांचे प्रमाण, झीज झाल्याने परिस्थितीबरोबर मृदेत असलेले विविध घटक यांचा संयुक्त परिणाम मृदेच्या संरचनेवर होत असतो.

६. **मृदेच्या थराची जाडी किंवा खोली :** मृदेच्या थरांची जाडी सर्वत्र सारख्या स्वरूपात आढळत नाही. काही क्षेत्रांमध्ये मृदा एक इंच खोल तर काही ठिकाणी ती कित्येक मीटरपर्यंत खोल असू शकते. एक इंच खोल असलेली मृदा शेतीच्या दृष्टीने निरुपयोगी असते. तर जास्त मीटर्स खोल असलेली मृदा प्रामुख्याने शेतीस जास्त उपयुक्त ठरू शकते. मृदेची खोली प्रामुख्याने हवामान, वनस्पती, कालखंड, जमिनीचा प्रकार व उतार, प्राकृतिक स्वरूपाच्या खडकांची रचना व रासायनिक व यांत्रिक विदारण या घटकांचा प्रभाव पडतो.

५.२ मृदेचे प्रकार व वितरण (Types of Soils and its Distribution)

अ. मृदेचे प्रकार (Types of Soils)

मृदे संदर्भात वेगवेगळ्या शास्त्रज्ञांनी सखोल संशोधन करून विशेष गटामध्ये वर्गीकरण केले आहे. मृदेच्या निर्मिती प्रक्रियेपासून दुसऱ्या प्रक्रियेत रूपांतर होत असतांना त्यांवर नैसर्गिक वनस्पती, हवामान, स्थानिक प्राकृतिक रचनेत सुद्धा याचा परिणाम झालेला दिसून येतो. मृदा मशागतीमुळे मृदेचे प्राथमिक स्वरूप बदलते. त्यामुळे विविध देशांतील शास्त्रज्ञांनी आपल्या सोयीनुसार मृदेचे वर्गीकरण केले आहे. मृदा निर्मितिप्रक्रियेत प्रामुख्याने मृदेची रचना, रासायनिक मूलद्रव्ये, अस्तित्वात असलेली प्राकृतिक रचना, अस्तित्वात असलेले हवामान यांचा परिणाम होत असतो.

भारतात वेगवेगळ्या प्रकारची मृदा आढळते. त्यानुसार भारतीय शेती संशोधन मंडळाने (I.C.A.R.) मृदेचे आठ प्रकारांत वर्गीकरण केले आहे.

१. गाळाची मृदा,	२. दलदलीची मृदा
३. काळी मृदा	४. तांबडी मृदा
५. जांभा मृदा	६. वन भूमी मृदा
७. क्षारयुक्त मृदा	८. वाळवंटी मृदा

१. **गाळाची मृदा :** गाळाच्या मृदेची निर्मिती प्रामुख्याने नदीकाठच्या प्रदेशात दिसून येते. नदी प्रवाहित असताना ती पर्वत, डोंगर भागातून वाहत असताना तिच्या बरोबर खडकापासून विदारण झालेले कण पाण्याच्या प्रवाहाबरोबर वाहत असताना निसर्गातील विविध वनस्पतींची सेंद्रीय व असेंद्रीय पदार्थांनी युक्त अशा गाळाचे संचयन होऊन त्रिभुज प्रदेशात गाळाचे मैदान तयार होते. अशी मृदा शेतीच्या दृष्टिकोनातून फार उपयुक्त असते. अशा मृदेस गाळाची मृदा असे म्हणतात. अशी मृदा पिकांच्या दृष्टिकोनातून फार उपयुक्त असते. गाळाची मृदा प्रामुख्याने पर्वतीय नद्यांच्या परिसरात दिसून येते. सतलज - गंगा नदीच्या खोऱ्यांनी राजस्थान पंजाब, उत्तर प्रदेश, बिहार, पश्चिम बंग, तर ब्रह्मपुत्रेने आसाममधील भागात, कर्नाटक, आंध्र प्रदेश, तमिळनाडू, भागात कृष्णा व गोदावरी नद्यांच्या परिसरात गाळाची मैदाने आढळतात. गाळाच्या मृदेमध्ये प्रामुख्याने पोटॅशचे प्रमाण अत्यल्प असते. अशा मृदेत अतिसूक्ष्म गाळ, चिकण माती व पोयट्याचे प्रमाण जास्त असते. अशी मृदा सर्वसाधरणपणे भूपृष्ठापासून सुमारे ३ ते ६० मीटर खोलीवर आढळते. प्रतीवर्षी नद्यांना पूर आल्यावर नवीन गाळांचे संचयन होत असते.गाळाच्या मृदेतून पाण्याचा निचरा लवकर होत असल्याने ऊस, कापूस, गहू तांदूळ, मका अशा स्वरूपाची पिके घेतली जातात.

२. **दलदलीची मृदा :** अल्कली क्षार पाण्यात विरघरळल्याने तयार होणाऱ्या जमिनीस पिठी मृदा असे म्हणतात. अशा प्रकारची मृदा समुद्र किनारी भागात दिसून येते. क्वचित प्रसंगी समुद्रापासून दूर अंतरावर खोलगट भागात पाणी साचून अशी मृदा तयार होते. अशा मृदेत सेंद्रीय घटक द्रव्याचे प्रमाण अधिक असते. अशा मृदेत पालाश स्फुरद व लोहाचे प्रमाण अतिशय कमी असते. म्हणून अशी मृदा शेतीच्या दृष्टीने फारशी उपयुक्त नसते. कोरड्या हवामानाच्या प्रदेशात प्रामुख्याने तांदूळ पीक घेतले जाते, तसेच काही भागांत तागाची लागवड केली जाते. अशा स्वरूपाची मृदा पश्चिम बंगमधील सुंदरबन क्षेत्र, ओडिशा, आंध्र प्रदेश व तमिळनाडूचा किनारपट्टीचा प्रदेश, उत्तर प्रदेशातील तराई क्षेत्र, बिहार राज्याच्या मध्यवर्ती भागात दलदलयुक्त मृदा आढळते. तर गुजरातमध्ये कच्छच्या रणातसुद्धा दलदलयुक्त मृदेचे क्षेत्र आहे.

३. **काळी मृदा :** बेसॉल्ट व ग्रॅनाईट खडकांच्या विदारणामुळे काही मृदा तयार होते. ही मृदा ज्वालामुखीच्या खडकांपासून तयार होत असल्यामुळे यामध्ये लोह, मॅग्नेशिअम, ॲल्युमिनिअम, चुनखडी इत्यादी खनिज द्रव्यांचा भरणा जास्त असतो. लोह व प्राणिजन्य घटक द्रव्य जास्त असल्याने या मृदेस काळा रंग प्राप्त होतो. या मृदेत प्रामुख्याने पॉटेश, नायट्रोजन, फॉस्फरस या घटक द्रव्यांचे प्रमाण अत्यल्प आढळते. या मृदेचे वैशिष्ट्ये म्हणजे अशी मृदा पावसाच्या पाण्याने जास्त चिकट होते तर उन्हाळ्यामध्ये मोठ्या प्रमाणात भेगा पडतात. या जमिनीची पाणी धरून ठेवण्याची क्षमता जास्त असते. चुनखडी व मॅंगनेशिअमचे प्रमाण अधिक असते. अशा स्वरूपाची मृदा प्रामुख्याने दख्खनच्या पठारी प्रदेशात आढळते. या मृदेने भारताचे सुमारे ५,५०,००० चौ. कि. मी. क्षेत्र व्यापले आहे. या मृदेची सुपीकता अधिक असल्याने यात कापसाचे पीक चांगल्या प्रकारे येते म्हणून या मृदेला काळी मृदा असे म्हटले जाते. तसेच या मृदेला रेगूर असेही म्हटले जाते. या मृदेतून गहू, ज्वारी, ऊस व तेलबिया ही पिके तर संत्री, मोसंबी, द्राक्षे ही पिके घेतली जातात. पश्चिम मध्य प्रदेश, दक्षिण ओडिशा, दक्षिण व पश्चिम आंध्र प्रदेश, उत्तर कर्नाटक, महाराष्ट्र या भागांत ही मृदा आढळते.

४. **तांबडी मृदा :** या मृदेमध्ये लोह घटकांच्या अंशाचे प्रमाण जास्त असतात. या मृदेत चुनखडी व नायट्रोजन या घटक द्रव्याचे प्रमाण अल्प व मॅग्नेशिअम, लोह व अल्युमिनिअम या घटक द्रव्यांची संयुगे जास्त असतात. अशा भागात तांबडी मृदा तयार होते. लोहाच्या अंशाच्या प्रमाणावर या मृदेचा रंग लाल, तांबूस, पिवळसर अशा स्वरूपाचा असतो. तांबड्या मृदेने भारताचे सुमारे २०.७ लक्ष चौरस कि.मी. क्षेत्रफळ व्यापले आहे. भारतातील तमिळनाडू, कर्नाटक, आंध्र प्रदेश ईशान्य, ओरिसा पूर्व, बिहार, राज्यस्थान, पश्चिम महाराष्ट्र, पूर्व बिहार, पश्चिम बंगमधील मिदनापूर, बांकुरा, पूर्वे कडे खासी, जैतिया व नागा टेकड्या, उत्तर प्रदेशातील झांसी, बंडा हमीदपूर इत्यादी क्षेत्रांवर तांबडी मृदा दिसून येते. या मृदेमध्ये चुनखडी व विरघळणारे क्षाराचे प्रमाण अल्प असते. तसेच सेंद्रीय घटक व नायट्रोजनचा अभाव दिसून येतो. या जमिनीत मॅग्नेशिअम व लोहाची संयुगे असतात. या मृदेमधून कापूस, गहू, कडधान्य, मका यांसारखी पिके घेता येतात.

५. **जांभा (लेटेराईट) मृदा :** लेटेराईट मृदेत प्रामुख्याने अल्युमिनिअम ऑक्साईड व लोह या घटक द्रव्यांचे प्रमाण जास्त असते.परंतु फॉस्फरिक ॲसिड व मॅग्नेशिअम, नायट्रोजन, पोटॅश, चुनखडी यांचे प्रमाण अत्यल्प असल्यामुळे या मृदेची सुपीकता कमी असते. अशी मृदा अति पावसामुळे आणि आलटूनपालटून येणाऱ्या ओल्या व कोरड्या हवामानात तयार होते. या मृदेचा रंग तांबूस करडा व पिवळसर असतो. या मृदेचा पोत

वालुकामय पोयटा ते चिकण पोयट्याप्रमाणे असतो. या मृदेने भारताचे सुमारे २,५०,००० चौरस किलो मीटर क्षेत्रफळ व्यापले आहे. अशा स्वरूपाची मृदा केरळ, कर्नाटक, आसाम, ओडिशा, महाराष्ट्रात रत्नागिरी, सिंधुदुर्ग, इगतपुरी इ. भागांत आढळते. या भागात भात व इतर कडधान्य पिके घेतली जातात. तर काजू, नारळ, आंबा ही फळे व मसाल्याचे पदार्थ अशा स्वरूपातील पिकांचे उत्पादन घेतले जाते.

६. **पर्वतीय मृदा :** पर्वतीय प्रदेशात विविध कालखंडातील खडक आढळत असल्याने विविध कालखंडातील आणि विविध प्रकारच्या मृदा आढळतात. तीव्र उतार, थंड हवामान, पर्जन्याचो भिन्न प्रमाण आणि नैसर्गिक वनस्पतीचे अच्छादन भिन्न असल्याने पर्वतीय प्रदेशातील मृदा भिन्न भिन्न असतात. थंड हवामानामुळे जमिनीवर विशेष संस्कार होत नसल्याने पोटॅश, फॉस्फरस व चुनखडीचे प्रमाण कमी असते. पर्वतीय भागामध्ये वनभूमी निर्माण होते.

वनभूमी ही जंगलामुळे सेंद्रीय घटकांपासून निर्माण होणारी मृदा होय. भारतात अशा प्रकारची मृदा मलबार जंगल, उत्तरेकडील डोंगराळ प्रदेशात आढळते. या जमिनीत चहा, कॉफी, विविध फळे, यांचे उत्पादन चांगल्या प्रकारे येते. या जमिनीत सेंद्रीय घटक व नायट्रोजन यांचे प्रमाण जास्त असते. भारतात या मृदेने सुमारे २,८५,००० चौरस किलोमीटरचे क्षेत्र व्यापले आहे.

७. **क्षारयुक्त व विम्ल मृदा :** अशा प्रकारच्या जमिनीची निर्मिती अति जलसिंचनाने होते. ही मृदा नापीक असते. कारण अतिजलसिंचनामुळे पर्जन्याची पातळी उंचावली की क्षार घटक वरच्या मृदेत येतात. अशा स्वरूपाची मृदा प्रामुख्याने उत्तर प्रदेश, पंजाब, हरियाणा, बिहार, राजस्थान, महाराष्ट्र इत्यादी राज्यांत आढळते.

८. **वाळवंटी मृदा :** ही मृदा ओसाड रेती, वाळू यांच्या मिश्रणातून तयार होते. अतिउष्णता व कमी पाऊस, कोरडे हवामान या मुळे खडकांचे विदारण होऊन वाळू व रेती तयार होते. तयार होणाऱ्या मृदेस वाळवंटी मृदा असे म्हणतात. भारतातील या जमिनीचे क्षेत्रफळ सुमारे १,४३,००० चौरस किलोमीटर एवढे आहे. या मृदेत विरघळलेले क्षार अधिक प्रमाणात तर कॅल्शिअमचे प्रमाण कमी असते. सेंद्रीय पदार्थाचा अभाव असतो. अशा प्रकारची मृदा भारतात राजस्थान, द.पंजाब, हरियाणाच्या काही भागांत थरचे वाळवंट येथे आढळते. अशा मृदेत क्षारयुक्त पदार्थ जास्त असतात. तर सेंद्रीय घटक द्रव्याचे प्रमाण कमी असते. त्यामुळे या मृदेतून चांगल्या स्वरूपाची पिके घेता येत नाहीत. परंतु योग्य नियोजन व जलसिंचनाची व्यवस्था केल्यास थोड्या प्रमाणात पिके घेता येतात.

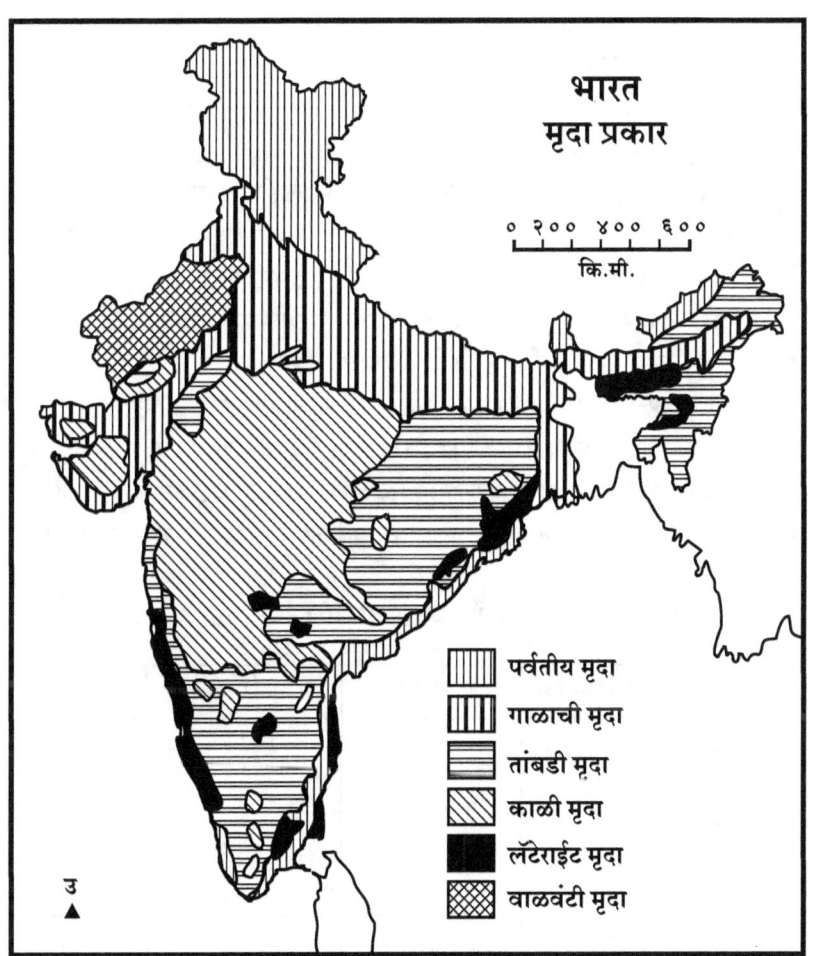

भारत – मृदा प्रकार (नकाशा क्र. ५.१)

० २०० ४०० ६००
कि.मी.
पर्वतीय मृदा
गाळाची मृदा
तांबडी मृदा
काळी मृदा
लॅटेराईट मृदा
वाळवंटी मृदा
उ

ब. जमिनीची सुपीकता (Soil Fertility)

पिकांची उत्पादकता ही काही घटकांवर अवलंबून असते. त्यात मृदेची सुपीकता योग्यरीतीने होण्यासाठी मृदेची मशागत, पाणी पुरवठा, योग्य त्या घटक द्रव्याचा पुरवठा, सेंद्रीय घटकांची मात्रा हे घटक उत्पादन वाढीस मदत करतात. यातील एखादा जरी घटक योग्य प्रमाणात नसेल तर शेती उत्पादन घटते. वरीलपैकी मृदेची सुपीकता हा अत्यंत महत्त्वाचा घटक शेतीच्या उत्पादनामध्ये कार्य करीत असतो. सुपीकता खालील घटकांच्या दृष्टीने फार उपयोगी असते.

१. पिकांच्या विकासाच्या दृष्टीने.

२. मृदेतील पोषक द्रव्यात वाढ करणे.

३. पोषक द्रव्यपुरवठा कसा व किती प्रमाणात करावा, यांचे मापन झाले पाहिजे.

४. मृदेची सुपीकता टिकविण्यास योग्य उपायांची गरज असते, ती खालीलप्रमाणे,

अ. प्राथमिक घटक – अन्नद्रव्ये, नत्र, स्फुरद, पालाश,

आ. दुय्यम घटक – अन्नद्रव्ये, कॅल्शिअम, मॅग्नेशिअम, गंधक,

इ. सूक्ष्म अन्न – लोखंड, तांबे, मॅगेनिज, बोरॉन, जस्त, क्लोरिन.

जर या अन्न द्रव्याचे प्रमाण योग्य असेल तर मृदेची सुपीकता चांगली असते. परंतु मृदा सुपीकतेचे मापन प्रामुख्याने नत्र, स्फुरद व पालाश या प्राथमिक अन्न द्रव्यांवर अवलंबून असते. मृदेच्या सुपीकतेचे मापन करताना ४५३० कि.ग्रॅ. माती घेऊन त्यातील प्राथमिक अन्न प्रदूषणाचे प्रमाण जोडले जाते. जर प्रमाण पुढीलप्रमाणे असेल तर ते योग्य आहे.

मृदेची सुपीकता दर्शविणारा तक्ता (तक्ता क्र. ५.१)

अ.क्र.	अन्नद्रव्य	नापीक	साधारण	चांगली	उत्तम
१	नत्र	२.२७	६.८० – ११.३१	११.३२–१८.१२	१८.१३ पेक्षा अधिक
२	स्फुरद	२.२७	४.५३ – ६.८०	६.८१–११.३२	११.३३ पेक्षा अधिक
३	पालाश	२.२७	४.५३–६.८०	६.८१–११.३२	११.३३ पेक्षा अधिक

भारतातील जमिनीत स्फुरद या घटकाची कमतरता नाही. पालाश योग्य प्रमाणात उपलब्ध आहे. मात्र नत्र या घटकाचे प्रमाण अतिशय कमी आहे. म्हणजेच नायट्रोजन हा

घटक भारतातील मृदेवर नियंत्रक घटक आहे. त्यावरून जमिनीच्या सुपीकतेचे विभाग खालीलप्रमाणे पडले आहेत.

१. **अति कमी सुपीक मुदा :** ४० टक्क्यांपेक्षा कमी सुपीकता असणारी मृदा भारताच्या ठराविक भागांत दिसून येते. चंबळ खोरे, उत्तर प्रदेशातील तराई क्षेत्र, गुजरातचा वायव्य भाग या क्षेत्रातून उत्पादन फारच कमी मिळत असल्याने अशा मृदेचे क्षेत्र पडीत ठेवले जाते.

२. **कमी सुपीकता :** ४१ ते ५०% सुपीकता असणारी मृदा कमी सुपीक गटात समाविष्ट होते. या क्षेत्रामधून उत्पादन फारसे चांगले निघत नाही. दर हेक्टरी उत्पादन फारच कमी असते. अशा मृदेचे क्षेत्र भारतातील मर्यादित क्षेत्रात आढळते. मध्य प्रदेशाचा उत्तर व पश्चिम भाग, महाराष्ट्राचा पूर्व व उत्तर भाग, हरियाणाचा पूर्व, तर गुजरातच्या मैदानी प्रदेशात कमी सुपीक मृदा दिसून येते.

३. **मध्यम सुपीक :** ५१ ते ६०% सुपीकता असलेली मृदा मोठ्या प्रमाणात विखुरलेल्या स्वरूपात आढळते. पूर्व भारतात मेघालयाचा पश्चिम भाग, नागालँड, पश्चिम बंग, उत्तर भारतात जम्मू-काश्मीर, राजस्थानचा पश्चिम भाग, गुजरातचे मैदानी क्षेत्र याशिवाय महाराष्ट्र, मध्य प्रदेश, तर दक्षिण भारतात केरळचे मैदानी क्षेत्र, तमिळनाडू व आंध्र प्रदेशात काही प्रमाणात आढळते.

४. **जास्त सुपीक :** ६१ ते ७६ टक्क्यांपर्यंत सुपीक मृदा जास्त सुपीक मृदा म्हणून ओळखली जाते. अशा स्वरूपाची मृदा प्रामुख्याने पूर्व भारतामध्ये त्रिपुरा, मेघालय भागात, पश्चिम बंग, छोट्या नागपूरच्या पठारावरील काही भागात, उत्तर भारतात पंजाब, हरियाणा, उत्तर प्रदेश तर भारताच्या पश्चिम पट्ट्यात अशा स्वरूपाची मृदा दिसून येते. या मृदेमध्ये चांगल्या प्रकारे पिकांचे उत्पादन घेतले जाते.

५. **अति जास्त सुपीकता :** भारतामध्ये ७७ टक्क्यांपेक्षा जास्त सुपीक मृदा गटात समावेश होतो. अशी मृदा प्रामुख्याने मोठ्या नद्यांच्या प्रदेशात दिसून येते उदा., गंगा, गोदावरी, कृष्णा नद्यांच्या खोऱ्याच्या त्रिभुज प्रदेशात अशा स्वरूपाची मृदा दिसून येते. अशा मृदेची सुपीकता अधिक असते.

५.३ मृदा धूप व संवर्धन (Soil Degradation and Conservation)

मृदा निर्मिती झाल्यावर मानवी हस्तक्षेपाबरोबरच ऊन, वारा, पर्जन्य, अति पशुचराई, मोकाट जनावरे, बेसुमार वृक्षतोड इत्यादी घटकांचा अतिरेक झाल्यानंतर मृदा इतर ठिकाणी वाहून नेली जाते. अशा घटनेला मृदा धूप म्हणतात. मूळ मृदेच्या घटनेत मानवी हस्तक्षेपामुळे होणाऱ्या परिणामामुळे मृदेची प्रत खालावते. अशा घटनेला मृदा धूप म्हणतात. मृदा धूप

होण्यास मानवाच्या अती उत्पादन घेण्याच्या लाभामुळे मृदेत अनेक प्रकारची खते, रसायने दिली जातात हे प्रमाणापेक्षा जास्त असल्यास मृदेची धूप मोठ्या प्रमाणात होते. कारण एक पीक पद्धतीमुळे मृदेतील क्षार पदार्थांचे संचयन होते. त्यामुळे मृदा नापीक होते किंवा गुणवत्तेत बदल होतो. त्यामुळे मृदेची धूप होत असते. अतिपर्जन्य प्रदेशात मोठ्या प्रमाणात पाण्याच्या प्रवाहाबरोबर मृदेचे वहन होऊन मृदा धूप होते. त्याचप्रमाणे जोराच्या वाऱ्यामुळे सुध्दा मृदा एका ठिकाणावरून दुसऱ्या ठिकाणी वाहून जाते. त्यामुळे सुद्धा मृदेची धूप होते.

अ. जमिनीची धूप होण्याचे प्रकार

१. **घळई धूप :** पर्वत व डोंगरी भागांत मोठ्या प्रमाणात तीव्र उताराच्या भागात पाण्याचा प्रवाह हा सर्वांत जास्त असतो. त्या प्रवाह मार्गात येणारी मृदा पाण्याच्या प्रवाहाबरोबर खोल अशा भागातून वाहत जाते. सततच्या पाण्याच्या संपर्कात राहिल्याने मृदा ही नापीक होते. अशा मृदेला 'घळई धूप' म्हणतात.

२. **चादर धूप :** ज्या क्षेत्रामध्ये पर्जन्याचे प्रमाण जास्त असते अशा भागात मोठ्या प्रमाणात पावसाच्या प्रवाहाचा वेग जास्त असल्याने भूपृष्ठावरील मातीचे थरच्या थर वाहून जातात. परिणामी, ती जमीन नापीक होते. त्याला 'चादर धूप' म्हणतात.

३. **खळगे धूप :** पर्वतीय प्रदेशात मोठ्या प्रमाणात पाऊस पडतो. त्यावेळी त्याच्या आघाताने मृदेचा वरचा थर निघून जाऊन जमीन ओबडधोबड होते. अशी मृदा पिकांच्या दृष्टीने काहीच उपयुक्त नसल्याने तिथे 'खळगे धूप' होते.

ब. मृदा धूप होण्याची कारणे

१. **पर्जन्य :** ज्या प्रदेशामध्ये पर्जन्य जास्त असते त्या भागात पर्जन्याच्या सरीही मोठ्या असतात. त्यामुळे मृदेवर सतत आघात झाल्याने मृदा विलग होते व ती पर्जन्याच्या पाण्याच्या प्रवाहाबरोबर वाहत जाते.

२. **अति चराई क्षेत्र :** या क्षेत्रामध्ये गवताळ कुरणे आहेत अशा भागांत मोठ्या प्रमाणात मृदेचे संवर्धन होत असते. विदारणाची क्रिया जलद होत नाही. शिवाय पाण्याच्या वाहनाची क्रिया मंद असते. त्यामुळे मृदेचे संवर्धन होते. परंतु अशा गवताळ कुरणात जर जनावरे मोकाट सोडली तर त्यांच्या पायांच्या खुऱ्यांमुळे मोठ्या प्रमाणात मृदा उखडली जाते. परिणामी, विदारणांची क्रिया तीव्रतेने घडून येते व मृदा पाण्याच्या प्रवाहाबरोबर वाहून जाऊन मृदेची धूप घडून येते.

३. **वृक्षतोड :** वृक्ष जर भरपूर असतील तर त्याचा परिणाम मृदा धूपेवर लवकर होत नाही. कारण पर्जन्याचा प्रथम आघात वृक्षाच्या पानावर होतो. जर वृक्ष मोठ्या

प्रमाणात तोडले तर पर्जन्याचा आघात प्रथम मृदेवर होतो व विदारण झाल्यामुळे मृदेचे सुटे कण पाण्याच्या प्रवाहाबरोबरच वाहून जातात.

४. **स्थलांतरित शेती :** आदिवासी जमात मोठ्या प्रमाणात डोंगर भागात वास्तव्य करते व तेथे आदिवासी लोक उपलब्ध असलेले जंगले नष्ट करतात. त्याचप्रमाणे गवताचे क्षेत्र जाळून नष्ट करतात. त्यामुळे मोठ्या प्रमाणात मृदा उघडी होते. सततच्या स्थलांरित शेतीमुळे जंगलाचा नाश तर होतोच, परंतु मृदेची धूप सुध्दा मोठ्या प्रमाणात होते. पूर्वी अशा प्रकारची शेती केली जात होती.

५. **मशागतीची अयोग्य पध्दत :** भारतातील बहुतांशी शेती ही डोंगर माथ्यावर केली जाते. ज्या दिशेला उतार आहे त्या दिशेला शेतकरी नांगरणी करतात. परिणामी, त्या भागात मोठ्या प्रमाणात मृदेची धूप झालेली दिसून येते.

६. **हवामान :** ज्या भागात उष्णता जास्त आहे, त्या भागातील मृदेतील बाष्प निघून जाते. परिणामी, मृदेचे कण अलग होतात. विदारणाची क्रिया जास्त उष्णतामान असलेल्या भागात घडून येते व तेथील मृदेची धूप होते.

७. **भूपृष्ठाचा उतार :** ज्या क्षेत्रात जमिनीचा उतार जास्त असेल त्या भागात पाणी वेगाने वाहू लागते. त्यामुळे मृदेचा वरचा थर नष्ट होतो. त्याचप्रमाणे पाणी झिरपल्याने मृदा खचते, दरड कोसळते, कडे कोसळतात. यामुळेही मोठ्या प्रमाणात धूप झालेली दिसून येते. त्या तुलनेत मैदानी प्रदेशात धूपेचे प्रमाण अत्यल्प असते.

८. भारतासारख्या देशात मोठ्या प्रमाणात एकाच मौसमात पाऊस भरपूर पडतो. परिणामी, मृदा उखडली जाऊन मृदा वाहून जाते व धूप होते.

९. नद्यांना आलेल्या पुरांमुळे डोंगराळ प्रदेशामध्ये उतार तीव्र असल्याने पाण्याचा जोर जास्त असल्याने कित्येक टन मृदा खरवडून वाहून नेली जाते. परिणामी, मृदेची धूप मोठ्या प्रमाणात होते.

१०. ज्या क्षेत्रामध्ये जांभा मृदा आहे तेथे आर्द्रतायुक्त वारे एकाच दिशेने जोरात वाहत असल्यास, रासायनिक क्रिया त्या परिसरात घडून येते. परिणामी, मृदेची मोठ्या प्रमाणात धूप होते. अशी धूप प्रामुख्याने तेथे अस्तित्वात असलेल्या मृदेच्या प्रकारावर अवलंबून असते.

११. औद्योगिकीकरणाच्या प्रयत्नामुळे मोठ्या प्रमाणात उपयुक्त जमिनीवर विविध प्रकारच्या उद्योगधंद्यांचा विकास झालेला दिसून येतो. परिणामी, तेथील मृदेची एक प्रकारे धूप झालेली दिसून येते.

क. **मृदेचे संवर्धन (Soil Conservation)**

१. **चराई बंदी :** या क्षेत्रामध्ये मोठ्या प्रमाणात विविध गुरे चरण्यासाठी मोकाट सोडल्याने जनावरांच्या पायाला असलेल्या खुऱ्यांमुळे मृदा विलग होते. त्यामुळे धूप होते. ती होऊ नव्हे म्हणून जंगलात गुरे चरण्यास बंदी घातली तर मृदेचे संरक्षण होते. त्यामुळे एक प्रकारे संवर्धन होण्यास मदत होते.

२. **शेतास बांध घालणे :** शेताचा उतार ज्या दिशेला असतो त्या दिशेला पाण्याचे वहन होते. पाणी ज्या दिशेला उतार असेल त्या दिशेला वाहत असताना उंचवट्यावरील मृदा क्रमाक्रमाने वाहून जाऊन खडक उघडा पडतो. शेताच्या उताराच्या बाजूला बांध घातल्यास वाहत येणाऱ्या मृदेचे बांधाच्या बाजूला संचयन होते. परिणामी, जमीन समप्रमाणात होते व मृदेचे संवर्धन होते.

३. **मशागत पद्धती :** शेताची मशागत करीत असताना ती समांतर न करता काटकोनातून केल्यास पाण्याच्या वहनात अडथळे येतात. परिणामी, पाण्याच्या वहनाचा वेग कमी होतो व पाणी जागच्या जागी अडते व मृदेचे संवर्धन होते.

४. **पूर नियंत्रण :** नद्यांना विशिष्ट कालखंडात मोठ्या प्रमाणात पूर येतो त्यामुळे नद्यांच्या काठावरील क्षेत्रातील मृदेची मोठ्या प्रमाणात धूप होत असते. मृदा संवर्धनासाठी नद्यांच्या परिसरात झाडांची लागवड केली पाहिजे. त्याचप्रमाणे पुराची तीव्रता कमी होण्यासाठी काही ठिकाणी गरजेनुसार बांध घातले पाहिजे, तर काही भागात धरणे बांधली तर काही प्रमाणात पूर नियंत्रण होते. त्यामुळे मृदेचे संवर्धन मोठ्या प्रमाणात होते.

५. डोगर उतारावर मोठ्या प्रमाणात गवतांची लागवड केल्यावर मृदेस आच्छादन निर्माण झाल्याने मृदेचे संवर्धन होण्यास मदत होते.

६. शेतीस योग्य प्रमाणापेक्षा जास्त पाणी पुरवठा केल्यास मृदा क्षारयुक्त होते. त्यामुळे मृदेचा नाश होतो. ते थांबविण्यासाठी योग्य प्रमाणात पाणी पुरवठा केल्यास मृदेचे संवर्धन होण्यास मदत होते.

७. वृक्षतोड थांबून नवीन वृक्षांची लागवड केल्यास मृदेचे संवर्धन होण्यास मदत होईल.

८. काही पिकांच्या लागवडीमुळे मृदेची धूप थांबण्यास मदत होते. अशा पिकांची लागवड करणे वाटाणा, हरबरा, वरई, ज्वारी, बाजरी, विविध कडधान्ये यांची लागवड केल्यास मृदेचे चांगल्या प्रकारे संवर्धन होण्यास मदत होते

९. पर्वतीय भागात पायऱ्या–पायऱ्यांची शेती केल्यास मृदा धूप कमी होते.

५.४ नैसर्गिक वनस्पती (जंगले) (Natural Vegetation)

निसर्गत: मानवी हस्तक्षेप न होता किंवा मानवी प्रयत्नाशिवाय ज्या वनस्पती वाढतात, त्यांना 'नैसर्गिक वनस्पती' असे म्हणतात. नैसर्गिक वनस्पतीत अरण्ये खूपच महत्त्वाची असतात. अनेक प्रकारचे वृक्ष अगदी दाटीने विस्तृत प्रदेशात वाढतात, तेव्हा त्यास वने, अरण्ये किंवा जंगले असे म्हणतात. वेली, झाडे, झुडपे वनात एकत्र वाढतात. प्रदेशातील प्राकृतिक रचना, हवामान, जमिनीचा पोत, पर्जन्यमान इत्यादी घटकांचा परिणाम नैसर्गिक वनस्पती व जंगलांच्या विविधतेवर होत असतो.

कोणत्याही प्रदेशातील पर्यावरणशास्त्रदृष्ट्या समतोल राखण्यासाठी एकूण प्रदेशाच्या ३३% क्षेत्र जंगल व्याप्त असावे. वनविभागाच्या मतानुसार भारतातील एकूण क्षेत्रफळाचे सुमारे २२% इतके क्षेत्र जंगलव्याप्त आहे. भौगोलिक माहितीप्रणालीच्या (GIS) आधारे सर्वेक्षण केल्यास हेच प्रमाण निम्म्याने कमी होऊन खऱ्या अर्थाने १० ते ११% पर्यंत दिसून येईल. भारताच्या तुलनेत महाराष्ट्रातील जंगलव्याप्त क्षेत्र तुलनेने थोडे जास्त म्हणजे सुमारे १७% असलेले दिसून येते.

भारतातील जंगले (तक्ता क्र. ५.२)

अ.क्र	क्षेत्र	भारत	महाराष्ट्र
१	प्रत्यक्षात जंगल असलेले क्षेत्र	६३३.४ (२०.२८)	४६.१ (१४.९८)
२.	चांगल्या प्रतीचे जंगल असलेले क्षेत्र	३६७.३ (१२.५)	२३.६ (७.६७)
३.	विरळ जंगल असलेले क्षेत्र	२४९.३ (८.१७)	२२.४ (७.२५)

(सर्व आकडे लाख हेक्टरमध्ये (कंसातील आकडेवारी भौगोलिक क्षेत्राच्या टक्क्यांमध्ये)

*(योजना, जंगलतोड पर्यावरणास धोकादायक, लेखक प्रा. व्यंकटेश कटके एप्रिल २००२ पान नं १६)

काही पर्यावरण तज्ज्ञांनी जंगल क्षेत्रांना पर्यावरण व्यवस्थेची फुप्फुसे संबोधले आहे. ज्याप्रमाणे फुप्फुसांना स्वत:च्या शुद्धीकरणात महत्त्वाचे स्थान असते, तसेच स्थान जंगलांना, पर्यावरण व्यवस्थेत असते. कोणत्याही विस्तृत प्रदेशात सर्वसाधरणपणे एक तृतीयांश जमीन ही वनाखाली असणे आवश्यक आहे. महाराष्ट्रातील जंगल जमिनीचे प्रमाण जेमतेम १७% म्हणजेच आवश्यक त्या प्रमाणापेक्षा कमी आहे. राष्ट्रीय पातळीवर हे प्रमाण २३% आहे. त्यातच महाराष्ट्राची अवस्था एक फुप्फुस अजिबात नसलेल्या व

जे काही एक फुफ्फुस आहे, त्याचा अर्धा भागही निकामी आहे अशा माणसासारखी झाली आहे. पर्यावरण शास्त्रज्ञांच्या मते वनांचे क्षेत्र एकूण भूभागाच्या किमान १/३ किंवा ३३% असणे गरजेचे आहे. परंतु वरील आकडेवारीचा विचार केला तर किमान क्षेत्रापेक्षाही वनाखालील क्षेत्र कमी आहे. भारतातील २८ घटक राज्ये व ७ केंद्रशासित प्रदेशांमधील जंगलांचे चार विभागांमध्ये विभागणी केली गेलीआहे. अ) पूर्व विभाग, आ) उत्तर विभाग, इ) दक्षिण विभाग, ई) पश्चिम विभाग.

भारतातील एकूण जंगलाखालील क्षेत्र वरील आकडेवारीनुसार ६३३.४ दशलक्ष हेक्टर एवढे आहे. एकूण क्षेत्राशी त्यांचे प्रमाण २०.२८% आहे. या वनसंपत्तीचा वापर मानव आपल्या स्वार्थासाठी विविध प्रकारे करीत आहे. आजच्या आधुनिक काळामध्ये मानव विविध प्रकारचे व्यवसाय बदलत्या गरजेनुसार करीत आहे. वनांचा वापर मानवाच्या उदयापासून आजपर्यंत होत आहे. वनापासून अनेक प्रकारचे प्रत्यक्ष व अप्रत्यक्ष फायदे पर्यावरणातील विविध घटकांना सातत्याने मिळत आहे. आजच्या आधुनिक काळात प्रत्यक्ष फायद्यापेक्षा अप्रत्यक्ष फायदे मनुष्यास जास्त मिळत आहेत.

अ. वनांचे प्रशासकीय वर्गीकरण

भारत सरकारने वनांच्या संवर्धनासाठी शासन, वनसंरक्षण मालकी व मालकी अशा स्वरूपात वर्गीकरण करून कामात सुलभता आणण्याचा प्रयत्न केला आहे.

१. **राखीव वने (Reserved Forest) :** राखीव वने ही पूर्णपणे शासकीय मालकीची असतात. अशा वनांवर पूर्णपणे शासकीय नियंत्रण असते. या वनांमध्ये लाकूड किंवा इतर वस्तू खरेदी-विक्री करण्यासाठी शासनाची परवानगी नसते. तसेच गुरे चारणे, फळे, पालापाचोळा व वनसंकलन यांस सुद्धा बंदी घातलेली असते. असे शासकीय क्षेत्र भारतात सुमारे ३.९० कोटी हेक्टर क्षेत्र राखीव वनाखाली आहे.

२. **रक्षित वने किंवा संरक्षित वने (Protected Forest) :** संरक्षित वनांवर सरकारचे नियंत्रण कमी असते. या जंगलाकडे काळजीपूर्वक लक्ष दिलेले असते. या वनांची काळजी शासन घेते. या वनांतील लाकूड व इतर वस्तू करारानुसार वापरता येतात. वन संपत्तीची विक्री वनअधिकारी करीत असतात. असे संरक्षित वनांचे क्षेत्र भारतात सुमारे २.१५ कोटी हेक्टर आहे.

३. **अवर्गीकृत वने (Unclassified Forest) :** अवर्गीकृत वने आर्थिकदृष्ट्या महत्त्वाची नसतात. अशा जंगलांवर शासनाचे फारसे लक्ष व नियंत्रण नसते. अशा जंगलांचा उपयोग लोक लाकूड, गुरे चराईसाठी, वन संकलनासाठी उपयोग करतात. असे अवर्गीकृत वनक्षेत्र भारतात सुमारे १.३१ कोटी हेक्टर आहे.

ब. हवामान विभागानुसार भारतातील वेगवेगळी वने

भारतीय हवामानातील विविधता, प्राकृतिक भिन्नता, पर्जन्याचे असमान वितरण, भारताचा विस्तार अशा विविध घटकांचा वनांवर प्रभाव पडलेला दिसून येतो. जगात अस्तिवात असलेल्या सर्व प्रकारचे वृक्ष भारताच्या विविध क्षेत्रांवर कोठे ना कोठे आढळून येतात. त्यामुळे वेगवेगळ्या तज्ज्ञांनी वनांचे अनेक प्रकारांत वर्गीकरण केलेले दिसून येते.

१. उष्ण कटिबंधीय सदाहरित आर्द्र वने किंवा जंगले (Tropical Wet Evergreen Forest)
२. उष्ण कटिबंधीय निमसदाहरित वने किंवा जंगले (Tropical Semi-Evergreen Forest)
३. उष्ण कटिबंधीय आर्द्र पानझडी वने किंवा जंगले (Tropical Moist Deciduours Forest)
४. मॅग्रुव्ह किंवा सुंदरी वने (Littoral and Swamp Forest)
५. उष्ण कटिबंधीय कोरड्या हवामानातील पानझडी वने (Tropical Dry Deciduous Forest)
६. उष्ण कटिबंधीय काटेरी वने (Tropical Thorn Forest)
७. उष्ण कटिबंधीय शुष्क सदाहरित वने किंवा जंगले (Tropical Dry Evergreen Forest)
८. उष्ण कटिबंधीय रुंदपर्णी वने किंवा जंगले (Sub-Tropical Broad Leaved Hill Forest)
९. उष्ण कटिबंधीय पाईन वने किंवा जंगले (Sub-Tropical Pine)
१०. पर्वतीय समशीतोष्ण कटिबंधीय वने किंवा जंगले (Mountain Wet Temperate Forest)
११. हिमालयीन दमट समशीतोष्ण जंगले (Himalayan Moist Temperate Forest)
१२. हिमालयीन शुष्क समशीतोष्ण वने किंवा जंगले (Himalayan Dry Temperate Forest)
१३. अल्पाइन जंगले (Sub-Alpine and Alpine Forest)

१. उष्ण कटिबंधीय सदाहरित आर्द्र वने (Tropical Wet Evergreen Forest) : उष्ण कटिबंधीय सदाहरित जंगलात सरासरी ३०० सें.मी. पेक्षा जास्त पर्जन्य पडतो. भारतात एकूण क्षेत्रापैकी सुमारे ५१,२९० किलोमीटर वनक्षेत्र या वनाखाली असून त्यामध्ये पुढील राज्यांचा समावेश होतो. अरुणाचल प्रदेश, आसाम, मणिपूर,

त्रिपुरा, नागालँड, अंदमान-निकोबार बेटे, गोवा, कर्नाटक, तमिळनाडू इत्यादी राज्यांचा समावेश होतो. या राज्यांमध्ये मोठ्या प्रमाणात घनदाट स्वरूपाची सदाहरित अरण्ये दिसून येतात. भारतातील सर्वांत जास्त पर्जन्याचा प्रदेश असला तरी हा प्रदेश उंच पर्वतीय प्रदेश असून या भागात सरासरी वृक्षाची उंची ४५ मीटरपेक्षा अधिक आढळते. उष्ण कटिबंधीय जंगले भारताच्या पूर्व, पश्चिम भागात व ईशान्येकडील राज्यांत दिसून येतात. या भागातील वने ही आर्द्र व सदाहरित असून दमट हवामानातील वनामध्ये नहार, गुर्जन, टून शिदार, चापलाश, लॉरेलवूड, आंबा, बांबू, सोनचाफा, बिशपवूड, पाम, रबर, शीसम, एबनी, आर्यनवूड, रोझवूड, महोगनी अशा स्वरूपाचे मोठे वृक्ष आढळतात. याशिवाय या वनांमध्ये विविध जातीची झुडपे, गवत, बांबू, वेली व विविध प्रकारच्या वनस्पती मोठ्या प्रमाणात आढळतात. एकाच क्षेत्रावर मोठ्या प्रमाणात झाडांची दाटी झालेली दिसून येते. वने अत्यंत दुर्गम भागांत घनदाट असल्यामुळे येथील वनस्पती विशेष महत्त्वाची असून त्यापासून आर्थिक फायदा मोठ्या प्रमाणात प्राप्त होण्याची शक्यता असूनसुद्धा वाहतूक व दळणवळणाच्या सुविधांचा अभाव अशा वनांमध्ये दिसून येतो.

२. उष्ण कटिबंधीय निमसदाहरित वने (Tropical Semi-Evergreen Forest) : उष्ण कटिबंधीय निमसदाहरित वनांमध्ये सरासरी२०० सें.मी. च्या जवळपास पर्जन्य पडतो. कमी पर्जन्य व ८०% सापेक्ष आर्द्रता या भागात दिसून येते. एकूण क्षेत्रापैकी सुमारे २६,४२४ किलोमीटर वर्ग क्षेत्र या वनाखाली असून त्यामध्ये आसाम, नागालँड, अंदमान-निकोबार बेटे, गुजरात, महाराष्ट्र, गोवा, कर्नाटक, तमिळनाडू, केरळ इत्यादी राज्यांचा समावेश होतो. या भागांतील सदाहरित अरण्यात विपुलता दिसून येत नाही, तसेच वृक्षांची संख्या व उंचीही कमी आढळून येते. या भागात प्रामुख्याने फणस, धूप, बीजसाल, हिरडा, अंजनी, बेहडा, आंबा, जांभुळे, हळद, सादडा, सावर, गारुगा, कुंकू जांभूळ, सिकोना अशा स्वरूपाची वने आढळतात.

भारतातील हिमालयांचा पूर्व उताराकडील प्रदेश, आसामचा उत्तरेकडील प्रदेश, ओडिशा आणि अंदमान-निकोबार बेटे, पश्चिम भागातील घाटमाथ्यावरच्या प्रदेशांत अशा स्वरूपाची वने दिसून येतात.

३. उष्ण कटिबंधीय आर्द्र पानझडी वने (Tropical Moist Deciduours Forest) : उष्ण कटिबंधीय आर्द्र पानझडी वनांच्या प्रदेशात १०० ते १५० सें.मी. च्या जवळपास पाऊस पडतो. या भागात एकूण क्षेत्रापैकी सुमारे २,३६,७९४ किलोमीटर वनक्षेत्र अशा वनाखाली आहे. अरुणाचल प्रदेश, आसाम, बिहार, गुजरात, कर्नाटक, केरळ, मध्य प्रदेश, मिझोरम, त्रिपुरा, नागालँड, मेघालय, ओडिशा, तमिळनाडू, उत्तर प्रदेश, पश्चिम बंगाल, अंदमान-निकोबार बेटे, गोवा, दादरा व नगर हवेली इत्यादी भागांत

उष्ण कटिबंधीय आर्द्र पानझडी वृक्ष आढळतात. अशी वने प्रामुख्याने आर्थिकदृष्ट्या महत्त्वाची आहेत. या अरण्यांमध्ये साग हा महत्त्वाचा वृक्ष आढळतो. या भागातील वृक्षाची उंची ४० ते ४५ मीटरच्या जवळपास आढळते. साग, साल, चंदन, शिसव, आंबा, चिंच, वड, पिंपळ, अर्जुन, कुंभी, बांबू, धावडा, एबनी, बिजासाल, हिरडा, हळद, सिरस, पळस, मोहर धूप, बोर, खैर, तुती अशा स्वरूपाचे वृक्ष आढळून येतात. त्यांची वैशिष्ट्ये म्हणजे उन्हाळ्याच्या सुरुवातीस वृक्षांची पाने गळतात. त्यामुळे जास्त कडक उन्हाळ्यात अशी झाडे तग धरून उभी राहू शकतात. अशा वनांमधील सागाची अरण्ये आर्थिकदृष्ट्या फार महत्त्वाची असून सागाचे लाकूड, टिकाऊ. चिवट, मऊ असते. त्यामुळे सागाचा उपयोग इमारती उभारण्यासाठी, फर्निचर तयार करण्यासाठी, रेल्वेचे डबे, बसगाड्या, शेती अवजारे, जहाजबांधणी इत्यादींसाठी मोठ्या प्रमाणावर केला जातो. म्हणूनच महाराष्ट्र व मध्य प्रदेशात डोंगरी भागात सागाची अरण्ये महत्त्वाची आहेत. कर्नाटक राज्यात चंदन हा महत्त्वाचा वृक्ष आढळतो. त्यापासून विविध प्रकारची औषधे व सुगंधी तेल प्राप्त केले जाते. चंदनाचा उपयोग विविध वस्तू तयार करण्यासाठीसुद्धा केला जातो.

४.   **मॅग्रुव्ह किंवा सुंदरीवने (Littoral and Swamp Forest) :** मॅग्रुव्ह किंवा सुंदरीच्या वनांच्या क्षेत्रांमध्ये समुद्र किनाऱ्याच्या प्रदेशांच्या भागात नद्यांच्या त्रिभुज प्रदेशात भरतीची अरण्ये दिसून येतात. अशा अरण्याच्या क्षेत्रास सुंदरीची जंगले किंवा मॅग्रुव्ह जंगले म्हणतात. अशा वनांचे एकूण क्षेत्रापैकी सुमारे ४,०४६ किलोमीटर वर्गक्षेत्र अशा वनाखाली आहे. अरुणाचल प्रदेश, गुजरात, महाराष्ट्र, ओडिशा, तमिळनाडू, पश्चिम बंग, अंदमान–निकोबार बेटे, इत्यादी भागांत सुंदरी किंवा मॅग्रुव्ह प्रकारचे वृक्ष आढळतात. भरतीच्या पाण्यामुळे जमिनीत ओलावा मोठ्या प्रमाणात टिकून राहतो. भरतीच्या पाण्यावर वाढतात त्यामुळे दलदलीची अरण्ये असे यांना संबोधले जाते. अशा वनांमध्ये प्रामुख्याने अमुर, भारा, निपा, अगार, शोला, पाम इत्यादी प्रकारची वृक्षे आढळतात. पुसार या प्रकारच्या वृक्षाचा उपयोग जहाजबांधणी व इमारतीसाठी केला जातो. कारण या वृक्षाचे लाकूड टिकाऊ स्वरूपाचे आहे.

५.   **उष्ण कटिबंधीय कोरड्या हवामानातील पानझडी वने (Tropical Dry Deciduous Forest) :** उष्ण कटिबंधातील कोरड्या हवामानातील पानझडी वने प्रामुख्याने ७५ ते १२५ सें.मी. दरम्यान पर्जन्य असलेल्या प्रदेशात आढळतात. या अरण्याचे क्षेत्र भारतातील १,८६,६२० चौ.किलोमीटर आहे. या स्वरूपाची वने प्रामुख्याने अरुणाचल प्रदेश, बिहार, गुजरात, हरियाणा, हिमाचल प्रदेश, केरळ, मध्य प्रदेश, महाराष्ट्र, जम्मू-काश्मीर, ओडिशा, पंजाब, राजस्थान, तमिळनाडू, उत्तर प्रदेश व पश्चिम बंग या राज्यांत आढळतात. कोरड्या ऋतूच्या कालखंडात मोठ्या प्रमाणात वृक्षांची पाने

गळतात. पावसाळ्यात पुन्हा झाडांना नवी पाने फुटतात. अशा स्वरूपाची अरण्ये विरळ आहेत. अशा अरण्याच्या प्रदेशातील झाडांची उंची २० मीटरपर्यंत दिसून येते. उष्ण कटिबंधातील प्रामुख्याने जांभूळ, साग, बाभुळ, आंबा, अंजन, चंदन, मोह, पळस, टेंभुर्णी, आपटा, खैर, सावर, बिजसाल इत्यादी स्वरूपाचे वृक्षे आढळतात. अशी वने प्रामुख्याने भारताच्या पश्चिम घाट, हिमालय पर्वतीय प्रदेश व वाळवंटी प्रदेश सोडून सर्वत्र दिसून येतात.

६. **उष्ण कटिबंधीय काटेरी वने (Tropical Thorn Forest) :** उष्ण कटिबंधीय काटेरी वनांच्या प्रदेशात सरासरी ७५ सें.मी. पेक्षा कमी पाऊस पडतो. तापमानकक्षा जवळ जवळ २५° ते २८° सें च्या दरम्यान असते. अशा अरण्याचे क्षेत्र भारतामध्ये १६,४९१ चौ. किलोमीटर आहे. अशी वने प्रामुख्याने अरुणाचल प्रदेश, गुजरात, हरियाणा, हिमाचल प्रदेश, कर्नाटक, मध्य प्रदेश, महाराष्ट्र, पंजाब, राजस्थान, तमिळनाडू व उत्तर प्रदेश या राज्यांत आढळतात. कमी पर्जन्य जास्त तापमानाच्या प्रदेशात कमी उंचीची काटेरी झाडे – झुडपे, खुरट्या वनस्पती विखुरलेल्या स्वरूपात दिसून येतात. या प्रदेशात घायपात, कोरफड, निवडुंग, पळस, बाभूळ, बोर, हिवर, शिंदी, लिंब, चिंच, गरुडी, शेर, सालई, नागफणी या वनस्पती दिसून येतात. तसेच पावसाळ्यात थोड्याफार प्रमाणात गवत उगवते.

७. **उपोष्ण कटिबंधीय शुष्क सदाहरित (Tropical Dry Evergreen Forest) :** उपोष्ण कटिबंधीय शुष्क सदाहरित जंगलामध्ये सरासरी पर्जन्यमान १०० सें.मी.च्या जवळपास आढळते. या वनांनी भारतामध्ये सुमारे १,४०४ चौ. किलोमीटर क्षेत्रफळ व्यापले आहे. आंध्र प्रदेश व तमिळनाडू राज्यांतील प्रदेश या जंगलांनी व्यापलेला आहे. या प्रदेशात ईशान्य मौसमी वाऱ्यांपासून पाऊस पडतो. या भागातील वनांतील वृक्षाची उंची १० ते १२ मीटरच्या दरम्यान आढळते. या वनांतील वृक्ष वर्षभर हिरवेगार असतात. या भागात प्रामुख्याने हिरवी, जांभूळ, लिंब, तोडीपात्र, गायरी, बांबू, ऑलिव्ह अशा स्वरूपाच्या वनस्पती दिसून येतात.

८. **उपोष्ण कटिबंधीय रुंदपर्णी वने (Sub-Tropical Broad Leaved Hill Forest) :** उपोष्ण कटिबंधीय रुंदपर्णी वने आसाम, महाराष्ट्र, पश्चिम बंग, तमिळनाडू, आणि केरळ राज्यांत आहेत. या वनांनी भारताचे सुमारे २,७८१ चौ. किलोमीटर क्षेत्रफळ व्यापले आहे. या भागात वार्षिक सरासरी १०० ते १३० सें.मी.च्या दरम्यान पर्जन्य पडत असतो. या भागातील तपमान साधरणत: १८° ते २२° च्या दरम्यान असून सापेक्ष आर्द्रता ८० टक्क्यांच्या जवळपास आढळते. अशी वने समुद्रसपाटीपासून ८५० ते १८५० मीटर उंचीवर आढळतात. या वनांतील वनस्पतीची पाने रुंद असून ही वने प्रामुख्याने विविध

ठिकाणच्या उंच टेकड्यांच्या भागात आढळतात. या भागात प्रामुख्याने सेल्टीस, मेलिसोया, हेंदकळ, जांभूळ, कुंभख-ऐन अशा स्वरूपाचे वृक्ष आढळतात.

९. **उपोष्ण कटिबंधीय पाईन वने (Sub-Tropical Pine) :** उपोष्ण कटिबंधीय पाईन वने भारताच्या उत्तर भागात दिसून येतात. या वनांनी भारताचे सुमारे ४,२३७ चौ. किलोमीटर इतके क्षेत्रफळ व्यापले आहे. भारताच्या जम्मू- काश्मीर, हिमाचल प्रदेश, मणिपूर, नागालँड, सिक्कीम, उत्तर प्रदेश, आंध्र प्रदेश राज्यांत ही वने दिसून येतात. या क्षेत्रात सरासरी पर्जन्यमान २०० ते ३०० सें.मी.च्या जवळपास आढळते. या भागात ओक व चिर या प्रमुख वनस्पती दिसून येतात. चिर या प्रकारच्या वनस्पतीचे लाकूड फार टिकाऊ असल्याने त्यांचा उपयोग विविध प्रकारचे फर्निचर, इमारत, रेल्वे स्लीपर्ससाठी केला जातो.

१०. **पर्वतीय समशितोष्ण कटिबंधीय वने (Mountain Wet Temperate Forest) :** पर्वतीय समशितोष्ण कटिबंधीय वने सदाहरित आहेत. या जंगलांचे क्षेत्रफळ सुमारे २३,३६५ चौ. किलोमीटर वर्ग इतके आहे. हिमाचल प्रदेश, मणिपूर, नागालँड, सिक्कीम, तमिळनाडू, कर्नाटक राज्यांत अशा स्वरूपाची वने दिसून येतात. या भागात प्रामुख्याने स्फ्रूस, सिलव्हर फर, देवदार, साल, ओक, कॉक, इल लॉरेंज, बर्च, फर हे सूचिपर्णी वृक्षांच्या जातीचे वृक्ष दिसून येतात. त्याचबरोबर कर्नाटक व तमिळनाडू राज्यांत साग हा प्रमुख वृक्ष आढळतो. हिमालयाच्या उंच टेकड्यांवर निलगिरी, अन्नमलाई, लिरुगनेर अशा स्वरूपाचे वृक्ष आढळतात. तर दक्षिण भारतातील या वनांना सीलास म्हटले जाते. हिमालयात अशा वनांना तराई म्हणून संबोधले जाते.

११. **हिमालयीन दमट समशीतोष्ण (Himalayan Moist Temperate Forest) :** हिमालय पर्वताच्या उत्तरेकडील समशितोष्ण पट्ट्यामध्ये अशा स्वरूपाची जंगले दिसून येतात. या जगलांचे क्षेत्र सुमारे २२,०१२ चौ. किलोमीटर इतके असून या वनांखालील जम्मू-काश्मीर, हिमाचल प्रदेश, उत्तर प्रदेश या राज्यांचा समावेश होतो अशा स्वरूपांची वने प्रामुख्याने १५०० मीटर्स ते ३००० मीटरच्या दरम्यान आढळतात. पर्जन्यमान १५० सें.मी. या दरम्यान आढळते. या भागात पाईन, सिडार, बीच अशा स्वरूपाचे वृक्ष आढळतात.

१२. **हिमालयीन शुष्क समशीतोष्ण वने (Himalayan Dry Temperate Forest) :** हिमालयीन शुष्क समशीतोष्ण वने २५०० मीटर ते ३५०० मीटर उंचीच्या दरम्यान आढळतात. या जंगलांचे क्षेत्रफळ सुमारे ३१२ चौ. किलोमीटर इतके असून अशी जंगले प्रामुख्याने जम्मू-काश्मीर, उत्तर प्रदेश या राज्यांत दिसून येतात. या भागातील

पर्जन्यमान १२५ ते १५० सें.मी. च्या जवळपास आढळते. या भागात प्रामुख्याने देवदार, चीड, पाईन, युनीफर, ओक, ऑक, स्फ्रूस, सिलव्हरफर या प्रकारचे वृक्ष आढळतात.

१३. अल्पाईन वने (Sub-Alpine and Alpine Forest) : अल्पाईन वने अधिंक उंचीच्या भागात म्हणजे २८०० मीटर्स उंचीच्या पलीकडे ५००० मीटर उंचीपर्यंत दिसून येतात. भारतात या वनांखालील क्षेत्र सुमारे १८,६२८ चौ. किलोमीटर्स आहे. ही वने जम्मू-काश्मीर, नागालँड, सिक्कीम आणि उत्तर प्रदेश या राज्यातही दिसून येतात. या वनांमध्ये अल्पाईन प्रकारचे गवत, तसेच सिलव्हर फर, निळा पाईन, लार्च पाईन, चीर पाईन, बर्च, फर, बौना यांसारखे वृक्ष आढळतात. या शिवाय बेरंगी फुलांची झाडे आढळतात. अशी वने फारशी उपयुक्त नसली तरी रंगी-बेरंगी लष्करी डावपेच व वनांच्या परिसंस्थेच्या दृष्टिकोनातून फार महत्त्वाची आहे.

क. वनांचे प्रत्यक्ष व अप्रत्यक्ष उपयोग

वनसंपत्ती ही सर्वांत महत्त्वाची साधनसंपत्ती आहे. मानवाच्या मूलभूत गरजा पूर्वी वनांतून पूर्ण केल्या जात असे. आजच्या आधुनिक कालखंडामध्ये जंगलावर आधारित विविध प्रकारे उत्पादन घेतले जाते. वनांपासून मानवाला प्रत्यक्ष व अप्रत्यक्ष फायदा मिळत असतो. घरगुती जळणासाठी लाकूड औद्योगिक क्षेत्रांमध्ये इंधन म्हणून उपयोग, याशिवाय इमारतीसाठी लाकूड, फर्निचर, शेती अवजारे, बैलगाड्या, मोटर, रेल्वे, जहाजबांधणी अशा विविध घटकांसाठी फार उपयुक्त आहे. विविध प्रकारची खेळणी, साहित्य तयार करणे, पूल तयार करण्यासाठी, या शिवाय वनापासून अनेक उत्पादने प्राप्त होतात. त्यामध्ये मध, वनऔषधे, लाकूड, विविध टॉनिक, रेन्झीन, कात, गवत, पाने, औषधी द्रव्य, अत्तर किंवा सुंगधी द्रव्य, अखाद्य तेल इतर रासायनिक उत्पादने प्राप्त होतात. लाकूड व लाकडावर आधारित विविध उद्योग तयार होतात. सॉ मिल, फर्निचर, कारखाने, प्लायवूड तयार करणारे कारखाने, विविध पॅकिंगचे साहित्य किंवा खोकी, इत्यादी विविध फायदे प्रत्यक्ष व अप्रत्यक्ष होत असतात. त्यांचा फायदा परकीय चलनासाठीसुद्धा होतो.

अप्रत्यक्ष फायदे मानवाच्या लक्षात येण्यास बराच उशीर झाला आहे. मानवाने स्वार्थापोटी अनेक समस्या निर्माण केल्या. त्यामध्ये शुद्ध हवा नष्ट झाली. परिणामी, दूषित हवेचे प्रमाण वाढत गेले.

१. जमिनीची धूप नियंत्रित होते : वनांमुळे जमिनीची धूप व झीज थांबवली जाते. कारण वनस्पतींची मुळे भूपृष्ठातील माती धरून ठेवतात

२. **पर्जन्यात वाढ :** वनांमुळे पर्जन्याच्या प्रमाणात वाढ होते, तर वनांचा ऱ्हास झाल्यास पर्जन्याच्या प्रमाणात घट होते. ज्या भागात वनांचे प्रमाण जास्त आहे अशा भागात पर्जन्याचे प्रमाण वाढलेले दिसून येते.

३. **भूजल पातळीत वाढ :** वनांमुळे पर्जन्याचे पाणी अडविले जाते व ते जमिनीत मुरते. त्यामुळे भूजल पातळीत वाढ झालेली दिसून येते.

४. **निसर्ग सौंदर्यामुळे स्थानिकांना रोजगार संधी :** निसर्ग सौदर्य चांगले असेल तर त्या भागात पर्यटनांची स्थळे विकसित होतात. परिणामी, बाहेरचे चलन स्थानिक लोकांना प्राप्त होते. विविध उद्योगांच्या माध्यमातून रोजगारांच्या संधी प्राप्त होतात. त्यामुळे करमणुकीची स्थळे विकसित होतात.

५. **वन संरक्षण :** वन संरक्षित झाल्याने विविध पशुपक्षांच्या संख्येत वाढ होत जाते. त्यामुळे परिसंस्थेचे संतुलन राखण्यास मदत होत असते.

६. **पूरनियंत्रण :** वनस्पतीच्या आच्छादनामुळे पुराचे पाणी नियंत्रित करता येते. पूरग्रस्त प्रदेशांतील नदीच्या काठावरील प्रदेशात मोठ्या प्रमाणात गवताची व विशिष्ट वृक्षाची लागवड केल्यास पुराच्या पाण्याचे प्रसरण कमी होण्यास मदत होऊन प्राणहानी व वित्तहानी कमी करता येऊ शकते.

७. **पर्यावरण संतुलन :** ३३% क्षेत्र वनाखाली असेल तर पर्यावरण समतोल राखला जाऊ शकते, त्यामुळे हवेत सम प्रमाणात उष्ण तापमान व पर्जन्याचे प्रमाण राहते. वनांची मोठ्या प्रमाणात तोड झाल्याने अनेक समस्या निर्माण झाल्या आहेत.

८. **वाळवंटी प्रदेश :** वाळवंटी प्रदेशांत वाळवंटीकरण थांबविण्यासाठी विविध प्रकारचे प्रकल्प हाती घेतले जात आहेत. वाळवंटी प्रदेशांत विविध प्रकारची झाडे लावली जात आहेत. त्यामध्ये मोठ्या वृक्षापासून ते गवताळ घटकांचा समावेश आहे. हरित पट्ट्याची योजना पुढे येत आहे. त्यामुळे जमिनीची सुपीकता वाढविण्यास मदत होतेच त्याच बरोबर जमिनीचे संरक्षणसुद्धा होण्यास मदत होते.

पर्यावरणवादी लोकांनी एक इशारा दिला आहे जर, वनांचा असाच ऱ्हास होत राहिला तर, पृथ्वीचे वाळवंटीकरण होण्यास वेळ लागणार नाही. हरित पट्ट्यांची निर्मिती करून वाळवंटीकरण थोड्या प्रमाणात थांबविता येईल. अशा घटकांचा विचार केला तर वनांमुळे जमिनीची सुपीकता वाढेल, वादळी वाऱ्यांपासून प्रदेशांचे संरक्षण होईल.

५.५ वृक्षतोड व संवर्धन (Deforestation and Conservation)

नैसर्गिक साधनसंपतीमध्ये अरण्यांना विशेष महत्त्व आहे. वनांमुळे अनेक प्रकारे उत्पन्न प्राप्ती होते. प्राचीन कालखंडापासून वनात वास्तव्य करणाऱ्या आदिवासी जमातीला विविध प्रकारे वनांचा फायदा मिळत असतो. वनांवर विविध प्रकारचे उद्योगधंदे अवलंबून असतात. त्यामध्ये लाकूड, विविध प्रकारची वन औषधे, घरबांधणीसाठी लाकूड, विविध कारखान्यांसाठी कच्चा माल, प्लायवुड, पॅकिंगचे लाकूड, आगपेटी तयार करणे, जहाज–बांधणी लाकूड, रेल्वे डबे, खेळणी साहित्याचे लाकूड, या शिवाय विविध उपयोगी लाकूड प्राप्त होते. कागद, कागदाचा लगदा तयार करण्यासाठीचे लाकूड, रेऑन व कृत्रिम धागे तयार करणारे कारखाने, तेल, वॉरनीश, तयार करणारे, लाकडी कोळसा, रंगद्रव्य तयार करणारे उद्योग, वनस्पती तेल, सुंगधी तेल, अखाद्य तेल, औषधी द्रव्य, कात, विविध रसायने यांसाठी वनांचा उपयोग मोठ्या प्रमाणात केला जातो. त्यामुळे भारतीय अर्थव्यवस्थेत वन व्यवसायांना महत्त्व आहे. त्या साठी वनांचे संवर्धन व संरक्षण करणे काळाची गरज आहे.

अ. वनांमधील वृक्षतोडीमुळे निर्माण झालेल्या विविध समस्या

वनांच्या विविध पर्यावरणीय फायद्यामुळे विविध तज्ज्ञांनी वनांना पर्यावरणाचे फुप्फुस म्हटले आहे. ज्याप्रमाणे फुप्फुसांना शरीराच्या शुद्धीकरणात महत्त्वाचे स्थान असते. त्याचप्रमाणे वने, जमिनीच्या पर्यावरण व्यवस्थेत महत्त्वाची आहेत. एकूण क्षेत्रफळाच्या ३३% भाग हा वनांनी आच्छादलेला पाहिजे होता; परंतु प्रत्यक्षात हे क्षेत्र सुमारे २० ते २२ टक्क्यांच्या जवळपास आहे. यांचे कारण म्हणजे मनुष्याने स्वत:च्या स्वार्थापोटी मोठ्या प्रमाणात वनांची तोड केली आहे. भारतात मोठ्या प्रमाणात जंगलतोड आदिवासी भागात केली जाते. स्थलांतरित शेती, जंगलात लागणारे वणवे, जंगलक्षेत्राचा मोठ्या प्रमाणात शेतीसाठी केला जाणारा वापर इत्यादी स्वरूपाच्या विविध कारणांमुळे जंगलतोड केली जाते. त्यामुळे विविध समस्या निर्माण होत आहेत.

१. **भूजलपातळीत घट :** वनांमध्ये अस्तित्वात असलेल्या विविध वनस्पतींमुळे पावसाचे पाणी अडवले जाते. अडवलेले पाणी झिरपण्याची क्रिया घडून येते. त्यामुळे भूगर्भातील पाण्याच्या साठ्यात मोठ्या प्रमाणात वाढ होण्यास मदत होते. वने तोडल्यानंतर जमिनीची नैसर्गिक परिस्थिती बदलते व जमीन ओबड–धोबड बनल्यामुळे पावसाचे पाणी अडवले जात नाही. ते झिरपतसुद्धा नाही, ते वाहू लागते. त्यामुळे भूजलसाठ्यात झपाट्याने घट होत असल्याचे दिसून येते.

२. **वन्य पशूंचा ऱ्हास :** वने नष्ट झाल्याने अनेक वन्य पशु नष्ट होण्याच्या मार्गावर आहेत. त्याचप्रमाणे त्यांचे वस्तिस्थानात मानवी हस्तक्षेपामुळे बदल झाल्याने अनेक

हिंस्त्र पशू मानवी वस्तिस्थानात प्रवेश करीत आहेत. तर काही पशु-पक्षी फक्त प्राणिसंग्रलयात पाहावयास मिळत आहेत. दिवसेंदिवस अशीच परिस्थिती निर्माण झाल्यास कित्येक पशु-पक्ष्यांच्या जाती समुळ नष्ट होतील.

३. **वनांच्या ऱ्हासामुळे आर्द्रतेत घट व तपमानात वाढ :** वनांच्या ऱ्हासामुळे वातावरणातील आर्द्रतेचे प्रमाण कमी झाले. त्याचा विपरीत परिणाम म्हणजे तपमान कक्षेत मोठ्या प्रमाणात वाढ झालेली दिसून येते. वनांच्या छायेखालील भूपृष्ठ तापत नाही. परिणामी, हवेत गारवा राहतो. वने नष्ट झाल्यास जमीन उघडी पडते. सूर्यकिरणे थेट भूपृष्ठावर पडून तपमानात मोठ्या प्रमाणात वाढ झालेली दिसून यते.

४. **वनांच्या कमतरतेमुळे प्रदूषणात वृद्धी होते :** वने नष्ट झाली तर प्रदूषणात वाढ होते. कारण विविध वायूंचे उत्सर्जन वाढलेले दिसते. त्यामुळे वातावरणातील विविध वायूंचे प्रदूषण वाढण्यास मदत होते.

५. **वने नष्ट झाल्यास जमिनीची धूप :** भूपृष्ठावरील वने नष्ट झाल्यास जमिनीची मोठ्या प्रमाणात धूप होते. भूपृष्ठावरील विविध सेंद्रीय घटक नष्ट झाल्यामुळे जमिनीची उत्पादन क्षमता कमी झालेली दिसून येते. भारतीय सर्वेक्षण विभागाने केलेल्या पाहणीनुसार दरवर्षी मोठ्या प्रमाणात जमिनीची धूप होते.

६. **नद्यांचे पूर :** भारताच्या उत्तर भागात पूर समस्या दिवसेंदिवस गंभीर होत आहे. कारण भूपृष्ठावर अस्तित्वात असलेली जंगले नष्ट झाल्याने पावसाचे पाणी न थांबता प्रचंड वेगाने वाहून जाते. पाणी मुरण्याच्या प्रक्रियेवर त्यामुळे मर्यादा येतात. परिणामी, भूगर्भ जलाची पातळी खूप खोलवर जाते. जमीन उघडी बोडकी असल्याने नद्यांच्या पाण्याच्या पातळीत वाढ झालेली दिसून येते.

७. **वनांच्या ऱ्हासामुळे इंधन तुटवडा निर्माण होतो :** भारतातील ७५% जनता ग्रामीण भागात निवास करते. त्यामुळे अन्न शिजवण्यासाठी मोठ्या प्रमाणात लाकडाचा उपयोग केला जातो. जंगलतोडीमुळे इंधनाचा मोठ्या प्रमाणात तुटवडा जाणवतो.

८. **वनात वास्तव्य करणाऱ्या वन्य जाती व जमातींच्या मूलभूत गरजांची समस्या :** बदलत्या गरजांमुळे वनांचा ऱ्हास होत आहे, त्यामुळे आजही काही भागांत पर्वतीय प्रदेशांत वास्तव्य करणाऱ्या आदिवासी लोकांच्या मूलभूत गरजा अन्न, वस्त्र, निवारा या झाडांपासून प्राप्त होतात, त्याचप्रमाणे विविध वस्तूंबरोबरच कंदमुळांचा वापर अन्न म्हणून केला जातो. निवाऱ्यासाठी झाडांच्या विविध घटकांचा उपयोग केला जातो. लाकूड फाटा, झाडांची पाने, फांद्या गवत इत्यादींचा वापर करता येतो. आजच्या काळात

जंगलतोडीमुळे समाजाच्या मूलभूत गरजा भागविण्यास विविध अडचणी निर्माण होत आहेत.

९. **वाळवंटीकरण :** दिवसेंदिवस वनांचे प्रमाण कमी होत असल्याने जमिनीची सुपीकता कमी होत असल्याने त्यांचे रूपांतर ओसाड प्रदेशात होते. तर वाळवंटी प्रदेशातील जमिनी मोठ्या प्रमाणात ओसाड झाल्याने त्या आक्रमक होत आहेत.

१०. **जनावरांच्या चाऱ्याचा प्रश्न :** दिवसेंदिवस वनांचे प्रमाण कमी होत असल्याने गवत व कुरणांचा अभाव निर्माण होतो. त्यामुळे जनावरांना आवश्यक प्रमाणात चारा उपलब्ध होत नाही. त्याची कमतरता भासते. परिणामी, दुभत्या जनावरांच्या चाऱ्याचा प्रश्न निर्माण होतो.

११. **धरणांच्या साठवण क्षमतेवर परिणाम :** दिवसेंदिवस वनांचे प्रमाण कमी झाल्याने जमीन ओसाड व उघडी पडल्याने जास्त पर्जन्य असलेला ठिकाणांच्या परिसरातून मोठ्या प्रमाणात माती मूळ जमिनीपासून विलग होते. ती वाहत जाऊन धरणाच्या तळाशी साचते. परिणामी, धरण साठवणक्षमता कमी होते व धरणे उथळ होतात.

१२. **पर्यावरण समतोलावर परिणाम :** निसर्गातील अस्तिवात असलेल्या विविध परिसंस्था रचनेत वृक्ष किंवा जंगले महत्त्वाची भूमिका बजावत असतात. जर जंगले नष्ट झाली तर निसर्गनिर्मित परिसंस्थेवर त्यांचा विपरीत परिणाम होऊन पर्यावरणीय समस्या निर्माण होते.

१३. **वनांवर आधारित विविध उद्योगांसाठीचा आवश्यक कच्च्या मालाचा तुटवडा निर्माण होईल :** कागद तयार करण्यासाठी लाकडांची नितांत आवश्यकता असते. त्याचप्रमाणे कापडाच्या गिरण्या, फर्निचर उद्योग, वनस्पती औषधे, विविध विडीउद्योग, यांना कच्चा माल वनातून पुरविला जातो. जर वने नष्ट झाली तर वरील उद्योगावर गदा येऊ शकते.

ब. वनसंपत्तीचे संवर्धन (Conservation of Forests)

औद्योगिक क्रांतीमुळे दिवसेंदिवस वनसंपदांचे संवर्धन करणे काळाची गरज झाली आहे. आजच्या आधुनिकतेमुळे प्रत्येकाला वनाचे महत्त्व चांगल्या प्रकारे कळू लागले असले तरी मनुष्य त्याकडे वळत नाही. त्यासाठी एक क्रांती करणे बदलत्या काळाची गरज झाली आहे. त्यासाठी शासनाने प्रत्येक व्यक्तीचा त्यात समावेश करून महत्त्व पटवून देणे गरजेचे आहे. आज शासन, शाळा, महाविद्यालयातील विद्यार्थी, जंगल विभाग, सेवाभावी संस्था, संघटना, प्रसारमाध्यमे, या सर्वांनी जंगल सवर्धन मोहीम हाती घेतली पाहिजे,

कारण निसर्गाचा समतोल, पर्यावरणाचा समतोल, परिसंस्थेचे संतुलन राखण्यासाठी ३३% क्षेत्र वनाखाली असणे गरजेचे आहे. त्यासाठीच वनसंवर्धन करणे व वनांचे महत्त्व समाजास पटवून देत असताना त्यांना पुढील घटकांची कल्पना देणे गरजेचे आहे.

वनसंवर्धन : आजच्या आधुनिक कालखंडामध्ये वनसंवर्धनासाठी योग्य प्रकारचे नियोजन करताना समाजातील व्यक्तीचा किंवा गावातील लोकांचा सहभाग करून घेणे गरजेचे आहे.

चराईवर नियंत्रण : वन क्षेत्रामध्ये मोठ्या प्रमाणात मोकाट जनावरे सोडली जातात. त्यामुळे त्यांच्या पायाच्या नख्यांमुळे मोठ्या प्रमाणात जमिनीची धूप होते, त्याचबरोबर मोकाट जनावरे नवीन येणाऱ्या वृक्षांची कोवळी पालवी खातात, त्यामुळे नवीन वृक्षांची वाढ होत नाही, त्यासाठी ठराविक क्षेत्र चराईसाठी राखीव ठेवले पाहिजे.

पर्वतीय क्षेत्रामध्ये स्थलांतरित शेतीस निर्बंध : वनाचा विकास करताना आदिवासी समाज मोठ्या प्रमाणात स्थलांतरित शेती करीत असतो. ही शेती ठराविक काळापुरती मर्यादित असते. ज्या वेळी ही शेती केली जाते, त्यावेळी काही भाग शेतीखाली आणताना मोठ्या प्रमाणात जंगलातील बारीक वृक्षांची कत्तल होते. जे शेतीतून उत्पन्न प्राप्त होते ते सुद्धा कमी असते. म्हणून जंगलात स्थलांतरित शेतीस निर्बंध घालणे गरजेचे आहे.

पुनर्वृक्षारोपण : वनांचे क्षेत्र वृद्धीसाठी विविध प्रकारचे कार्यक्रम हाती घेतले जातात. वनामध्ये अस्त्विात असलेले जुने वृक्ष तोडून त्या ठिकाणी पुन्हा नवीन वृक्षाची लागवड करणे आज गरजेचे आहे. कारण जुन्या वृक्षांच्या जागी नवीन वृक्ष लावताना त्याची जोपासना केली पाहिजे. त्यामुळे वनांचे क्षेत्र कायम राहण्यास मदत होईल.

प्रगत जंगलतोड : अलीकडील काळात ही संकल्पना उदयास येत आहे. यामुळे वनांचे संरक्षण होण्यास मदत होते. अशा वनांचे वणव्यापासून संरक्षण तर होतेच त्याचबरोबर आग लागल्यामुळे होणारे नुकसानही कमी प्रमाणात होते. प्रगत वन संरक्षणात टप्याटप्यांत वृक्षाची लागवड केली जाते व टप्याटप्यांत त्यांची तोड करणे शक्य होते. त्यामुळे देखभालीचा खर्चसुद्धा कमी होतो व उत्पादनात वाढ होते.

वन कायदा कडक करणे : लेखी परवानगी नसताना झाड तोडणे, फांद्या तोडणे, साल काढणे, ॲसिड ओतणे, झाडाला आग लावणे किंवा अन्य प्रकारे इजा पोहोचविणे अशी कृती करणे हा कायद्याने गंभीर गुन्हा आहे. त्यासाठी दंड, फौजदारी गुन्हा, शिक्षा अशी तरतूद करणे.

पडित जमिनीचा वापर : शेतीच्या दृष्टिकोनातून निरुपयोगी असलेल्या पडित क्षेत्रावर वृक्षाची लागवड करणाऱ्या व्यक्तीला किंवा संस्थेला प्रोत्साहित करून वृक्ष संवर्धन करणे आधुनिक काळाची गरज आहे.

वनांवर शक्यतो सरकारी मालकी : वना संदर्भात शक्यतो भारत सरकारची मालकी असावी. खाजगी क्षेत्रावरील वनांवर मोठ्या प्रमाणात जंगल तोड ही नियमबाह्य प्रकारची होत असते. त्यावर नियंत्रण येण्यासाठी वने ही सरकारी मालकीची असल्यास त्यामुळे वनांचे संवर्धन चांगल्या प्रकारे होऊ शकते.

आगीपासून संरक्षण सुविधा निर्माण करावी : वनामध्ये मोठ्या प्रमाणात आगी लागण्याची शक्यता असते. यामध्ये मानवी कृत्य किंवा अज्ञान या घटकांबरोबरच इतरही कारणे असू शकतात. वनांना आगीपासून संरक्षण मिळण्यासाठी काही ठराविक पट्टा पाडण्याची वन खात्याची पद्धत आहे, तिला बेसलाईन म्हटले जाते. ती असावी किंवा अग्निशामक पट्टे तयार करावेत. त्यामुळे आगीपासून जंगलाचे मोठ्या प्रमाणात संरक्षण होण्यास मदत होईल.

वनांना कीड व रोगमुक्त करणे : वनांमध्ये अनेक प्रकारचे कीटक व जिवजंतू असतात. त्यामुळे वृक्षांना मोठ्या प्रमाणात उपद्रव होण्याची शक्यता असते. त्याकरिता झाडांवर कीटकनाशक औषधांची फवारणी करणे गरजेचे आहे. त्यामुळे वनांचे संरक्षण होण्यास मदत होईल. त्याचप्रमाणे रोगट व कीड लागलेली झाडे काढून घ्यावीत, त्यामुळे इतर झाडांना त्यांचा उपद्रव होणार नाही व चांगल्या झाडांची वाढ जोमाने होईल.

वनसंशोधन : वनांच्या संवर्धनाच्या दृष्टिकोनातून त्याच प्रदेशातील झाडांवर योग्य ते प्रयोग करून नवीन जातीची व जोमाने वाढणाऱ्या जातीच्या संशोधनासाठी प्रयोग शाळेची उभारणी करावी. रोगास व किडीस प्रतिकार करतील अशा झाडांची जोपासना करावी. नवीन जातीच्या झाडांची रोपे तयार करून वने वाढवावी.

प्रशिक्षित लोकांव्दारे वनांचे संवर्धन : वनांचे संवर्धन करण्यासाठी प्रशिक्षित लोकांची भरती केली तर त्यामुळे वनांची जोपसना होण्यास मदत होईल. त्यामुळे वनांचे संरक्षण होण्याससुद्धा मोठ्या प्रमाणात मदत होईल.

जनजागृती व प्रसारमाध्यमे : प्रसारमाध्यमांद्वारे वनांचे महत्त्व लोकांना पटवून देणे काळाची गरज आहे. लोकांना वनांचे महत्त्व पटल्यावरच वनांचे संवर्धन चांगल्या प्रकारे होऊ शकते. जनजागृती करीत असताना शक्यतो शासनाने विविध शैक्षणिक संस्था, सेवाभावी संस्था, संघटना यांच्यामध्ये वनसंवर्धनाची बीजे रुजवून प्रत्येक व्यक्ती वनसंरक्षणाच्या दृष्टीने

जागृत केली पाहिजे. त्याचप्रमाणे विविध वृत्तपत्रे, रेडिओ, टि.व्ही. यांसारख्या प्रसारमाध्यमांच्या माध्यमातून वन संपत्तीचे महत्त्व पटवून देण्यास भरपूर वाव आहे.

क. वन व्यवस्थापनाची ठळक उद्दिष्टे

'राष्ट्रीय वनधोरण १९८८ वन धोरण' जाहीर करण्याची तरतूद करण्यात आली आहे. त्यानुसार राष्ट्रीय वनधोरण कृती आराखड्याला आधारित वनांखालील क्षेत्र ३३ टक्क्यांवर नेण्याचे उद्दिष्ट साध्य केले गेले पाहिजे. वन धोरणाच्या प्रभावी अंमलबजावणीसाठी म्हणजेच वन विकासात संयुक्त वन व्यवस्थापन समिती, वनसंरक्षण समिती, वन विकास प्राधीकरण आदींचा सहभाग मोठ्या प्रमाणावर वाढविला पाहिजे. त्या आधारे पावसाच्या पाण्याने होणारी जमिनीची धूप थांबविण्यासाठी आणि जास्तीत जास्त पाणी अडविण्यासाठी सक्षमरीत्या पाणलोट विकास कार्यक्रमाची अंमलबजावणी केली पाहिजे. यात प्रामुख्याने डोंगराळ वनक्षेत्रांना प्राधान्य देण्यात आले पाहिजे. वनसंरक्षाणासाठी शस्त्र व दारुगोळादेखील पुरविला जाणार आहे. दळणवळण केंद्र व सिक्रेट फंडाची उभारणी केली जाईल असे शासन म्हणते. वनांचे सरंक्षण करताना मृत्युमुखी किंवा अंपग झालेल्या कर्मचाऱ्यांना नुकसान भरपाई दिली जाईल.

धोरणाच्या अनुषंगाने तांत्रिक सुधारणाही केल्या जाणार आहेत. त्या अंतर्गत प्रत्येक वन विभागासाठी जिऑग्राफिकल इन्फर्मेशन सिस्टीमचा (GIS) वापर करून स्वतंत्र कार्य आराखडा व महाराष्ट्र वन संशोधन संस्थेची स्थापना केली जाईल. वनीकरणासाठी उत्कृष्ट दर्जाचे बियाणे व रोपे यांचा वापर वाढविला जाईल. सेंद्रीय खताच्या वापरास प्रोत्साहन दिले जाईल. तसेच ई-प्रशासनावर भर देण्यात येणार आहे.

धोरणाची ठळक उद्दिष्टे

१. शास्त्रशुद्ध व्यवस्थापन तंत्राचा वापर करून नैसर्गिक आणि मानवनिर्मित वनांचे संवर्धन आणि शाश्वत विकास करणे.
२. सर्व पडित, निकृष्ट आणि अनुत्पादक जमिनीच्या जल व मृदा संधारणासाठी पाणलोट क्षेत्रनिहाय नव्याने वनीकरण करणे.
३. भूमिहिन, दुर्बल गट आणि स्त्रियांच्या सहभागाने सरकारी, सामूहिक व खाजगी जमिनीवर मोठ्या प्रमाणात वनव्याप्ती वाढविणे.
४. पूर आणि दुष्काळावर मात करण्यासाठी नद्या, तलाव आणि जलाशयांच्या पाणलोट क्षेत्रातील जमिनीची धूप थांबवणे व हे क्षेत्र पडित होण्यापासून वाचविणे.
५. वन जमिनीची व वनातील वृक्षांची उत्पादन क्षमता वाढविणे.
६. गरीब आणि आदिवासींच्या जळाऊ लाकूड, चारा, इत्यादी मूलभूत गरजा भागविणे.

७. वन–उत्पादनाच्या मागणी आणि पुरवठ्यातील तूट कमी करणे

८. लाकूड व लाकडाच्या उत्पादनांना पर्याय आणि वन–उत्पादनाच्या योग्य वापराला उत्तेजन देऊन वनांवरील भार कमी करणे.

९. दीर्घकालीन योजना व कृती कार्यक्रम बनवून वन्य जीव व जैविक विविधतेचे संरक्षण व विकास करणे.

ड. हरित पट्ट्यांची निर्मिती करणे काळाची गरज

शहरी व औद्योगिक क्षेत्रांत निर्माण होणारा कार्बन शोषून घेण्यासाठी योग्य वृक्षांच्या हरित पट्ट्यांची निर्मिती केली गेली पाहिजे. शहरात उपलब्ध असलेल्या सर्व जमिनीवर वनक्षेत्र वाढविण्यास प्रोत्साहन देण्याची गरज आहे. नागरी वनविकास प्रकल्पास वन विभाग, महाराष्ट्र वन विकास महामंडळ व सामाजिक वनीकरण विभागांद्वारे योग्य तांत्रिक साहाय्य देऊन कार्यान्वित केले पाहिजे. संपूर्ण राष्ट्र व राज्य वन विज्ञान केंद्रांचे जाळे उभारून जनतेला वृक्ष, वने, वन्यजीव तसेच कृषी वनविकासाचे महत्त्व पटवून देणे गरजेचे आहे.

ग्रीन फंडाची स्थापना केली पाहिजे. त्यासाठी वनविकास यंत्रणा, वन विकास कर, जिल्हा परिषद अनुदान, विविध व अशासकीय व औद्योगिक प्रतिष्ठानांकडून प्राप्त होणाऱ्या देणग्या, आयाती टिंबर व लाकडावर लावलेल्या ग्रीन टॅक्सच्या माध्यमातून निधी उभारला जाईल. वनक्षेत्रातून प्राप्त होणाऱ्या पाण्याचा वापर करणारे उद्योग तसेच महानगर पालिकेवर २% ग्रीन सेस लावला पाहिजे. वनेतर जमिनीवर घेण्यात आलेल्या रोप वनाकरिता वृक्षतोडीचे नियम तसेच वाहतूक परवाना नियम शिथिल करण्यास योग्य उपाययोजना केल्या पाहिजे. तसेच संयुक्त व्यवस्थापन समितीस वैधानिक दर्जा देण्यासाठी ग्रामपंचायत अधिनियमात आवश्यक ती दुरुस्ती केली पाहिजे. वन विकास महामंडळाचे बळकटीकरण केले गेले पाहिजे. लोकांना अधिकाधिक प्रोत्साहन देण्यासाठी नव्याने हरित ग्राम योजना व हरित शहर योजना सुरू केली गेली पाहिजे.

इ. वनाचे पर्यावरणाच्या दृष्टीने महत्त्व (Environmental importance of Forest)

वृक्षाचे मानवी जीवनावर अनंत उपकार आहेत. वन आच्छादन नसलेली चिकण मातीची जमीन केवळ ५ मि. मी. पावसाचे पाणी शोषून घेऊ शकते. पण त्यावर वनाचे आच्छादन असेल तर ७६ मि.मी. इतक्या पावसाचे पाणी शोषले जाते. वृक्षाचे आच्छादन नष्ट केल्यास ६०% पावसाचे पाणी वाया जाते. कसदार जमिनीची धूप होते आणि भूगर्भातील पाण्याची पातळी खाली जाते. कुठलेच प्रतिबंधक उपाय योजिले नाही तर

जमिनीचा वरचा २.५ सें.मी. इतका थर एक दोन वर्षांत धुऊन जाऊ शकतो. पण हाच थर तयार करण्यास निसर्गास शेकडो वर्षे लागतात. १६० चौ.मी. छाया देणारे मोठे वृक्ष प्रत्येक तासाला ७१२ किलो प्राणवायू बाहेर टाकतात. तर २२५२ किलो कर्बाम्ल वायू शोषून घेतात हा शोषून घेतला जाणारा वायू सुमारे ८० हजार घरांतून बाहेर पडणाऱ्या कर्बाम्ल वायूइतका असतो. एका मोठ्या झाडाचे हे कार्य २७०० लहान झाडे करू शकतात. यावरून एक मोठे झाड तोडल्याने वातावरणात किती ढवळाढवळ होते याची कल्पना येईल. सर्वसाधारणपणे मोटारीचा कारखाना जेवढा प्राणवायू उपयोगात आणतो तेवढा प्राणवायू एक मोठा वृक्ष श्वासोच्छ्वासावाटे बाहेर टाकतो. एक मोठे वडाचे झाड दररोज सुमारे दोन टन पाणी बाहेर टाकते. भरपूर वने असतील तर त्या ठिकाणचे उन्हाळ्यातील उष्णतामान कमी असते. पृथ्वीवरील सर्व वनस्पती नष्ट झाल्या तर सर्व प्राणी प्राणवायू अभावी गुदमरून नष्ट होतील. वृक्षांनी आच्छादलेल्या जमिनी तिच्या वजनाच्या ३५% पाणी शोषून घेऊ शकतात. यावरून वृक्षाचे म्हणजेच पर्यायाने वनाचे किती महत्त्व आहे हे लक्षात येते. आपल्या देशात वनस्पतींच्या ४५ हजार व प्राण्यांच्या ८१,२५१ आणि पक्षांच्या १,२२८ जाती आहेत. ही जैविक विविधता टिकविण्यासाठी वनांचे संवर्धन करणे गरजेचे आहे. प्रत्येकाने मनापासून वनसंवर्धन करण्यासाठी प्रयत्न केले पाहिजेत.

६ खनिज व शक्तिसाधने
Minerals and Energy Resources

६.१ प्रस्तावना (Introduction)
६.२ खनिजसंपदा व वितरण (Mineral Resources and its Distribution)
६.३ शक्तिसाधने (Energy Resources)

६.१ प्रस्तावना (Introduction)

खनिजे ही एक नैसर्गिक साधनसंपदा आहे. निसर्गातील अनेक साधनसंपदांपैकी खनिजे व शक्तिसाधने या महत्त्वाच्या साधनसंपदा आहेत. देशाच्या औद्योगिक व आर्थिक विकासात खनिज साधनांचा महत्त्वाचा वाटा असतो. खनिज संसाधनांना देशाच्या औद्योगिक विकासाचा पाया असे म्हणतात. म्हणूनच खनिजे ही महत्त्वाची साधनसंपदा आहे. खनिजे क्षय पावणारी साधनसंपदा असल्यामुळे त्यांचे धातू (metallic minerals) व अधातू (non minerals) खनिजे या दोन प्रकारांत वर्गीकरण करण्यात येते. धातू खनिजांमध्ये लोहखनिज, मँगेनीज, बॉक्साईट, सोने, तांबे, चांदी, निकेल, शिसे, जस्त, कथिल, टंगस्टन इ. खनिजांचा समावेश होतो, तर अधातू खनिजांमध्ये जिप्सम, चुनखडी, हिरे, डोनामाईट, पोटॅशिअम, कॅलसाईट, ग्राफाईट, इ. खनिजांचा समावेश होतो. खनिज तेल व दगडी कोळसा हीसुद्धा अधातू खनिजे असून ती शक्तिसाधने म्हणून ओळखली जातात.

भारतात खनिजांचे साठे विस्तृत प्रदेशात आढळत असले तरी खनिजांचे वितरण विषम झाले आहे. भारतामध्ये पुढीलप्रमाणे खनिजांचे वितरण महत्त्वाचे मानले जाते.

६.२ खनिजसंपदा व वितरण (Mineral Resources and its Distribution)

अ. लोहखनिज (Ironore)

लोहखनिजांच्या साठ्याच्या संदर्भात भारत हा जगातील एक अग्रेसर देश आहे. जागतिक साठ्यापैकी भारतात २५% साठे आहेत. भारतात कच्च्या लोहाचे सुमारे २१००

कोटी टन साठे असावेत असा अंदाज आहे. निसर्गात लोहखनिज शुद्ध स्वरूपात आढळत नाही. ते अशुद्ध स्वरूपात आढळते. शुद्धतेच्या बाबतीत भारतातील लोहखनिज उच्च दर्जाचे मानले जाते. शुद्धतेच्या प्रमाणानुसार लोहखनिजाचे चार प्रकार आहेत.

१. **मॅग्नेटाईट (Mananese) :** लोहखनिजाचा हा सर्वांत शुद्ध व उच्च वर्गाचा प्रकार आहे. हा लोहाचा काळसर रंगाचा ऑक्साईड (Fe_3O_4) असून त्यात लोहाचा अंश ६५% ते ७२.४% पर्यंत असतो. पाण्याचा अंश केवळ ०.३% असल्यामुळे मॅग्नेटाईटपासून शुद्ध लोह मिळविणे किफायतशीर ठरते.

२. **हेमेटाईट :** लालसर अथवा भुऱ्या रंगाच्या या खनिजामध्ये लोहाचा अंश ७०% पर्यंत असतो. हेमेटाईट हा लोहाचा ऑक्साईट (Fe_2O_3) असून त्यात पाण्याचा अंश १०% अतो. जगात हेमेटाईटचे साठे सर्वांत जास्त सुमारे ६८% आहेत.

३. **लिमोनाईट :** लोहाचे हे खनिज पिवळसर तपकिरी रंगाचे असून ते ऑक्साईडच्या स्वरूपात ($2Fe_3O_33H_2O$) असते. या खनिजात लोहाचे प्रमाण ५०% ते ६०% असते. पाण्याचा अंश सर्वांत जास्त म्हणजे ११% असतो.

४. **सिडेराईट :** पिवळसर रंगाचे सिडेराईट हे लोहाचे सर्वांत कमी प्रतीचे खनिज आहे. कार्बोनेटच्या स्वरूपात ($FeCO_3$) असणाऱ्या या खनिजात लोहाचा अंश सुमारे ४८% पर्यंत असतो. त्यात पाण्याचा अंश ०.७% असतो.

भारतातील लोहखनिजाचे वितरण (Distribution of Ironore in India)

भारतातील लोहखनिजाचे उत्पादन पुढीलप्रमाणे आहे.

१. **ओडिशा :** लोहखनिजांच्या साठ्याच्या बाबतीत देशात ओडिशाचा प्रथम क्रमांक आहे. ओडिशा राज्यात सुंदरगड, मयूर-भंज, केंऊझार, बोनाई हे प्रदेश लोहखनिज उत्पादनासाठी प्रसिद्ध आहे. देशातील उच्च प्रतीच्या लोहखनिज साठ्यातील ५०% साठे या तीन जिल्ह्यांत आहेत. येथील लोहखनिज रूरकेला, बोकारो, जमशेदपूर येथील लोहपोलाद कारखान्याला पाठविले जाते. देशाच्या एकूण उत्पादनापैकी ३५ ते ३६% लोहखनिजाचे उत्पादन या राज्यांतून होते.

२. **झारखंड :** उच्च प्रतीचे हेमेटाईट जातीचे लोहखनिज सिंगभूम जिल्ह्यात कल्हान क्षेत्रातील नोटूबुरू नोआमुंडी, पान्सिराबुरू, गुआ खाणीतून मिळते. मानभूम येथून देशाच्या एकूण लोहखनिज उत्पादनापैकी ३८% लोहखनिजाचे उत्पादन केले जाते. येथील सिंगभूम जिल्ह्यातून लोहखनिज मिळविले जाते. लोहखनिज कुल्ही, बर्नपूर येथील लोहपोलाद कारखान्याला पाठविले जाते.

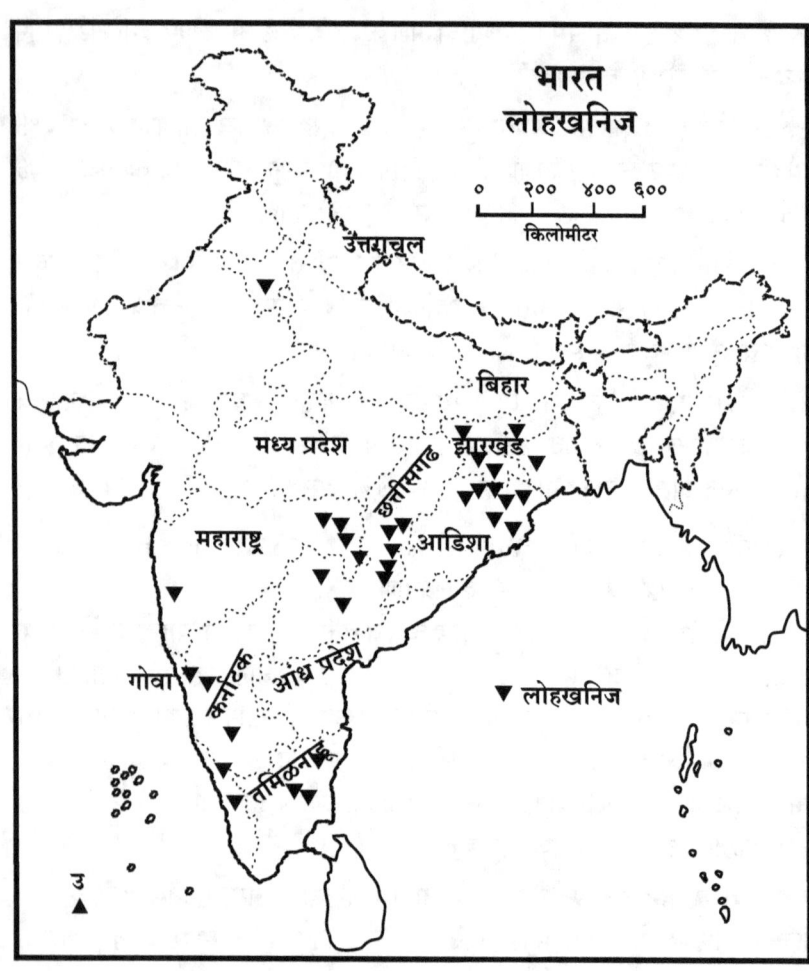

३. **आंध्र प्रदेश :** आंध्र प्रदेशात अनंतपूर, करिमनगर, नेल्लोर अलिदाबाद, चितूर, कृष्णा, कडाप्पा, कर्नुल, बारंगळ व गुंटूर जिल्ह्यांत लोहखनिजाच्या खाणी आहेत.

४. **छत्तीसगड :** छत्तीसगड राज्यातील दुर्ग व बस्तर जिल्ह्यांत लोहखनिजाच्या खाणी आहेत. या भागात हेमेटाईट प्रकारचे लोहखनिज सापडते. येथील डल्ली पिंपळगाव, राजहरा ही क्षेत्रे लोहखनिज उत्पादनासाठी प्रसिद्ध आहेत. येथून उत्पादित केलेले लोहखनिज भिलाईच्या पोलाद कारखान्याला पाठविले जाते.

५. **महाराष्ट्र :** महाराष्ट्र राज्यात भंडारा, चंद्रपूर, गडचिरोली, नागपूर, रत्नागिरी, सिंधुदुर्ग जिल्ह्यांत लोहखनिजाचे उत्पादन होते. चंद्रपूर जिल्ह्यात लोहरा व पिंपळगाव, गडचिरोली जिल्ह्यात देऊळगाव, भंडारा जिल्ह्यात खुर्शीपार, रामडोक व भामरागड येथे लोहाच्या खाणी आहेत. महाराष्ट्रातील लोहखनिजात ५०% लोहाचे प्रमाण आढळते. भारतातील एकूण खनिजांच्या उत्पादनापैकी २०% उत्पादन महाराष्ट्र राज्यातून येते.

६. **कर्नाटक :** कर्नाटक राज्यात शिमोगा, बेल्लोरी, चित्रदुर्ग, चिकमंगलूर जिल्ह्यांत लोहखनिजाचे उत्पादन होते. चिकमंगलूर जिल्ह्यात बाबाबुदान टेकड्या, कुंद्रीमुखचे डोंगर येथून उत्पादन घेतले जाते.

७. **प.बंग :** प.बंग राज्यात बरद्वान, वीरभूम येथून लोहखनिजाचे उत्पादन घेतले जाते.

८. **तमिळनाडू :** तमिळनाडू राज्यात सालेम, कोईमतूर, मदुराई जिल्ह्यांतून लोहखनिजाचे उत्पादन घेतले जाते.

९. **गोवा :** देशातील एकूण लोहखनिज साठ्यात गोव्याचा वाटा सुमरे ३०% आहे. गोव्यामध्ये उत्तर दक्षिण सलग पट्ट्यात लोहखनिज साठे आहेत. उत्तर गोव्यात उत्तम दर्जाचे तर मध्य व दक्षिण गोव्यात मध्यम आणि कनिष्ठ दर्जाचे लोहखनिज सापडते.

देशातील लोहखनिजाच्या उत्पादनापैकी गोवा, छत्तीसगढ, कर्नाटक राज्यांत ६७% तर ओडिशा व झारखंड राज्यात ३१% लोहखनिजाचे उत्पादन होते.

लोहखनिजाचे उपयोग

लोहाचा उपयोग पोलाद, रेल्वेमार्ग विविध प्रकारची यंत्रे, यंत्रसामग्री, पूल, घरे, फर्निचर, रेल्वे स्लिपर्स, शेती अवजारे तयार करण्यासाठी केला जातो. टाचणीपासून ते मोठी अवजारे व यंत्रे तयार करण्यासाठी लोहाचा उपयोग होतो.

ब. मँगनीज (Manganese)

लोहखनिजाप्रमाणे मँगनीज हे महत्त्वाचे खनिज आहे. भारतात मॅगेनिजचा फार मोठा साठा आहे. हा साठा १२०० द.ल. टन इतका आहे. मँगनीज उत्पादनात भारताचा

जगात दुसरा क्रमांक आहे. जागतिक उत्पादनाच्या ३१% मँगेनीजचे उत्पादन भारतात होते. (संयुक्त संस्थाने, इंग्लंड, जपान, फ्रान्स या देशांना भारत मँगेनीज निर्यात करतो.)

भारतातील मँगेनीज वितरण

ओडिशा, कर्नाटक, मध्य प्रदेश, महाराष्ट्र, गोवा, आंध्र प्रदेश, झारखंड इ. राज्यांत मँगेनीजचे भरपूर साठे आहेत.

१. **मध्य प्रदेश :** मध्य प्रदेशाचा मँगेनीजच्या उत्पादनात भारतात प्रथम क्रमांक लागतो. भारताच्या मँगेनीज उत्पादनापैकी १५% उत्पादन मध्य प्रदेशातून होते. मध्य प्रदेशातील बालाघाट, छिंदवाडा, जबलपूर, मांडला व विलासपूर या जिल्ह्यांत उत्पादन घेतले जाते.

२. **महाराष्ट्र :** महाराष्ट्राचा मँगेनीज उत्पादनात भारतात दुसरा क्रमांक आहे. राज्यात मँगेनीजचे ४०% साठे आढळतात. भंडारा व नागपूर जिल्ह्यांत मँगेनीजचे भरपूर साठे आहेत. तसेच कोल्हापूर, सिंधुदुर्ग, रत्नागिरी, सातारा, सांगली, रायगड, ठाणे या जिल्ह्यांत साठे आहेत.

३. **ओडिशा :** ओडिशा राज्यात गंगापूर, गंजाम, कोरपूट भागांत मोठ्या प्रमाणात मँगेनीज उपलब्ध आहे. देशाच्या उत्पादनापैकी ३६% उत्पादन केऊजार, मयुरभंज, सुंदरगड येथून मँगेनीजचे उत्पादन होते.

४. **कर्नाटक :** कर्नाटक राज्यात उत्तर कॅनरा व शिमोगा जिल्ह्यांतून मँगेनीजचे उत्पादन घेतले जाते. शिवाय चितळदुर्ग, चिकमंगळूर, सांदूर, भाटघर क्षेत्रातही मँगेनीजचे साठे आहेत. भारतातील उत्पादनापैकी २५% उत्पादन कर्नाटक राज्यातून येते.

५. **मध्य प्रदेश :** या राज्यात आदिलाबाद, विजयनगर या जिल्ह्यांत एकूण ५० लक्ष टन साठे आहेत. भारताच्या एकूण उत्पादनापैकी ५% उत्पादन येथून निघते. याशिवाय गोवा, गुजरात, राजस्थान, तमिळनाडू, बिहारमध्येही मँगेनीजचे साठे आहेत. भारतातून मँगेनीजची निर्यात मुख्यत्वे संयुक्त संस्थाने, ब्रिटन, जपान, फ्रान्स, स्वीडन, जर्मनी, इटली, नॉर्वे या देशांना केली जाते.

मँगेनीजचे उपयोग

मँगेनीजचा उपयोग पोलादाला टणकपणा आणण्यासाठी होतो. जगातील ९०% मँगेनीज पोलाद निर्मितीसाठी वापरले जाते. रसायने, काच, प्लॅस्टिक, किटकनाशके, ब्लिचिंग पावडर, ड्रायबॅटरी, वॉर्निश व रंगनिर्मिती, तसेच छपाईसाठी मँगेनीजचा उपयोग केला जातो. शिशाच्या व चिनीमातीच्या भांड्यांना मुलामा अथवा रंग देण्यासाठी मॅगेनीजचा उपयोग करतात. दागिन्यांना डाग देण्यासाठीसुद्धा मँगेनीजचा उपयोग केला जातो.

भारतातील खनिजे (नकाशा क्र. ६.२)

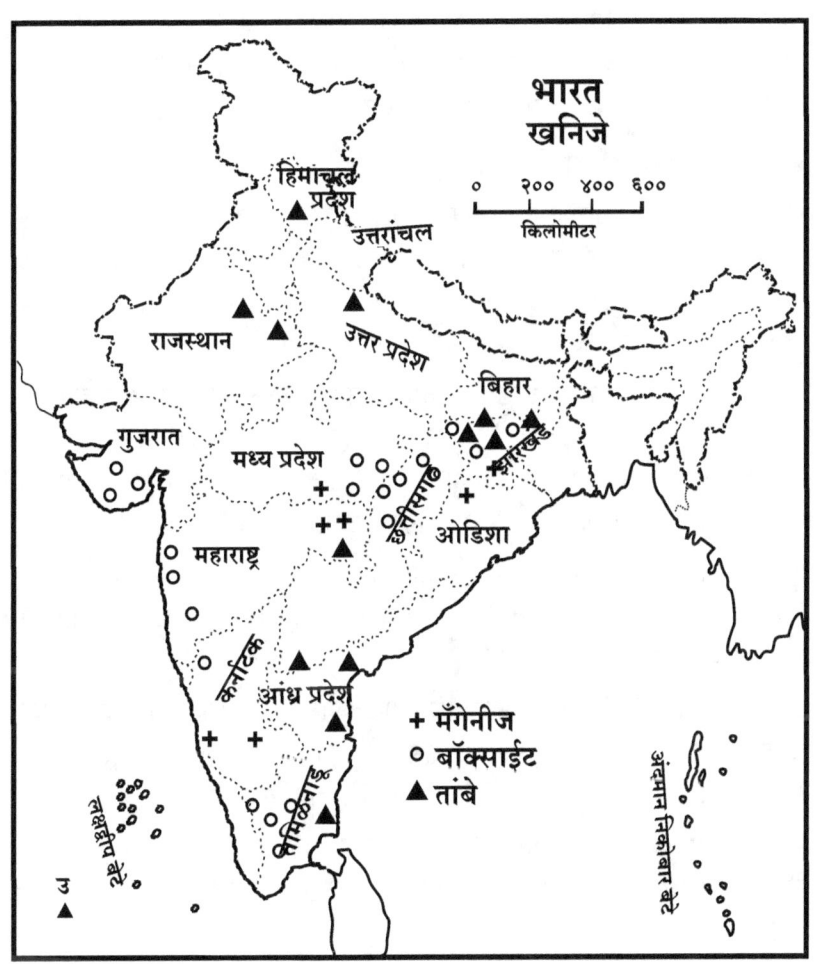

भारत
खनिजे

० २०० ४०० ६००

किलोमीटर

+ मँगेनीज
० बॉक्साईट
▲ तांबे

क. बॉक्साईट (Bauxite)

बॉक्साईट खनिजापासून ॲल्युमिनिअम मिळवतात. बॉक्साईट म्हणजे ॲल्युमिनिअम ऑक्साईड आणि हैड्रोजन यांचे मिश्रण होय. ज्या बॉक्साईटमध्ये ॲल्युमिनिअम ऑक्साईडचे प्रमाण ५० टक्क्यांपेक्षा जास्त असते ते बॉक्साईट आर्थिकदृष्ट्या किफायतशीर असते. सुमारे २ टन बॉक्साईट, २ टन कॉस्टिक सोडा, २ टन चुना, व १ टन कोळशापासून १ टन ॲल्युमिनिअम मिळते. बॉक्साईटचे भरपूर साठे आहेत. भारत स्वत:ची गरज भागवून बॉक्साईट निर्यात करतो. भारतात सुमारे २७० कोटी टन बॉक्साईटचे साठे असावेत असा अंदाज आहे.

भारतातील बॉक्साईटचे वितरण

१. **झारखंड :** भारतातील झारखंड हे बॉक्साईटचे उत्पादन करणारे प्रमुख राज्य असून देशातील एक तृतीयांशापेक्षा जास्त उत्पादन येथे होते. पालाभाऊ, रांची, शहाबाद या जिल्ह्यांत बॉक्साईटच्या खाणी आहेत. रांची जिल्ह्यातील पट्टार, जमीनपथ, बागरू येथील खाणी उच्च दर्जाच्या बॉक्साईटसाठी प्रसिद्ध आहेत.

२. **मध्य प्रदेश व छत्तीसगड :** भारतातील सुमारे २२% साठे येथे असून देशातील सुमारे २५% उत्पादन या राज्यातून मिळते. अमरकंटक पठार, मैकल डोंगररांगा, कटनी या क्षेत्रांत महत्त्वाचे साठे आहेत. सुरगुना, बिलासपूर, बालाघाट, दुर्ग, मंडला, शाहडोह, जबलपूर या जिल्ह्यांतील खाणीतून बॉक्साईट मिळते.

३. **गुजरात :** गुजरात राज्यात भारतातील सुमारे २२% साठे आहेत. देशातील सुमारे १५% उत्पादन या राज्यातून निघते. भावनगर, जुनागड, अमरेली, कैरा, जामनगर व कच्छ या जिल्ह्यांत साठे आहेत.

४. **महाराष्ट्र :** महाराष्ट्रातील साठे पश्चिम घाटात मोठ्या विस्तीर्ण प्रदेशात आढळतात. भारतातील सुमारे २२% साठे महाराष्ट्रात असून उत्पादन १३% आहे. कोल्हापूर, सिंधुदुर्ग, रत्नागिरी, सातारा, रायगड, सांगली, ठाणे या जिल्ह्यांत साठे आहेत.

५. **कर्नाटक :** कर्नाटकातील बॉक्साईट साठे मुख्यत: दक्षिण कॅनरा व बेळगाव जिल्ह्याच्या वायव्य भागात आहेत. तसेच बाबाबुदान टेकड्या व दक्षिण कन्नड जिल्ह्यातसुद्धा बॉक्साईट सापडते.

६. **इतर राज्ये :** तमिळनाडू राज्यातील मदुराई, सालेम व नवगिरी जिल्हे ओडिशातील कलहंडी, कोरापूत व सबलपूर जिल्हे तसेच उत्तर प्रदेश, आंध्र प्रदेश या राज्यांत बॉक्साईटचे साठे आहेत.

जागतिक निर्यातीमध्ये भारताचा वाटा १% इतका आहे. ग्रेट ब्रिटन, जपान,

जर्मनी, इटली या देशांना भारतातून बॉक्साईटची निर्यात केली जाते.

बॉक्साईटचे उपयोग

अॅल्युमिनिअम हे वजनाने हलके, चिवट, टिकाऊ व न गंजणारे आहे. विमाने, मोटारी, रेल्वे डबे, यंत्रे, घरगुती वापराची भांडी, रंग व विविध रसायनांच्या निर्मितीसाठी अॅल्युमिनिअमचा वापर केला जातो. अॅल्युमिनिअम हे उत्तम वीजवाहक आहे. शिवाय तांब्यापेक्षा हे स्वस्त आहे. त्यामुळे विद्युत उपकरणात त्यांचा वापर केला जातो. रसायन निर्मिती उद्योगातही अॅल्युमिनिअमचा उपयोग केला जातो. तांबे व मॅग्नेशिअम यांच्याशी संयोग करून अॅल्युमिनिअम मिश्रधातू इडालियम निर्माण केले जाते. तो भक्कम व टिकाऊ असल्यामुळे विमाने व आगगाडीच्या डब्यांच्या निर्मितीत त्याचा उपयोग करतात.

ड. कॉपर (Copper)

कॉपर या धातूचे उपयोग मानवाने लोहखनिजाच्या अगोदरच करण्यास सुरुवात केलेली होती. कॉपरचा उपयोग घरगुती भांडे व नाणी तयार करण्यासाठी केलेला आढळतो. वीजेचा चांगला वाहक व तार काढण्याजोगा तंतूक्षम असल्याने कॉपरचा वापर वाढला. त्यामुळे त्याचा वापर मोठ्या प्रमाणात इलेक्ट्रिकल मशीन्स, वायर व केबलमध्ये केलेला आहे. याशिवाय त्याचे आणखी महत्त्व म्हणजे मोटारगाड्या व सुरक्षित उद्योगधंद्यांत त्याचा वापर केला जात आहे. तसेच त्याचा वापर मिश्र धातू म्हणून लोहखनिज आणि निकेल बरोबर निष्कलंक पोलाद बनविण्यासाठी केला जातो.

अशुद्ध स्वरूपात कॉपर हे प्राचीन काळी नव खडकांच्या घडणीत सापडले. कॉपरची खाण ही महाग व कंटाळवाणे काम असते कारण मोठ्या प्रमाणातील अशुद्ध कॉपर हे धातूचे खूपच कमी प्रमाणात असते. आंतरराष्ट्रीय स्तरावरील विचारानुसार हे प्रमाण जगात २.५% असून भारतात मात्र १% पेक्षा कमी आहे.

कॉपरचे उत्पादन व वितरण

भारत कॉपरच्या पुढील उपयोगासाठी राखून ठेवण्यास व उत्पादन करण्यास फारसा भाग्यवान नाही. मोठ्या प्रमाणातील कॉपरचे साठे हे सिंगभूम जिल्हा (झारखंड), बालाघाट जिल्हा (मध्य प्रदेश) आणि झुनझुन व अलवार जिल्हा (राजस्थान) येथे आहेत. याशिवाय लहान लहान साठे हे गुजरात, कर्नाटक, आंध्र प्रदेश, उत्तर प्रदेश, सिक्कीम, मेघालय, महाराष्ट्र व पश्चिम बंग येथे आहेत. खालील तक्त्यामध्ये कॉपरचे उत्पादन दर्शविलेले आहे. भारतात कॉपर उत्पादनाची अधिकृत आकडेवारी १९५०–५१(३७५) हजार टनात उत्पादन ही आहे. पण १९९०–९१ मध्ये ५२५५ हजार टन उत्पादन घेतले. त्यानंतर मात्र उत्पादन कमी कमी झाल्याचे दिसून येत आहे.

भारतातील कॉपर उत्पादनाचे वितरण (२००२–०३) (तक्ता क्र. ६.१)

सन	१९९०–९१	१९९४–९५	१९९६–९७	१९९७–९८	१९९८–९९
उत्पादन (हजार टन)	५२५५	४७६७	३८९६	२२३	१९९
किंमत (कोटी रु)	१६९.९७	२०८.९२	२४१.५९	३८५.९७	३३७.७

सन	१९९९–२०००	२००१–०२	२००२–०३
उत्पादन (हजार टन)	१६५	१६४	१५३
किंमत (कोटी रु)	३१०.६	२७८.९	२४२.९

भारतात १९९६–९७ मध्ये ज्या दरडी कोसळल्या तेव्हापासून उत्पादन कमी कमी होत आहे. १९९७–९८ मध्ये उत्पादन फक्त २२३ तर २००२–०३ मध्ये तर फक्त १५३ हजार टन झाल्याचे दिसून येते. एकंदरित कॉपर उत्पादनाची शोकांतिका म्हणजेच भारतातील कॉपर उत्पादनाची अधोगती दिसून येत आहे. अखंड भारतात कॉपर उत्पादनात मध्य प्रदेश, राजस्थान व झारखंड हीच राज्ये अघाडीवर आहेत.

भारतातील कॉपर उत्पादनाचे वितरण (२००२–०३) (तक्ता क्र. ६.२)

राज्य	उत्पादन (लाख टन)	भारतातील टक्केवारी	किंमत (कोटी रुपये)
मध्य प्रदेश	८७	५६.८६	१३१.१९
राजस्थान	६२	४०.५२	९१.७४
झारखंड	०४	०२.६२	२०.०३
संपूर्ण भारत	१५३	१००.००	२४२.९६

१. **मध्य प्रदेश :** भारतात सर्वात जास्त कॉपरचे उत्पादन हे मध्य प्रदेशातून होते. सन २००२–०३ मध्ये भारताच्या कॉपर उत्पादनापैकी ५६.८६% उत्पादन हे एकट्या मध्य प्रदेशातून झाले. या राज्यात बालाघाट जिल्ह्यातील मालानजखंड पट्ट्यातील तारेगाव विभागात कॉपर आढळते. या जिल्ह्यातून नोंद करण्याजोगे कॉपरचे साठे आहेत. याशिवाय खिर्लेबजार, बोरगाव विभागात बेतुल जिल्ह्यात कॉपरचे साठे आहेत. तसेच इतर भागांतही अल्प प्रमाणात कॉपरचे साठे आहेत.

२. **राजस्थान :** राजस्थानचा कॉपरच्या साठे व उत्पादनात भारतात दुसरा क्रमांक लागतो. भारताच्या ४०.५२% उत्पादन राजस्थान या राज्यातून होते. या राज्यातील अरवली पर्वतात कॉपरचे साठे सापडतात. या राज्यात कॉपरच्या साठे पसरलेली जिल्हे यामध्ये अजमेर, अलवार, भिलवाडा, चितूरगड, डुंगारपूर, जमपूर, झुनझुन, पाली, शिहार, शिरोही व इदमपूर हे जिल्हे महत्त्वाचे आहेत. या जिल्ह्यातून ६१३.५५ हजार टनाचे उत्पादन मिळते. खेतरी-सिंगाना झुनझुन जिल्ह्यातील हा पट्टा अधिकच महत्त्वाचा कॉपर उत्पादक पट्टा आहे. हा पट्टा ईशान्य कडून आग्नेयकडे जाणारा व ८० कि.मी. लांबीचा आहे. कॉपरचे प्रतिवर्ष उत्पादन १६००० टन फक्त खेतरी मध्ये होते.

३. **झारखंड :** भारतात कॉपर उत्पादनात झारखंड या राज्याचा तिसरा क्रमांक लागतो. मुख्य कॉपरचा पट्टा १३० कि.मी. चा आहे. या राज्यातील राखा, वेन्दादीह, सुरदा, धोबानी, मोझाबनी व इतर विभागात १४८० हजार टन कॉपर सापडते. हे उत्पादन भारताच्या २.६२% इतके आहे.

६.३ शक्तिसाधने (Energy Resources)

भारतातील ऊर्जासाधनांचे (शक्ती) वितरण व उपयोग

निसर्गातून मिळणाऱ्या साधनसंपदांचा वापर जसाच्या तसा करता येत नाही. त्याचे पक्क्या मालात रूपांतर करण्यासाठी मोठ्या प्रमाणावर इंधनाची गरज लागते.त्यालाच शक्तिसाधने असे म्हणतात. शक्तिसाधनांचे अप्राणिज व प्राणिज शक्तिसाधने असे प्रकार पडतात. अप्राणिज शक्तिसाधनांत दगडी कोळसा, खनिज तेल, नैसर्गिक वायू, सौरऊर्जा, विद्युत यांचा व प्राणिज शक्तिसाधनात मानव व प्राण्यांचा समावेश होतो. ही शक्तिसाधने पुढीलप्रमाणे आहेत-

अ. **दगडी कोळसा (Coal) :** दगडी कोळशाची निर्मिती ३०० कोटी वर्षांपूर्वी कार्बोनिफेरस काळात झाली. त्या काळी भूपृष्ठाच्या हालचालीमुळे पृथ्वीवरील जंगले भूपृष्ठाखाली गाडली गेली. त्याच्यावर प्रचंड दाब व उष्णतेचा परिणाम होऊन वनस्पतीचे रूपांतर दगडी कोळशात झाले. दगडी कोळशाचे त्याच्यातील कार्बनच्या प्रमाणानुसार खालील प्रकार पडतात.

१. **अँथ्रासाईट :** हा अत्यंत उच्च प्रतीच्या कोळशाचा प्रकार असून तो काळा, कठीण व चकचकीत असून त्यात कार्बनचे प्रमाण ९५% पर्यंत असते. या कोळशापासून उष्णता मिळते व धूर होत नाही. राखेचे प्रमाणदेखील कमी असते.

२. **बिल्युमिनस :** अत्यंत कठीण, काळा, घट्ट अशा कोळशात कार्बनचे प्रमाण

७० ते ९०% असते. हा उत्तम दर्जाचा कोळसा आहे. त्याची ज्वलनशीलता भरपूर असते व जळताना धूर अत्यल्प असतो.

३. **लिग्नाईट :** हा निकृष्ट दर्जाचा दगडी कोळशाचा प्रकार असून त्याचा रंग तांबूस असतो. यात कार्बनचे प्रमाण ५०% पेक्षा कमी असते. त्याच्यापासून जास्त धूर व कमी उष्णता मिळते. ठिसूळ असल्यामुळे वाहून नेणे कठीण असते. म्हणून तो उत्पादित प्रदेशातच वापरला जातो.

४. **पीट :** सर्वांत निकृष्ट दर्जाचा हा दगडी कोळशाचा प्रकार असून त्यात कार्बनचे प्रमाण ३०% पर्यंत असते. त्यापासून अत्यंत कमी उष्णता मिळते. जळताना जास्त धूर व जळल्यानंतर भरपूर राख शिल्लक राहते.

दगडी कोळशाचे वितरण

दगडी कोळसा उत्पादनात भारताचा जगात चौथा क्रमांक लागतो. भारतातील दगडी कोळसा, 'गोडवना क्षेत्र' आणि 'टर्शरी क्षेत्र' या दोन क्षेत्रांत आढळतो. दगडी कोळशाचे वितरण पुढीलप्रमाणे –

१. **झारखंड :** झारखंड राज्यात रामगड, गिरीधी, कर्णपुरा, बोकारो इ. महत्त्वाच्या खाणी आहेत. बोकारो महत्त्वाची खाण असून येथून उच्च प्रतीचा दगडी कोळसा उत्पादित होतो.

२. **बिहार :** बिहार राज्यात राजमहल टेकड्या येथून उत्पादन होते. झारिया हे कोळसा क्षेत्र सर्वांत महत्त्वाचे असून भारतातील कोळशाचे सुमारे ५०% उत्पादन या खाणीतून होते. या खाणीतून उच्च प्रतीचा कोळसा उत्पादित होतो.

३. **प. बंग :** राणीगंज हे पश्चिम बंगमधील प्रमुख कोळसा उत्पादक आहे. बरद्वान, बांकूरा, पुरूनिया जिल्ह्यांमध्ये कोळसा सापडतो. देशाच्या कोळशाच्या उत्पादनापैकी पश्चिम बंगमधून ३२% उत्पादन होते. अँथ्राईट प्रकारचा कोळसा मिळतो.

४. **मध्य प्रदेश :** मध्य प्रदेशातील मोहपनी सिंगोली, रेवा, उमरिया क्षेत्रातून कोळशाचे उत्पादन घेतले जाते.

५. **छत्तीसगड :** छत्तीसगढ राज्यातील कोर्बा व सोहागपूर पंचनदीचे खोरे इ. क्षेत्रांतून कोळशाचे उत्पादन घेतले जाते.

६. **ओडिशा :** ओडिशा राज्यात लाक्चेर, रामपूर, रामगड, कर्णपुरा ही महत्त्वाची कोळसा क्षेत्रे आहेत. संबळपूर आणि सुंदरगड जिल्ह्यांतील महत्त्वाची कोळसा क्षेत्रे आहेत.

७. **महाराष्ट्र :** महाराष्ट्र राज्यात वर्धा नदीच्या खोऱ्यात पेंच कन्हान क्षेत्र, नागपूर व चंद्रपूर जिल्ह्यांत कोळशाचे उत्पादन होते. चंद्रपूर, बल्लारपूर, वणी, बरोस ही महाराष्ट्रातील प्रमुख कोळसा उत्पादक क्षेत्रे आहेत.

८. **आंध्र प्रदेश :** आंध्र प्रदेशातील कोळशाचे साठे गोदावरीच्या खोऱ्यातील अदिलाबाद, करीमनगर, वारंगळ आणि पश्चिम गोदावरी जिल्ह्यांत आहेत.

दगडी कोळशाचे उपयोग

१. वीज निर्मितीसाठी उपयुक्त.

२. लोह, पोलाद उद्योगात, रसायने व रंग उद्योगात वापर केला जातो.

३. रेल्वे, जहाजे यांच्या इंधनासाठी उपयुक्त.

४. वीज तयार करणे, भांडी तयार करणे व घरगुती इंधन म्हणून दगडी कोळसा उपयोगी आहे.

५. गॅस निर्मिती, काच, कागद, खते उद्योगातही दगडी कोळसा वापरला जातो.

ब. **खनिजतेल (Mineral Oil)**

स्तरित खडकात सापडणाऱ्या नैसर्गिक तेलाला खनिज तेल म्हणतात. खनिज तेलापासून पेट्रोल, डिझेल, केरोसिन, बेन्झीन, व्हॅसलीन, मेण, औषधीयुक्त द्रव्ये तयार केली जातात. खनिजतेलापासून उष्णता, प्रकाश व शक्ती निर्माण केली जाते. १९५०– ५१ मध्ये देशातील सर्व तेल क्षेत्रातून २.६९ लाख टन उत्पादन करण्यात आले. ते उत्पादन वाढत जून २०००-०१ मध्ये ४५० लाख टन झाले.

खनिज तेलाचे वितरण

भारतातील खनिज तेल उत्पादक क्षेत्रे प्रामुख्याने आसाम व गुजरात राज्यांमध्ये आढळतात. गेल्या २५ वर्षांत खनिज तेल उत्पादनात भारताने फारच प्रगती केली आहे. भारतात खनिज तेलाचे वितरण पुढीलप्रमाणे आढळते.

१. **आसाम :** ब्रह्मपुत्रा नदी व सुरमा नद्यांच्या खोऱ्यात मोठ्या प्रमाणात खनिज तेलाचे साठे उपलब्ध आहेत. आसाम राज्यात माकूम येथून सर्वप्रथम १८६७ साली खनिज तेल साठ्याचा प्रथम शोध लागला व हळूहळू जवळपासच्या परिसरातून खनिज तेलाचे उत्पादन करण्यात येऊ लागले. दिग्बोई, नहरकटिया, रुद्रसागर व नूतनमनी, बाप्पापुंग, बादरपूर, मासीमपूर, लखीमपूर, माकूम, पठारिया, जाकावा इ. भागांतून खनिज तेलाचे उत्पादन घेतले जाते. भारतातील सुमारे ६०% खनिज तेलाचे उत्पादन या क्षेत्रातून घेतले जाते.

भारतातील दगडी कोळसा व खनिज तेल क्षेत्र (नकाशा क्र. ६.३)

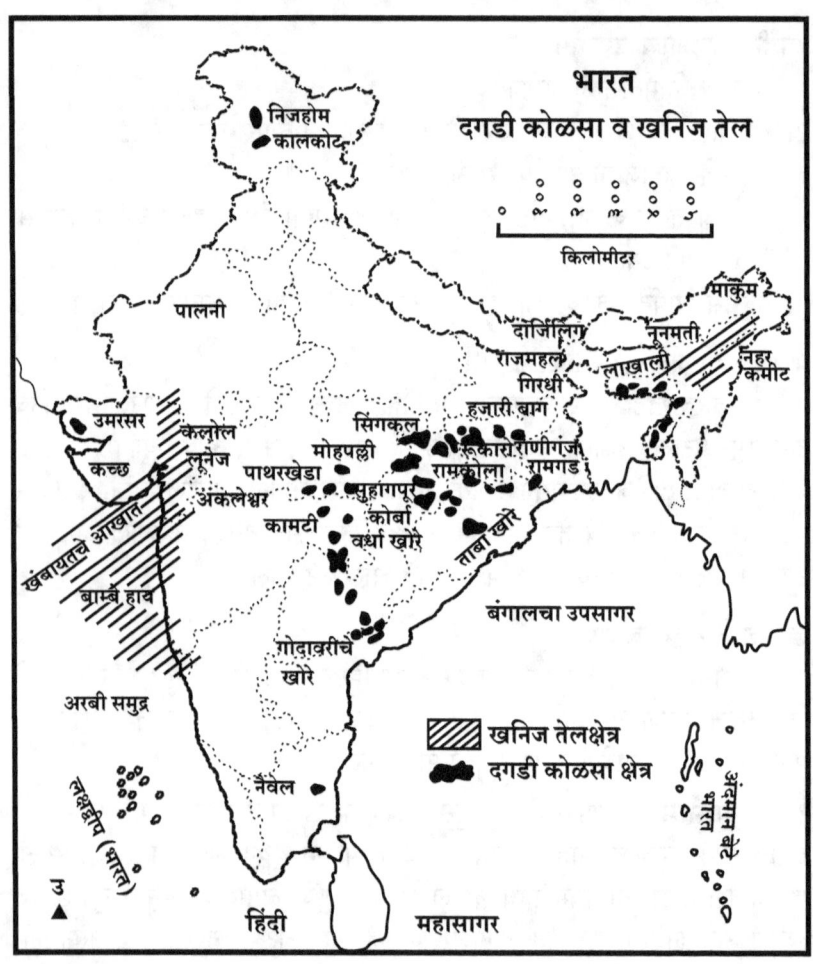

भारत
दगडी कोळसा व खनिज तेल

किलोमीटर

निजहोम
कालकोट

पालनी

माकुम
नूनमती
नहर कमीट

दार्जिलिंग
राजमहल
गिरघी
लाखाली

हजारी बाग

उमरसर
कच्छ
कलोल
लूनेज
अंकलेश्वर
पाथरखेडा
सिंगकल
मोहपली
पुहांगपू
रूकारा राणीगंज
रामकोला
रामगड
कोबा
वर्धा खोरे
ताळा खोरे

खंबायतचे आखात

मुंबई हाय

कामटी

बंगालचा उपसागर

गोदावरीचे खोरे

अरबी समुद्र

नैवेल

खनिज तेलक्षेत्र
दगडी कोळसा क्षेत्र

अंदमान बेटे (भारत)

लक्षद्वीप (भारत)

उ
▲

हिंदी

महासागर

२. **गुजरात :** या राज्यातील तेल क्षेत्र सुरतपासून खंबायतेचे आखात ते भावनगरपर्यंत पसरलेले आहे. गुजरात राज्यात अंकलेश्वर, कोचानी, कजोल, नवगाव, लुनेज, कटना, कोसंबा, सानंद, मेहसाना, वाबेल, संताळ, दोनका इ. ठिकाणाहून खनिजतेलाचे उत्पादन घेतले जाते.

३. **महाराष्ट्र :** महाराष्ट्र राज्यात पश्चिमेकडे अरबी समुद्रामध्ये किनारपट्टीपासून साधारणत: १७६ कि.मी. अंतरावर मोठ्या प्रमाणात खनिज तेलाचे साठे आढळले आहेत. बॉम्बेहाय म्हणून हे तेलक्षेत्र ओळखले जाते. हा परिसर सुमारे २००० चौ.कि.मी. विस्तृत आहे.

हा भारतातील प्रमुख खनिज तेल उत्पादक प्रदेश आहे. वरील प्रदेशाशिवाय राजस्थान, कृष्णा, गोदावरी व कावेरी खोरे, पश्चिम बंगचा पश्चिम भाग, अंदमान बेटे या ठिकाणीही खनिज तेल सापडते.

भारतात 'दि ऑईल ॲन्ड नॅचरल गॅस कमिशन' (ONGC) व 'दि ऑईल इंडिया लिमिटेड' (OIL) या महामंडळामार्फत खनिज तेलाचे उत्पादन घेतले जाते.

संभाव्य तेलक्षेत्रे

तेल व नैसर्गिक वायू आयोगाने केलेल्या संशोधनानुसार काही संभाव्य तेलक्षेत्रे निश्चित करण्यात आली आहेत. ती पुढीलप्रमाणे

१. आसाम राज्यातील अंतर्गत भाग.

२. महाराष्ट्रातील अरबी समुद्रातील प्रदेश.

३. भारताच्या पूर्व किनारपट्टीवरील कृष्णा व गोदावरील नद्यांची खोरी.

४. भारताच्या वायव्य भागात अरुंद पट्ट्यांमध्ये (पश्चिम उत्तर प्रदेश, हरियाणा, पंजाब व राजस्थान.)

५. बंगालच्या उपसागरातील अंदमान व निकोबार बेटांजवळील प्रदेश.

खनिज तेलाचे उपयोग

१. उष्णता निर्माण करण्यासाठी उपयुक्त.

२. पेट्रोल, डिझेल, रॉकेल, व्हॅसलीन, रंग, बेंझीन, वंगण, मेण, नाप्था, डांबर, औषध तयार करण्यासाठी उपयोग.

३. वाहने व कारखाना चालविण्यासाठी उपयुक्त. तसेच खनिज तेलापासून पॅराफिन, वंगणे, खतोत्पादनास व प्लॅस्टिक निर्मितीस उपयुक्त असे अनेक घट्ट पदार्थ मिळत असल्याने ते अधिक किफायतशीर झाले आहे.

क. नैसर्गिक वायू (Natural Gas)

भूपृष्ठाखाली खनिज तेल साठ्याच्या सान्निध्यात ज्वालाग्राही वायू असतो. त्यास नैसर्गिक वायू असे म्हणतात. खनिज तेलाची व नैसर्गिक वायू यांची निर्मितीप्रक्रिया सारखी असते. ऊर्जेचे एक महत्त्वाचे साधन म्हणून नैसर्गिक वायूचा मोठ्या प्रमाणात उपयोग होतो. खनिज तेलाबरोबरच नैसर्गिक वायूदेखील सापडतो. भारतात नैसर्गिक वायूचे सातशे अब्ज घनमीटर साठे आहेत.

नैसर्गिक वायूचे वितरण

भारतात नैसर्गिक वायूचे साठे विपुल प्रमाणात आहेत. प्राथमिक अंदाजानुसार भारतात आसाम तेलक्षेत्रात ६४ बिलियन घनमीटर, गुजरात क्षेत्रात १ बिलियन घनमीटर व बॉम्बे हायक्षेत्रात ३८ बिलियन घनमीटर असा या तीन प्रमुख क्षेत्रांतील नैसर्गिक वायूचा साठा ११९ बिलियन घनमीटर आहे.

मुंबईजवळील बॉम्बेहाय तेल क्षेत्राजवळ गुजरात राज्यात अंकलेश्वर व खंबायतच्या आखातातील खाणीच्या सान्निध्यात तसेच आसाम राज्यात दिग्बोई व जवळपासच्या परिसरात, याशिवाय पंजाब, राजस्थान, हिमाचल प्रदेश व त्रिपुरा येथेही नैसर्गिक वायूंचे साठे आहेत.

उपयोग

घरगुती इंधन म्हणून औष्णिक विद्युतनिर्मिती, खते, रबर व पेट्रोकेमिकल्स उद्योगांत नैसर्गिक वायूंचा उपयोग होतो. तसेच मोटारीत इंधन म्हणून नैसर्गिक वायूतील मिथेनचा वापर करतात. खनिज तेल रसायन उद्योगात नैसर्गिक वायूला महत्त्वाचे स्थान आहे. तसेच प्रचंड प्रमाणात उष्णता निर्माण होत असल्यामुळे काच व सिमेंटच्या कारखान्यात वापर केला जातो.

ड. जल-विद्युतशक्ती (Hydroelectric Power)

वाहत्या पाण्याच्या जोरावर जी वीज तयार केली जाते तिला जल-विद्युतशक्ती असे म्हणतात. अलीकडे जल-विद्युतशक्तीला अनन्यसाधारण महत्त्व प्राप्त झाले आहे. आर्थिक विकास जल-विद्युतशक्तीवर फार मोठ्या प्रमाणावर अवलंबून आहे. जल-विद्युतशक्तीच्या विकासाबरोबर भारतात शेतीचा व उद्योगधंद्याचा विकास झालेला आढळतो. जल-विद्युतशक्ती अक्षय स्वरूपाचे शक्तिसाधन आहे. जोपर्यंत भरपूर पाणीपुरवठा उपलब्ध आहे तोपर्यंत जल-विद्युतशक्ती निर्माण होत राहणार आहे. भारताच्या दृष्टीने जलविद्युत ही अत्यंत किफायतशीर अशी ऊर्जा आहे.

जल–विद्युतनिर्मितीस अनुकूल घटक

जल–विद्युतनिर्मितीत खालील आठ घटक अत्यंत महत्त्वाचे मानले जातात.

१. तापमान गोठणबिंदूच्या खाली नको म्हणजेच नेहमी उष्ण हवामान हवे.

२. नद्यांचे पाणी सतत बारमाही वाहत्या स्वरूपाचे हवे.

३. नद्यांच्या प्रवाहमार्गात नैसर्गिक धबधबे पाहिजेत.

४. पाणी उंचावरून पडणारे व जास्त वेगाने वाहणारे हवे.

५. मोठ्या प्रमाणात भांडवल हवे.

६. कुशल व अकुशल मजूर हवेत.

७. औद्योगिक प्रदेश उत्पादक प्रदेशाजवळ पाहिजे.

८. जलविजेची भरपूर मागणी असावी.

भारत अतिशय विस्तृत व विशाल देश आहे. येथील बरीचशी प्राकृतिक रचना डोंगराळ व पर्वतीय आहे. अनेक नद्या या प्रदेशातून उगम पावतात. जल–विद्युतनिर्मितीस येथील परिस्थिती अनुकूल आहे.

भारतातील जल–विद्युतनिर्मिती केंद्रे

जगातील पहिले जल–विद्युतकेंद्र १८८३ मध्ये फ्रान्समध्ये निर्माण झाले. भारतात सर्वांत प्रथम कर्नाटक राज्यात कावेरी नदीवर 'शिवसमुद्रम' या ठिकाणी इ.स. १९०२ मध्ये पहिले जलविद्युत केंद्र उभारले. आज भारतात निर्माण होणाऱ्या जल–विद्युतशक्तीपैकी सुमारे ८०% वीज महाराष्ट्र, कर्नाटक, केरळ, तमिळनाडू, पंजाब या राज्यात निर्माण होते. भारताची संभाव्य जल–विद्युतशक्ती सुमारे ५३४ लक्ष कि.वॅट आहे. त्यांपैकी आज फक्त ८% उत्पादन घेतले जाते. जल–विद्युतनिर्मिती केंद्राच्या दृष्टीने उत्तर, पश्चिम, दक्षिण, पूर्व, ईशान्य असे पाच विभाग पाडण्यात येतात.

१. **उत्तर प्रदेश :** रिहांद–यमुना प्रकल्प, रामगंगा, शारदा.

२. **राजस्थान :** राणाप्रताप सागर व जवाहर सागर

३. **जम्मू काश्मीर :** झेलम, बुनीगर, मोहरा, चेनानी, उर्ध्व चेनानी, ऊर्ध्व सिंधूकॅनॉल

४. **हिमालय प्रदेश :** जोगिंदर नगर, बैरासेअव, गिरी

५. **महाराष्ट्र :** खोपोली, भिवनपुरी, भिरा, कोयना, जायकवाडी, पंच, भंडारदरा, येवदरी, वीर, वैतरण, राधानगरी, भाटघर, विळारी, बिल्लारी.

६. **पंजाब :** नानगल प्रोजेक्ट

७. **गुजरात :** तुकाई काक्रापारा

८. **कर्नाटक :** इंडिकी, शबरीगिरी, कुट्टीयादी, चल्ली वासव, भद्रावती शिवसमुद्रम

९. **आंध्र प्रदेश :** नागार्जुनसागर, मुचफुंद, तुंगभद्रा, निजामसागर

१०. **ओडिशा :** हिराकुड
११. **प. बंग :** जवढाका, बिलैया, मेथॉन, पांचेनहिव
१२. **तमिळनाडू :** मेत्तूर, पाथकारा, पापनाशम अशा प्रकारे वरील बारा राज्यांतील विविध जल-विद्युतकेंद्रे महत्त्वाची मानली जातात.

भारतातील जलविद्युत व सिंचन प्रकल्प (तक्ता क्र. ६.३)

अ.क्र.	प्रकल्प	नदी	राज्य
१.	भाक्रा-नानगल	सतलज	पंजाब
२.	दामोदर प्रकल्प	दामोदर	बिहार
३.	तुकाई प्रकल्प	तापी	गुजरात
४.	हिराकुड प्रकल्प	महानदी	ओडिशा
५.	तुंगभद्रा प्रकल्प	तुंगभद्रा	आंध्र प्रदेश
६.	नागार्जुनसागर	कृष्णा	आंध्र प्रदेश
७.	कोसी प्रकल्प	कोसी	बिहार
८.	रिहांद प्रकल्प	रिहांद	उत्तर प्रदेश
९.	चंबळ प्रकल्प	चंबळ	मध्य प्रदेश
१०.	गंडक प्रकल्प	गंडक	उत्तर प्रदेश
११.	कोयना प्रकल्प	कोयना	महाराष्ट्र
१२.	अप्परकृष्णा प्रकल्प	कृष्णा	कर्नाटक
१३.	शरावती प्रकल्प	शरावती	कर्नाटक
१४.	भद्रा प्रकल्प	भद्रा नदी	कर्नाटक

जल-विद्युतशक्तीचे महत्त्व

१. अक्षय शक्तिसाधने आहे.
२. इतर साधनांप्रमाणे घाण होत नाही. स्वच्छता राहण्यास मदत होते.
३. तारांच्या साहाय्याने दुर्गम भागातही वाहून नेता येते.

४. उद्योगधंद्याच्या विकेंद्रीकरणास उपयुक्त शक्तिसाधन.

५. मुबलक प्रमाणात उपलब्ध होते.

६. उत्पादनास खर्च कमी येतो.

७. प्रकाश व ऊर्जा शक्ती प्राप्त होते.

८. पर्यावरणावर कोणताही परिणाम होत नाही. म्हणजे प्रदूषणाचा प्रश्न येत नाही.

इ. अणुविद्युत (Atomic Energy)

भारतामध्ये अणुऊर्जा विकास कार्यक्रमाचा आरंभ डॉ. होमी जहांगीर भाभा यांच्या मार्गदर्शनाखाली व नेतृत्वाखाली झाला. १० ऑगस्ट, १९४८ रोजी भारतीय अणुशक्ती आयोगाची स्थापना झाली. इ.स. १९५५ मध्ये तुर्भे येथे अणुऊर्जा संशोधन केंद्राच्या उभारणीस आरंभ झाला. युरोनिअम, थोरिअम, झिर्कोनिअम, लिथिअम व इज्मेनाइट ही मूलद्रव्ये अणुभट्टीत इंधन म्हणून वापरली जातात. ज्या प्रदेशांमध्ये जलविद्युत औष्णिक वीज निर्माण करणे शक्य नसते तेथे अणु वीज निर्माण करता येते.

अणु-ऊर्जा प्रकल्प

महाराष्ट्रात मुंबईजवळ तुर्भे व ठाणे जिल्ह्यांत तारापूर येथे अणुविद्युत प्रकल्प आहेत. याशिवाय नागपूरजवळ उमरेड येथेही अणुविद्युत प्रकल्प उभारला जातो आहे.

१. तुर्भे येते एकूण सहा अणुभट्ट्या उभारण्यात आल्या आहेत. पहिली अणुभट्टी 'अप्सरा' ब्रिटनच्या साहाय्याने इ.सन १९५६ मध्ये उभारण्यात आली. त्यानंतर कॅनडाच्या साहाय्याने 'कॅनडा इंडियन रिॲक्टर' (सायरस) ही अणुभट्टी इ.स. १९६० मध्ये उभारली. त्यानंतर स्वदेशी तंत्रज्ञानावर 'झर्जिना' पूर्णिमा-१, पूर्णिमा-२ व ध्रुव या अणुभट्ट्या उभारण्यात आल्या.

२. इ.स. १९५९ मध्ये संयुक्त संस्थानांच्या साहाय्याने 'तारापूर' अणुभट्टी उभारण्यात आली. येथील वीज गुजरात व महाराष्ट्र या राज्यांना पुरवितात.

३. देशातील इतर अणुऊर्जा केंद्रे पुढीलप्रमाणे -

कोटा (राजस्थान), कल्पकम (तमिळनाडू), नरोरा (उत्तर प्रदेश), नानगल (पंजाब), दिल्ली, कोलकाता (पश्चिम बंग), हैदराबाद (आंध्र), ताल्चेर (ओडिशा), गौरी (कर्नाटक) अववाये (केरळ)

देशातील एकूण विद्युतनिर्मिती ८६ हजार मेगॅवॅट (१९९२) असून त्यातील २,३०० मेगॅवॅट म्हणजे फक्त २.६% अणुविद्युत आहेत. यावरून देशात अणुविद्युत क्षेत्राच्या वाढीस भरपूर वाव आहे हे स्पष्ट होते.

भारतातील काही जलविद्युत व सिंचन प्रकल्प (नकाशा क्र. ६.४)

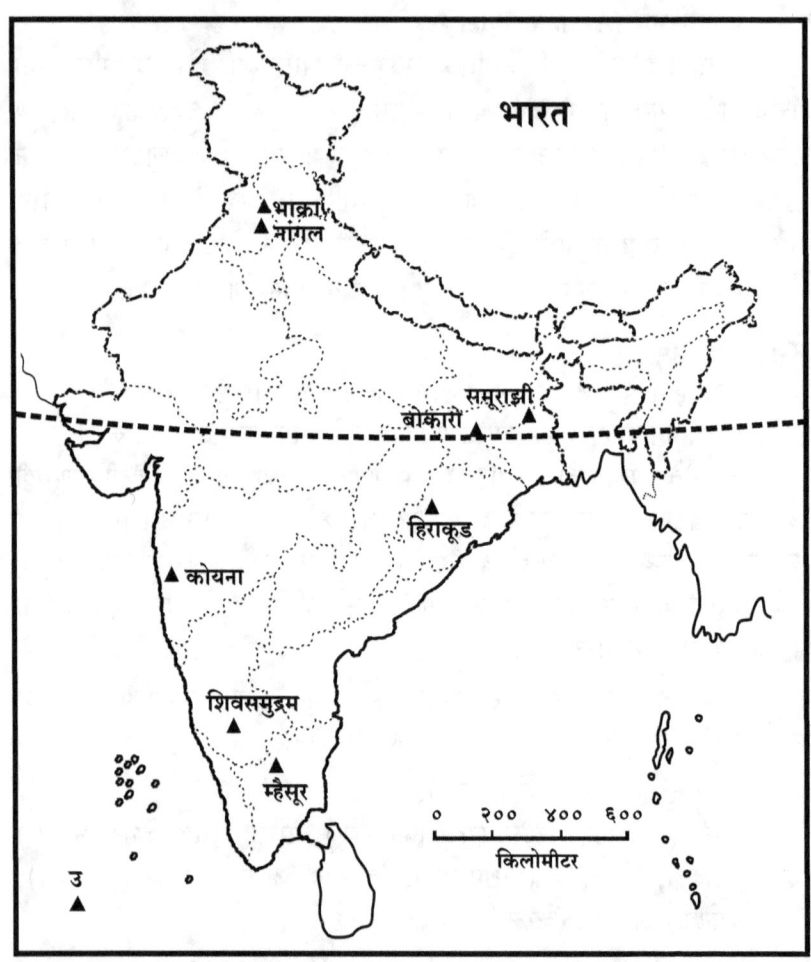

१. औष्णिक ऊर्जा (Thermal Power)

दगडी कोळसा, खनिज तेल व नैसर्गिक वायूंपासून तयार होणाऱ्या विद्युतशक्तीस औष्णिक विद्युत म्हणतात. भारतात औष्णिक ऊर्जा कोळशापासून निर्माण केली जाते. ज्या प्रदेशामध्ये दगडी कोळशाचे उत्पादन भरपूर होते तेथे औष्णिक वीज केंद्रे आढळतात. भारतातील महत्त्वाची औष्णिक वीजनिर्मिती केंद्रे विभाग निहाय पुढीलप्रमाणे –

अ. उत्तर विभाग : दिल्लीमध्ये बदरपूर, राजघाट व इंद्रप्रस्थ, हरियाणामध्ये फरिदाबाद, पानिपत व सूरजपूर, जम्मू काश्मीरमध्ये कालकोटे, पंजाबमध्ये भटिंडा, उत्तर प्रदेशात ओब्रा, हरदुआगंज, रेणुसागर, पंकी व कानपूर येथे महत्त्वाची औष्णिक विद्युत केंद्रे आहेत.

ब. पश्चिम विभाग : गुजरातमध्ये धुवरान, अहमदाबाद, उकाई, गांधीनगर, साबरमती व उतरन, मध्य प्रदेशात, सातपुडा, कोरबा व अमरकंटक, महाराष्ट्रात कोराडी, तुर्भे, चंद्रपूर, चोला, उरण, खापरखेडा, एकलहरे, परळी–वैजनाथ, दाभोळ येथे औष्णिक वीजनिर्मिती केंद्रे आहेत.

क. दक्षिण विभाग : आंध्र प्रदेशात कोशगम नेल्लोर, विजयवाडा, रामगुंडम व हुसेनसागर, तमिळनाडूमध्ये नेरवेली, तुतिकोरीन, बसीन ब्रीज व नेल्लोर या ठिकाणी औष्णिक वीज केंद्रे आहेत.

ड. पूर्व विभाग : बिहारमध्ये बरौनी, दामोदर खोरे प्राधिकरणाचे चंद्रपूर, दुर्गापूर, बोकारो, ओडिशामध्ये ताक्चर, पश्चिम बंगालमध्ये कोलकाता, बांदेल व दुर्गापूर येथे औष्णिक वीज केंद्रे आहेत.

इ. ईशान्य विभाग : या विभागात आसाममध्ये कामरूप व चंद्रपूर येथे औष्णिक वीज केंद्रे आहेत.

भारतातील ऊर्जासंकट (Energy Crisis)

सतराव्या व अठराव्या शतकांत भारतातील प्रमुख ऊर्जा समस्या म्हणजे खनिज तेल होती. ही काही राष्ट्रीय समस्या नसून तो जागतिक प्रश्न बनला आहे. भारतातील ऊर्जा संकटाची काही ठळक वैशिष्ट्ये पुढीलप्रमाणे आहेत –

१. भारतातील ऊर्जा समस्या फक्त खनिजतेलाच्या मागणी आणि पुरवठ्यामधील तफावत नाही. भारतातील व्यापारी क्षेत्रातील इंधनाची मागणी प्रचंड प्रमाणात वाढली आहे. त्यामुळे ही तफावत वाढतच आहे. भारताच्या ठरलेल्या आर्थिक विकासाच्या वाढीबरोबर व्यापारी क्षेत्रातील ऊर्जेची मागणी मोठ्या प्रमाणात प्रत्येक वर्षी वाढतच आहे. सर्व प्रकारच्या ऊर्जेची मागणी भारतात वाढतच असली तरी तिचा पुरवठा पुरेसा होत नाही. तेल व नैसर्गिक वायू मंडळ आणि भारतीय तेल कंपनी लि. विविध प्रकारच्या

योजना आखत असून खनिजतेलाचे उत्पादन वाढविण्याचा प्रयत्न करीत आहेत. भारताच्या खनिजतेल उत्पादनाची प्रमुख समस्या म्हणजे खनिजतेलाचे साठे शोधून काढणे होय. जागतिक ज्ञात असलेल्या स्थानापैकी भारतात ०.३% साठे ज्ञात आहेत.

२. कोळसा उद्योगाकडून ऊर्जेचे संकट कोळसा उत्पादन वाढवून कमी करण्याची अपेक्षा होती; परंतु काही वर्षांत कोळशाचे उत्पादन कमी झाले आहे. शिवाय भारतातील कोळशाचे साठे व त्यातून मिळणाऱ्या कोळशाची प्रत फारशी चांगली नाही.

३. विजेच्या मागणीपुरवठ्याची तफावत कमी होण्याऐवजी वाढतच आहे. औद्योगिक व शेतीचा विकास साधण्यासाठी विजेत प्रचंड प्रमाणात मागणी आली; परंतु देशातील वीजनिर्मिती व तिच्या वितरणाच्या बाबतीत अनेक अडचणी निर्माण झाल्या आहेत.

भारतात आर्थिक विकासात खनिजतेलाची व कोळशाची कमतरता व ऊर्जेचे कमी प्रमाणात उत्पादन या प्रमुख समस्या निर्माण झाल्या आहेत. त्यामुळे खालील परिणाम जाणवतात –

१. तेलाच्या कमतरतेमुळे वाहतूक क्षेत्रावर परिणाम झाला. एकूण तेलाचा वापर करणाऱ्या क्षेत्रापैकी एकट्या वाहतूक क्षेत्रात ५६% तेलाचा वापर केला जातो.
२. कोळशाच्या कमतरतेमुळे वीज उत्पादनावर आणि एकंदरीत आर्थिक विकासावर परिणाम झाला.
३. ऊर्जेच्या कमतरतेमुळे औद्योगिक क्षेत्र व कृषी क्षेत्रातील उत्पादनावर विपरीत परिणाम झाला.

ऊर्जासंकट कमी करण्यासाठी उपाय

४० वर्षांपूर्वीच्या व आजच्या ऊर्जेच्या मागणीत फारच तफावत पडली आहे. ती कमी करण्यासाठी पुढील उपाय योजणे आवश्यक आहे.

१. खनिजतेलाचे साठे शोधून त्याचे उत्पादन वाढविले पाहिजे.
२. पेट्रोल, ऑईल, लुब्रिकंटस् यांच्या वापरावर मर्यादा आणणे गरजेचे आहे.
३. कारखान्यामध्ये खनिजतेलाला पर्याय म्हणून कोळशाचा वापर करावा.
४. वीजनिर्मिती केंद्राचे विस्तारीकरण करावे.
५. ऊर्जेचे संवर्धन करावे.
६. पुनर्नविकरणीय ऊर्जा साधनांचा वापर करावा. यात गोबर गॅस, गोबर गॅसवर आधारित वीज, शेतीतील निरुपयोगी कचरा, सौरऊर्जा, लहान लहान जलविद्युत प्रकल्प, पवनऊर्जा यांचा समावेश होतो.
७. ग्रामीण भागात आधुनिक प्रकारच्या चुलींचा वापर करावा.

२. सौर ऊर्जा (Solar Energy)

अपारंपरिक ऊर्जासाधनांपैकी एक महत्त्वाचा ऊर्जास्रोत म्हणून सौर ऊर्जेकडे पाहिले जाते. सूर्यापासून मिळणाऱ्या या ऊर्जेला भविष्यात खूपच महत्त्व प्राप्त होणार आहे. भारतासारख्या उष्ण कटिबंधातील या देशाला तर याचा खूपच फायदा होऊ शकतो. सौर ऊर्जेचा उपयोग 'सौर-औष्णिक ऊर्जा' व 'सौर फोटोव्होचॅड' या दोन प्रकारांत करता येतो. सौर फोटोव्होचॅड प्रकारात रस्त्यांवर फोटोव्होचॅड पद्धतीचे दिवे बसविणे, वीज पंप, दूरदर्शन संच चालविणे यांचा समावेश होतो. इमारतीच्या टेरेसवर अशी यंत्रणा बसवून विद्युत उपकरणे चालविणे, दूरदर्शन संच चालविणे यांचा समावेश होतो. डिझेलला पर्याय म्हणून या वापर करणे. सौरऊर्जेचा इतर इंधन साधनांपेक्षा महत्त्वाचा गुणधर्म म्हणजे ही ऊर्जा मुबलक मिळते. जोपर्यंत आकाशात सूर्य आहे तोपर्यंत ती आपणाला मिळणार आहे. तसेच या ऊर्जेमुळे पर्यावरणाचे कोणतेही प्रदूषण होत नाही.

सध्याच्या सौरऊर्जा पद्धतीत अधिक तांत्रिकीकरणाची गरज आहे. यामध्ये काही अडचणी आहेत. रात्रीमान, ढगाळ हवामान, पर्जन्य इ. तसेच तिरपे सूर्यकिरणे कमी उष्णता देतात. म्हणून सध्या उपलब्ध असलेले तंत्रज्ञान सौरऊर्जा प्राप्त करण्यास अपूरे पडले आहे.

३. पवन ऊर्जा (Wind Energy)

वाऱ्याच्या साह्याने तयार केलेल्या ऊर्जेला पवनऊर्जा असे म्हणतात. वाऱ्याच्या प्रवाहावर जनित्रे चालवून वीज निर्माण केली जाते. या विजेवर दिवे, पिठाच्या गिरण्या, पाण्याची मोटार चालविल्या जातात. जेथे वार्षिक सरासरी पवनऊर्जा घनता प्रति चौ.मी. ला २०० वॅटपेक्षा अधिक आहे. अशा ठिकाणी पवनचक्क्या उभारल्या जातात. उंच डोंगराळ प्रदेश, समुद्रकिनारी इ. पवन ऊर्जा विद्युतनिर्मितीत भारताचा जगात पाचवा क्रमांक लागतो. भारताची पवन ऊर्जा विद्युतनिर्मिती क्षमता १४६२८ मेगावॅट आहे.

महाराष्ट्र हे पवनविद्युत प्रकल्प निर्मितीत अग्रेसर राज्य आहे. महाराष्ट्राची पवन ऊर्जा-निर्मितिक्षगता ३६५० मेगावॅट आहे. महाराष्ट्रात पवनऊर्जा प्रकल्प राबविण्यात सिंधुदुर्ग, सातारा व अहमदनगर हे जिल्हे आघाडीवर आहेत. सिंधुदुर्ग जिल्ह्यातील विजयदुर्ग येथे १९९४ मध्ये १.५ मेगावॅट क्षमतेचा पहिला पवनऊर्जा फार्म उभारण्यात आला.

४. बायोगॅस (Biogas)

केरकचरा, मलमूत्र, शेण, फळे, फळाचे व भाज्याचे टाकाऊ पदार्थ, शेतातील टाकाऊ पदार्थांवर सूक्ष्मजंतूंची प्रक्रिया घडवून मुक्त होणारा जैविक वायू (मिथेन) इंधन म्हणून वापरला जातो. अनेक ठिकाणी शेणावर आधारित गोबरगॅस ठिकठिकाणी आढळतात. तसेच शहरी भागात कचरा ही समस्या उग्र बनलेली आहे. अनेक ठिकाणी

बायोगॅस प्रकल्प राबविलेले असून त्यापासून वीज मिळविली जाते व तीच वीज घरगुती तसेच काही प्रमाणात कारखान्यांना पुरविली जाते. अनेक शहरांमध्ये जे बायोगॅस प्रकल्पात तयार केलेली वीज सार्वजनिक ठिकाणी वापरली जाते. यातून प्रदूषण होत नाही. त्यामुळे ही वीज खूपच किफायतशीर ठरत आहे.

७ शेती
Agriculture

७.१ प्रस्तावना (Introduction)

भारत हा कृषिप्रधान देश आहे. भारताच्या अर्थव्यवस्थेत शेतीला अत्यंत महत्त्वाचे स्थान आहे. भारताला स्वातंत्र्य मिळाल्यानंतर विविध उद्योगधंद्यांची झपाट्याने प्रगती होत गेली. त्याचा राष्ट्रीय उत्पादनातील वाटा वाढत गेला व शेतीचा वाटा कमी होत गेला. असे असले तरी भारतातील अर्थव्यवस्थेत शेतीचे महत्त्व कमी होत नाही.

७.२ भारतीय अर्थव्यवस्थेतील शेतीचे महत्त्व (Importance of Agriculture in Indian Economy)

खालील घटकातील शेतीचे योगदान अभ्यासल्यास अधिक स्पष्ट होते.

१. **कच्च्या मालाचा पुरवठा :** भारतातील सुती कापड, साखर, तंबाखू, तेल, चामडीमाल यांसारख्या प्रमुख उद्योगधंद्यांना शेतीव्यवसायातून कच्चा माल उपलब्ध होतो. फळे, भाजीपाला यांच्या उद्योगांना कच्चा माल शेतीतून मिळतो.

२. **रोजगार :** २००१च्या आकडेवारीनुसार भारतातील शेतीत काम करणाऱ्या लोकांची संख्या ७२.५% आहे. या आकड्यातून भारतात शेतीव्यवसायातून उपलब्ध होणाऱ्या रोजगाराची कल्पना येते. जगातील इतर देशांच्या तुलनेत भारतातील शेतीवर उपलब्ध होणारा रोजगार खूप जास्त आहे. ग्रेट ब्रिटनसारख्या देशात शेतीतून उपलब्ध होणारा रोजगार फक्त ३% तर यू.एस.ए. (संयुक्त संस्थानात) ५% आहे.

३. **उदरनिर्वाहाचे साधन :** भारत देशातील बहुसंख्य लोक शेतीवरच उदरनिर्वाह करतात. १९०१ पासून २००१ पर्यंतच्या आकडेवारीचा अभ्यास करता असे दिसते की, भारतातील ७२% लोक शेतीमध्ये गुंतलेले आहे. भारतात शेतीवर जास्त लोक गुंतल्याचे कारण म्हणजे भारत आजही प्रगतशील देशात नसून तो विकसनशील देश असल्याने इतर व्यवसायाचा विकास तुलनेने कमी आहे. त्यामुळे जास्तीत जास्त लोक शेतीवर अवलंबून आहेत.

४. **खाद्यपुरवठा :** भारतातील ८०% शेतजमिनीवर खाद्य पिके, डाळी, भरड धान्य या पिकांसाठी वापरली जाते. यातून मोठ्या प्रमाणात खाद्य पिके उत्पादित होतात. भारतात जनावरांनाही मोठ्या प्रमाणात खाद्य पिकांचा पुरवठा केला जातो. भारतातील जास्तीत जास्त लोकांना शेतीतून अन्नपुरवठा केला जातो.

५. **औद्योगिक प्रगती :** भारतातील सुती कापड उद्योग, ताग उद्योग, साखर उद्योग हे भारताच्या औद्योगिक प्रगतीस मदत करतात. या सर्व उद्योगांना कच्चा माल शेती व्यवसायातून पुरविला जातो. थोडक्यात, भारताची औद्योगिक प्रगती शेती उत्पादनावरच अवलंबून आहे.

६. **निर्यात :** भारताची निर्यात शेतीमालावर अवलंबून आहे. भारतातील एकूण निर्यातीत ५५% वाटा शेती, भुईमूग, काजू, मसाले, तंबाखू, हाडे, कातडी, ज्यूट, तेल, फळे, लाख, डिंक इ. माल निर्यात होतो तो भारतीय शेतीतून उत्पादित केला जातो.

७. **राष्ट्रीय उत्पन्न :** भारतात मिळणाऱ्या एकूण उत्पन्नाच्या ५०% उत्पन्नाचा भाग शेती व्यवसायातून मिळतो. इ.स. १९४८-४९ मध्ये हा वाटा याहीपेक्षा जास्त होता. कारण स्वातंत्र्य मिळाले, त्यावेळी देशाची औद्योगिक प्रगती खूपच कमी होती. त्यामुळे इतर उत्पन्नाचा वाटा कमी होता.

८. **अंतर्गत व्यापार :** भारतात चालणारा अंतर्गत व्यापार बहुतांशी शेतीमालावर चालतो. त्यामुळे तांदूळ, गहू, चहा, फळफळावळ इत्यादी अंतर्गत व्यापारातील महत्त्वाचे घटक आहेत.

९. **वाहतूक :** भारतातील रस्ते व रेल्वेवाहतूक मोठ्या प्रमाणात शेती उत्पादनाच्या माल वाहतुकीवर अवलंबून आहे. शेतीमाल व कच्चा माल रस्ते व रेल्वे वाहतुकीनेच

बाजारपेठेपर्यंत व कारखान्यापर्यंत पोहोचविला जातो. त्यामुळेच भारतातील रस्ते व रेल्वे वाहतुकीस चालना मिळाली आहे. अशा प्रकारे वरील नऊ घटक भारतीय अर्थव्यवस्थेतील शेतीच्या दृष्टीने अत्यंत महत्त्वाचे मानले जातात.

वरील सर्व मुद्यांचा विचार केल्यास शेतीला अतिशय महत्त्व आहे. हे महत्त्व टिकवून ठेवण्यासाठी उत्पादन वाढवणे आवश्यक आहे. त्यासाठी काही पायाभूत सुविधांची गरज असते. त्यांनाच कृषी व्यवसायावर परिणाम करणारे घटक असेही म्हणता येईल. हे घटक पुढीलप्रमाणे सांगता येतात. कृषी व्यवसायावर प्रामुख्याने जलसिंचन सुधारित बी-बियाणे, खते, ऊर्जा, भांडवल इ. घटकांचा परिणाम होत असतो.

अ. जलसिंचन (Irrigation) : पिकाच्या वाढीसाठी योग्य प्रमाणात जलसिंचनाची आवश्यकता असते. शेतीच्या विकासासाठी पुरेसा व नियमित पाणीपुरवठा होणे गरजेचे असते. भारतातील पर्जन्य हंगामी स्वरूपाचा आहे. अनिश्चित स्वरूपाचे पर्जन्य, शेती उत्पादनात वाढ होण्यासाठी, तसेच जास्त जमीन लागवडीखाली आणण्यासाठी हानिकारक आहे. जलसिंचनामुळे कृषी व्यवसायात कमालीचा बदल घडून येतो. कारण त्यामुळे शेती उत्पादनात वाढ होते. बऱ्याच ठिकाणी वर्षातून दोन किंवा तीन पिकेही घेता येतात. अल्प पर्जन्याच्या प्रदेशातही उत्तम शेती करता येते. (अहमदनगर जिल्हा) जलसिंचनामुळे व्यापारी पिके उत्पादित करण्याकडे शेतकऱ्यांचा कल निर्माण होतो. जलसिंचनामुळे जमिनीत पाणी झिरपून भूमिगत पाण्याच्या पातळीत वाढ होते. म्हणूनच कृषी व्यवसायावर परिणाम करणारा जलसिंचन हा एक महत्त्वाचा घटक असतो.

ब. सुधारित बी-बियाणे (Hybride Seeds) : भारत कृषिप्रधान देश असूनही बहुतके शेतकरी हलक्या प्रतीचे बी-बियाणे वापरतात. शेतकऱ्यांची आर्थिक परिस्थिती, शिक्षणाचा अभाव यामुळे परंपरागत शेती पद्धतीतून भारतीय शेतकरी अजूनही बाहेर पडत नाही. विविध भौगोलिक व हवामान परिस्थितीनुसार भारतीय राष्ट्रीय शेतकी संशोधन मंडळ, सुधारित व पीक रोगविरोधक बी-बियाणे तयार करण्याचे काम करीत आहे. भारतीय शेतकरी अलीकडे सुधारित बी-बियाणांचा वापर करून शेती उत्पादन वाढविण्याचा प्रयत्न करू लागला आहे. प्रत्येक राज्यात बी-बियाणे महामंडळाची स्थापना करून पिकांच्या जास्त उत्पादन देणाऱ्या जाती शोधून काढल्या जात आहेत. शेती उत्पादन वाढीमध्ये तसेच अन्नधान्याच्या उत्पादनात स्वयंपूर्ण होण्यामागे शेतीत वापरल्या जाणाऱ्या तंत्रापैकी सुधारित बी-बियाणे हा एक महत्त्वाचा घटक आहे.

क. खते (Fertilizers) : भारतीय मृदांमधील नायट्रोजन आणि फॉस्फरस या घटकांचे प्रमाण अल्प आहे. त्यामुळे शेती उत्पादन पाहिजे तितके वाढलेले दिसत नाही. म्हणूनच शेतीविषयक नवीन धोरणात दर हेक्टरी उत्पादन वाढविण्यासाठी रासायनिक खतांचा

वापर करणे आवश्यक आहे. भारतातील स्वातंत्र्योत्तर काळात रासायनिक खतांचे उत्पादन, खतांची आयात तसेच वापर सतत वाढत आहे; परंतु इतर देशांच्या तुलनेत हे प्रमाण अतिशय कमी आहे.

ड. ऊर्जा (Power) : शेतीच्या क्रांतीसाठी ऊर्जेची मोठ्या प्रमाणात आवश्यकता आहे. शेतीतील सर्व कामांसाठी ऊर्जेची आवश्यकता आहे. भारतात आर्थिक नियोजन सुरू झाल्यापासून विविध प्रकारची ऊर्जा वापरण्याकडे शेतकऱ्यांचा कल वाढत आहे. वीज व डिझेल यांचा शेती क्षेत्रातील वेगवेगळ्या कामासाठी वापर वाढत आहे. डिझेलवर ट्रॅक्टर व इंजिने चालविली जातात. तसेच पंपासाठी विजेचा वापर शेतकरी करीत आहेत व त्यांचा वापर वाढतच आहे. भारतातील एकूण वीज वापरापैकी १९७०-७१ मध्ये शेती क्षेत्रात १०.२% तर १९८७-८८ मध्ये हे प्रमाण २३८% इतके होते, तर २०००-०१ मध्ये हे प्रमाण वाढले आहे.

इ. विपणन (Marketing) : कृषिमालाचे विपणन हा घटक विकासात खूपच महत्त्वाचा असतो. पिकांचा प्रकार व पिकांचे प्रमाण बऱ्याच वेळेस बाजारपेठेतील मागणीवर अवलंबून असते. ग्राहकाच्या तुलनेत शेतकरी आर्थिकदृष्ट्या दुर्बल असतो. उत्पादन प्रदेश मोठ्या क्षेत्रात विखुरलेले असतात, तर ग्राहक क्षेत्र एकसंध असते. थोडक्यात, बाजारपेठेचे स्थानिकीकरण झालेले असते. शेतकऱ्यांचा बहुतांश कृषिमाल नाशवंत असतो. जर शेतकऱ्यांच्या बाजारपेठेत मागणी व दराची हमी मिळाल्यास तो शेती क्षेत्रावर अधिक उत्पादनाचा प्रयत्न करून नवनवीन प्रयोग व पिकाच्या नवीन जातीची लागवड करून अधिक फायदा मिळवण्याचा प्रयत्न करेल. त्यातून शेती क्षेत्राचा विकास जास्त गतीने होऊ शकतो.

ई. भांडवल (Capital) : भारतीय शेतकऱ्याला कृषी प्रगती व उत्पादकता वाढविण्यासाठी कृषी क्षेत्रात तांत्रिक बदल करण्यासाठी जमीन लागवडीखाली आणण्यासाठी, सपाटीकरण व बांधबंधिस्ती करण्यासाठी तसेच अनुत्पादित मृदा उत्पादित करण्यासाठी भांडवलाची नितांत गरज असते. शेतीच्या अनेक समस्यांमुळे शेती उत्पादन कमी झालेले आहे. शेतीचे उत्पादन वाढवायचे असेल तर त्याच्याकडे भांडवल असणे गरजेचे आहे. बँका, पतसंस्था यांसारख्या सरकारी यंत्रणा उपलब्ध झाल्यास. शेतकऱ्यांना कमी व्याजात भांडवल पुरवठा होऊ शकतो.

संस्थात्मक घटक

स्वातंत्र्योत्तर काळात शेतजमिनीची उत्पादकता वाढावी म्हणून अनेक उपाययोजना राबवल्या गेल्यात. शेतीतील उत्पादकता पायाभूत व तांत्रिक तसेच संस्थात्मक घटकांवर अवलंबून असते. संस्थात्मक घटकांमध्ये खालील घटकांचा समावेश होतो –

१.	**जमीनधारणा क्षेत्र (Land Holding) :** कृषी व्यवसायावर परिणाम करणारा हा एक महत्त्वाचा घटक आहे. भारतीय शेतीची उत्पादकता कमी असण्याचे एक कारण म्हणजे भारतातील शेतकऱ्याकडे असलेल्या जमिनीचे धारणक्षेत्र अतिशय कमी आहे. वाढती लोकसंख्या, वारसाविषयक कायदा, संयुक्त कुटुंबपद्धतीचा ऱ्हास, वाढता कर्जबाजारीपणा, हस्तउद्योग व ग्रामीण उद्योगाचा ऱ्हास हे देखील धारण क्षेत्र लहान असण्याची कारणे आहेत. कायमस्वरूपी गरिबीचे दुष्टचक्र, अकार्यक्षम उत्पादन पद्धती, यांत्रिकीकरणावर मर्यादा, खर्चीक व नुकसानकारक शेती, शेतकऱ्यांचे शोषण या समस्या लहान धारण क्षेत्रामुळे निर्माण होतात.

२.	**कुळ संरक्षण (Land Tenure) :** स्वातंत्र्य प्राप्तीपूर्वी ब्रिटिश राजवटीत भारतात कुळपद्धती अस्तित्वात होती. जमीनदार वर्ग कुळाकडून शेती करवून घेत. आलेल्या उत्पन्नातून मोठा हिस्सा खंड म्हणून कुळांकडून घेत. स्वातंत्र्य मिळाल्यानंतर कुळांना संरक्षण देण्यासाठी आणि त्यांचे शोषण थांबविण्यासाठी कुळ कायदा करण्यात आला. स्वातंत्र्यापूर्वी आणि स्वातंत्र्यानंतर याचा बराचसा परिणाम कृषी व्यवसायावर घडून आला.

३.	**जमीन सुधारणा (Land Reform) :** कृषी व्यवसायावर परिणाम करणारा हा एक महत्त्वाचा घटक आहे. कारण भारतातील जमिनीच्या मालकी हक्काचे आणि जमिनीतून मिळणाऱ्या उत्पादनाचे योग्य वाटप घडवून आणण्यासाठी तसेच जमिनीचा पर्याप्त वापर करणे हे जमीन सुधारण्याचे हेतू समोर ठेवून शेती उत्पादकता वाढविण्याच्या जमीनसुधार योजना सरकारने हाती घेतल्या.

स्वातंत्र्य प्राप्तीनंतर भूधारणाधिकार पद्धतीचे उच्चाटन करण्यासाठी काही कायदे करण्यात आले. भारतातील जमीन सुधारणामध्ये १) जमीनदारी पद्धतीचे उच्चाटन करणे, २) कुळांना कायद्यानुसार संरक्षण देणे, ३) कमाल जमीन धारणनिश्चिती करणे. ४) मध्यस्थांचे उच्चाटन करणे इ.साठी कायदे करण्यात आले.

शेतीची उत्पादकता (Agricultural Productivity)

स्वातंत्र्योत्तर काळात भारतात शेतीला अग्रक्रम दिला गेला. शेतीची उत्पादकता वाढविण्यासाठी अनेक प्रयत्न केले गेले. शेतमालाचे उत्पादन व्यापक मशागत आणि सखोल मशागत करून वाढविता येते. व्यापक मशागत म्हणजे शेतीच्या मशागत क्षेत्रात वाढ करून उत्पादन वाढविणे. १९५०-५१ ते १९९८-९९ या ५० वर्षांच्या कालखंडात एकूण लागवडीखालील क्षेत्रात ४५.५५% वाढ झालेली आढळते.

सखोल मशागत म्हणजे शेतीच्या सुधारित पद्धतीचा वापर करून उत्पादन वाढविणे होय. यामध्ये रासायनिक खतांचा वापर, पाणीपुरवठा, सुधारित बी-बियाणाचा वापर, कीटकनाशकांचा वापर, शेती कसण्याच्या पद्धतीत सुधारणा करणे इ. गोष्टींचा समावेश

केला जातो.

शेती उत्पादकता म्हणजे ठराविक प्रदेशातील विशिष्ट क्षेत्रफळाच्या जमिनीत उपलब्ध असलेल्या तंत्रपद्धतीने होणारे उत्पादन होय. शेतीची उत्पादकता दोन पद्धतीने मोजता येते.

१. **शेतीची हेक्टरी उत्पादकता :** शेतीच्या उत्पादनासाठी भूमीबरोबर भांडवल, श्रम, बी–बियाणे, रासायनिक खते इ. गोष्टींचा वापर केला जातो. प्रत्येक हेक्टरमागे जे उत्पादन मिळते त्यास जमिनीची प्रतिहेक्टरी उत्पादकता म्हणतात. ही उत्पादकता पुढील सूत्राच्या साहाय्याने मोजली जाते.

$$\text{शेतीची प्रतिहेक्टरी उत्पादकता} = \frac{\text{पिकांचे एकूण उत्पादन}}{\text{पिकाखालील एकूण क्षेत्र (हेक्टरमध्ये)}}$$

२. **शेतीची दरडोई उत्पादकता :** एखाद्या पिकाचे उत्पादन करण्यासाठी वापरल्या जाणाऱ्या श्रमिकांची संख्या विचारता घेऊन जेव्हा उत्पादकता मोजली जाते त्यास शेतीची दरडोई किंवा श्रमिकांची उत्पादकता म्हणतात. प्रत्येक श्रमिकामागे मिळणारे उत्पादन म्हणजे श्रमिकांची उत्पादकता होय. ती पुढील सूत्राच्या साहाय्याने मोजली जाते.

$$\text{शेतीची दरडोई उत्पादकता} = \frac{\text{शेतीचे उत्पादन}}{\text{शेतीतील श्रमसंख्या}}$$

भारतीय शेतीची उत्पादकता कमी असण्याची कारणे
(Causes of Low Productivity of Indian Agriculture)

भारतीय शेतीची उत्पादकता कमी असण्याची अनेक कारणे सांगितली जातात. त्यांची विभागणी खालीलप्रमाणे करण्यात येते.

अ. नैसर्गिक कारणे (Natural Causes)

१. भारतीय शेती मोसमी पावसावर अवलंबून आहे. मोसमी पावसाची अनिश्चितता, अनियमितता, पर्जन्याचे विषम वितरण हे घटक प्रभावी ठरतात.

२. मोठ्या प्रमाणावर जंगलतोड करण्यात आली आहे.

३. मृदा धूप मोठ्या प्रमाणात होऊन मृदेची प्रत खालावली आहे व उत्पादकता घटली आहे.

४. ओला दुष्काळ, कोरडा दुष्काळ, महापूर, वादळे, गारा, धुके इ. नैसर्गिक आपत्तीमुळे शेतीची उत्पादकता कमी होते.

५. पर्वतीय व डोंगराळ भाग असल्यामुळे शेतीक्षेत्र कमी.

६. अतिजलसिंचनामुळे मृदेतील क्षारांचे प्रमाण वाढत आहे. त्यामुळे शेतीची उत्पादकता कमी होऊन शेती नापीक बनते.

७. पिकांवरील रोग व कीड यांचा उत्पादनावर परिणाम होतो.

ब. संस्थात्मक कारणे (Institutional Causes)

१. भारतीय शेतीत कालबाह्य उत्पादनांचा वापर केला जातो.

२. जलसिंचनाच्या अपुऱ्या सोयी.

३. सुधारित बी-बियाणांचा अभाव, उपलब्ध असले तरी त्याच्या गुणात्मकतेची हमी नसते व उत्पादकतेची हमी नसते.

४. रासायनिक खतांचा अभाव असल्यामुळे अतिशय कमी प्रमाणात त्यांचा वापर केला जातो.

५. शेती संशोधनाकडे विशेष लक्ष दिले जात नाही.

क. आर्थिक व सामाजिक कारणे (Economical Causes)

१. भारतातील शेतकरी कर्जबाजारी व गरीब असल्यामुळे शेतकरी आत्महत्या करतात.

२. भांडवलाअभावी शेतीला लागणारे नवीन तंत्रज्ञान वापरू शकत नाही.

३. विपणन व्यवस्थेचा अभाव व सदोष विपणन व्यवस्था.

ड. सामाजिक कारणे (Social Causes)

१. शेतीतील परंपरागत दृष्टिकोन.

२. शेतकऱ्यांची मानसिक दुर्बलता.

३. शेती व्यवसायावर अवलंबून असणाऱ्यांची संख्या खूप मोठी.

४. पूरक शेतीसेवांचा व शेती पूरक व्यवसायांचा अभाव.

५. निरक्षरता.

भारतातील शेती उत्पादकता विकसित देशांच्या तुलनेत फारच कमी आहे. लोकसंख्येचा शेतीवरील ताण कमी करण्याच्या दृष्टीने भारतात द्वितीय व तृतीय स्वरूपाच्या व्यवसायात वाढ करणे गरजेचे आहे. भारतीय शेती उत्पादकता वाढविण्यासाठी काही उपाययोजना करणे गरजेचे आहे. उद्योगधंद्याचे विकेंद्रीकरण करून ग्रामीण विकास साधल्यास शेतीक्षेत्रावरील ताण कमी करता येईल.

भारतीय शेतीची उत्पादकता वाढविण्यासाठी उपाययोजना
(Measures to Improve Productivity of Indian Agriculture)

१. शेतजमीनीचे एकत्रीकरण (तुकडे जोड)
२. कमाल जमीन धारणेवर मर्यादा.
३. शेतमजुरांना कुळांना शेतजमिनीचा मालकी हक्क देणे.
४. सहकारी शेती संस्थांची स्थापना करणे.
५. कमी व्याजाने कर्ज सुविधा उपलब्ध करून देणे.
६. जलसिंचनाच्या विविध योजना राबविणे.
७. सुधारित बी-बियाणांचा वापर वाढविणे.
८. खतांचा योग्य वापर.
९. पीक विमा योजना राबविणे.
१०. पीक कर्ज योजना राबविणे.
११. शेतमाल विक्री सहकारी क्षेत्रातून व्हावी.
१२. प्रत्येक शेती उत्पादनास योग्य तो हमी भाव मिळावा. तो सर्वत्र सारखा असावा, तसेच उत्पादन खर्चाचा विचार केलेला असावा.
१३. आधुनिक तंत्रज्ञानाचा वापर करणे.
१४. शेतीविषयक संशोधनाला चालना देणे.

शेतीचा विकास (Development of Agriculture)

भारतामध्ये जास्तीत जास्त जमीन लागवडीखाली आणली गेली आहे. त्यामुळेच उपलब्ध शेतजमिनीतून अधिकाधिक पिके उत्पादित करण्याचा प्रयत्न केला जातो. शेती विकासाच्या अनेक योजना राबवून शेती उत्पादने वाढविण्याचा प्रयत्न केला जात आहे. शेतीव्यवसायला पूरक व्यावसायदेखील सुरू करण्यात आलेले आहे. शेतीमध्ये नवनवीन तंत्रज्ञानाचा वापर करून विविध प्रकारची उत्पादने वाढविली जात आहेत. अनेक कृषी विद्यापीठातून संशोधन करून ते शेतकऱ्यांपर्यंत पोहोचवले जात आहे. त्यामुळे शेतीविकासास मदत झालेली दिसून येते.

भारतीय शेतीच्या विकासात खालील शेतीविषयक क्रांत्यांनी महत्त्वाची भूमिका बजावलेली आहे.

७.३ हरित क्रांती (Green Revolution)

सुधारित उच्च पैदास बी-बियाणे, रासायनिक खते, कीटकनाशके व यांत्रिक पद्धतीचा अवलंब केल्याने गेल्या काही वर्षात उत्पादनात प्रचंड वाढ झाली आहे. यालाच हरित क्रांती असे म्हणतात. देशात १९६६-६७ साली कृषी विकासासाठी हरित क्रांती

योजना कायान्वित झाली. या योजनेमुळे पंजाबमध्ये गव्हाच्या उत्पादनात आणि आंध्र प्रदेशात तांदळाच्या उत्पादनात वाढ झाली. यामध्ये गहू, तांदूळ, मका, ज्वारी, बाजरी अशा भरड धान्यावरही प्रयोग करण्यात आले. सुरुवातीला हे प्रयोग वेगवेगळ्या भागांतील १६ जिल्ह्यांत प्रायोगिक तत्त्वावर (सखोल शेती जिल्हा कार्यक्रम (Intensive Agricultural District Programme - IADP) राबविण्यात आला. या कार्यक्रमांतर्गत खालील कार्यक्रम राबविण्यात आले.

१. प्रकर्षित कृषी जिल्हा कार्यक्रम.
२. बहुपीक पद्धत.
३. उच्च पैदास बी-बियाणे.
४. भूजलसंधारण.
५. खते.
६. प्रमाणित बी-बियाणे.
७. अवर्षणप्रवण क्षेत्र कार्यक्रम.
८. कृषिउद्योग महामंडळ.
९. कृषीमधील जैव तंत्रज्ञान.

१९७०च्या दशकात वरील घटकांचा वापर करून शेती क्षेत्रात अमूलाग्र बदल करण्यात आले. १९७० ते १९९० या कालावधीत संकरित बी-बियाणांच्या खालचे क्षेत्र १५ दशलक्ष हेक्टरवरून ६४ दशलक्ष हेक्टरपर्यंत वाढले. १९९५ मध्ये ते ७५ दशलक्ष हेक्टरपर्यंत वाढले.

हरित क्रांतीचे फायदे

भारतातील हरित क्रांतीचे पुढीलप्रमाणे फायदे झाले.

१ अन्नधान्याच्या उत्पादनात वाढ.
२. नगदी किंवा व्यापारी पिकांच्या उत्पादनात वाढ.
३. आर्थिक विकासात वाढ.
४. रोजगार निर्मिती.
५. शेतीकडे व्यापारी दृष्टिकोनातून बघण्याचा दृष्टिकोन निर्माण झाला.
६. औद्योगिक विकासाला चालना.
७. भांडवली शेतीत रूपांतर.
८. शेती क्षेत्रातील गुंतवणूक वाढली.
९. शिक्षणाच्या सोयीत वाढ झाली.

हरित क्रांतीचे तोटे

१. प्रादेशिक विषमता वाढली.

२. आर्थिक विषमता वाढली.

३. ठराविक पिकांच्या बाबतीत यश.

४. शेतमजुरांना मारक.

५. संकरित वाणात उत्पादन वाढले व दर्जा घसरला.

कोरडवाहू शेती व तिचे महत्त्व

ज्या भागात मृदा सुपीक आहेत; परंतु पर्जन्य ५० से.मी. पेक्षा कमी आहे आणि जेथे पर्जन्य जलसिंचनाच्या सोयी उपलब्ध नाहीत अशा भागातील शेती कोरडवाहू शेती म्हणून ओळखली जाते. तिला जिराईत शेती असेही म्हणतात. कोरड्या, निमकोरड्या, शुष्क, निमशुष्क आणि कमी पर्जन्यक्षमतेच्या प्रदेशांत ही शेती केली जाते. या शेतीतून वर्षातून एकच पीक घेतले जाते.

भारतातील पूर्व राजस्थान, पश्चिम बंग, हरियाणा, उत्तर गुजरात, मध्य महाराष्ट्र, मध्य कर्नाटक, मध्य प्रदेश, छत्तीसगड, बिहार, प. आंध्र प्रदेश, तमिळनाडू, जम्मू काश्मीर या प्रदेशांचा समावेश होतो.

भारतात शेती व्यवसाय प्रमुख असला तरी ६०% शेती पावसाच्या पाण्यावर अवलंबून आहे. अनिश्चित व अपुरा पाऊस आणि त्याचे विषम वितरण यांमुळे होणारे उत्पादन अल्प व अनिश्चित असते. या पद्धतीत शेतीस योग्य असलेली जमीन काही काळ मुद्दाम पडित ठेवावी लागते. पाऊस पडण्याच्या अगोदर जमीन खोल नांगरतात. त्यामुळे पावसाचे पाणी झिरपून पृष्ठभागाखाली जाते व ओलावा जास्त काळ टिकून राहतो.

भारतातील कोरडवाहू शेतीमध्ये ओलावा टिकवून ठेवण्यासाठी बांध घालणे, मशागत करणे, शेतात पालापाचोळा व गवत यांचे आच्छादन करणे, पट्टा पद्धतीने पेरणी करणे, लवकर वाढणाऱ्या पिकांची निवड करणे, पिकांची फेरपालट, पेरणीची वेळ, मुख्य पिकांच्या जोडीला इतर काही पिके घेणे इ. उपाययोजना कोरडवाहू शेतीच्या विकासासाठी राबविल्या जात आहे. कोरडवाहू शेतीच्या विकासासाठी पाणलोट क्षेत्र विकास कार्यक्रम १६ राज्यांमध्ये आणि ९१ जिल्ह्यामध्ये १९८६-८७ पासून लागू केला आहे. या कार्यक्रमांतर्गत मृदासंधारणाची कामे केली जातात. त्यामध्ये डोंगराळ भागात जमिनीचा उतार ८०° ते १०° असेल तेथे सलग बांधातील अंतर १.२० मी. इतके ठेवून सम पातळीत बांध बंदिस्ती करणे, जमिनीचे सपाटीकरण करणे, जमिनीचा ओलावा टिकविणे, त्यांची वाढ करणे, वनशेतीचा विकास करणे, फळबागांची लागवड करणे यांचा समावेश केला आहे.

७.४ धवल क्रांती (दुग्धोत्पादन) (White Revolution)

भारत शेतिप्रधान देश असल्यामुळे शेतीबरोबर पशुपालन व्यवसाय महत्त्वाचा आहे. पशुपालन व्यवसाय दुग्ध व्यवसायाचा पाया आहे. राष्ट्रीय उत्पन्नात दुग्ध व्यवसायाचा वाटा सुमारे ६% आहे. जागतिक एकूण दुग्धोत्पादनात भारतात १४% उत्पादन होते. शहरीकरण व औद्योगिकीकरणामुळे दुधाची व दुग्धजन्य पदार्थांची मागणी भरपूर वाढली आहे. त्यामुळे दुग्धोत्पादन व्यवसाय विकसित होऊ पाहात आहे. भारतातील दूध उत्पादनास चालना मिळावी म्हणून १९७१ मध्ये दूध महापूर योजना सुरू करण्यात आली. यासाठी गाव पातळीवर वित्तपुरवठा, संकरित दुभती जनावरे पैदास असे उपक्रम करण्यात आले. यातून भरपूर प्रमाणात दुधाचे उत्पादन करण्यात येऊ लागले. या दुधाच्या महापूर योजनेमुळे याला 'धवलक्रांती' असे म्हणतात. या योजनेची वैशिष्ट्ये पुढीलप्रमाणे आहेत –

१. दुधाचा योग्य भाव देणे.
२. संघटित विक्री व्यवसाय निर्माण करणे.
३. यंत्रावर आधारित दूध हाताळणी प्रक्रिया साठवणूक, पॅकिंग, दुधाचे दुग्धजन्य पदार्थात रूपांतर करणे, दुधाचे वितरण करणे.
४. संकरित जनावरांची पैदास करणे.
५. सरकारी संस्थांद्वारे ग्रामीण उत्पादकांचे संघटन करणे.
६. ग्रामीण दूध प्रकल्पांना साहाय्य करणे.

दूध महापूर योजनेचे टप्पे

१. **पहिला टप्पा :** १९७१ मध्ये पहिला टप्पा राबविण्यात आला. या योजनेनुसार ४ शहरांतील २७ गावे एकमेकांस जोडून तेथील सर्व दूध एकत्रित करून मुंबई, मद्रास, कोलकाता व दिल्ली शहरात वितरित करण्यात आले. देशातील १४ राज्यांतील दूध उत्पादन वाढविण्याचा प्रयत्न करण्यात आला. या टप्प्यामध्ये गुजरातमध्ये बडोद्याला राष्ट्रीय डेअरी महामंडळाची स्थापना करण्यात आली.

२. **दुसरा टप्पा :** १९७८ मध्ये दुसरा टप्पा राबविण्यात आला. सुमारे ३४,५०० दूध सहकारी संस्थांना १३४ दूध केंद्रांत विभागण्यात आले. ही योजना राज्यांना लागू केली गेली.

३. **तिसरा टप्पा :** १९८५-९५ दरम्यान हा टप्पा राबविण्यात आला. हा टप्पा जागतिक बँक व युरोपियन आर्थिक समुदाय यांच्या मदतीने राबविण्यात आला. ६०,००० दूध सहकारी संस्थांना सुमारे ८३ लाख कि.ग्रॅम दूध वाटपासाठी एकत्रित करतात व ७३ लाख कि.ग्रॅम दुधाचे ५३५ मोठ्या व लहान शहरांत वाटप करतात. दुधावर प्रक्रिया करून दुग्धजन्य उत्पादने वाढत आहेत. यामुळे ग्रामीण लोकांना

आर्थिक फायदा झाला. त्यांच्यात उद्योगशीलता वाढली. दुग्ध व्यवसायाच्या विकासाच्या दृष्टीने धोरणे व मार्गदर्शन करण्यासाठी प्रशासन स्थापना करण्यात आले. अनेक संशोधन संस्था स्थापन करण्यात आल्या. यामुळे यास 'धवलक्रांती' असे म्हणतात. दुग्धव्यवसायाचे पुढीलप्रमाणे फायदे होत असतात -

१. लहान आणि भूमिहीन शेतमजुरांना आर्थिक पाया मजबूत होण्यास मदत होते.

२. शेतीला जोडधंदा किंवा पूरक व्यवसाय म्हणून फायदा मिळतो.

३. ज्या लोकांकडे शेती नाही ते दुग्ध व्यवसाय करून उदरनिर्वाह चालवू शकतात.

४. उत्पादनात वाढ होऊन लोकांचे राहणीमान सुधारते. दुधापासून लोणी, चीज, क्रीम, पनीर, दुधभुकटी, दही, चॉकलेट, मिठाई ही उत्पादने तयार केली जातात. भारतात मुंबई, अहमदाबाद, पुणे, कानपूर, चेन्नई, दिल्ली, बंगळुरु येथे दुध उत्पादन प्रक्रिया या संदर्भात संशोधन संस्था स्थापन करण्यात आल्या आहेत.

दुग्ध व्यवसायाच्या समस्या

१. भारतातील दूध उत्पादक संस्था अतिशय लहान लहान आहेत.

२. दूध उत्पादनात सतत चढ-उतार आढळतात.

३. दूध उत्पादक व ग्राहक यांच्या दरम्यान अनेक मध्यस्थ आढळतात.

४. भारतातील दूध उत्पादकता कमी आहे.

५. शीतकरणाच्या सुविधा अपुऱ्या आहे.

६. दुग्धोत्पादन व्यवसायासाठी अनुदानाची गरज आहे.

७. व्यवसायात वाढलेली प्रचंड स्पर्धा.

८. ग्रामीण व शहरी भागांतील दुधाच्या दरात मोठी तफावत आहे.

दुग्ध व्यवसायातील समस्यांवर उपाय

१. दुग्ध व्यवसायाकडे व्यवसाय म्हणून व्यावसायिक दृष्टिकोनातून पाहिले पाहिजे.

२. दुग्धोत्पादन करणाऱ्यांना प्रशिक्षण देणे तसेच वेळोवेळी मार्गदर्शन करणे.

३. दुधातील स्निग्धतेनुसार दुधाचा दर ठरवावा व त्या भावाला हमी द्यावी.

४. भारतीय हवामानाला अनुसरून संकरित जनावरांची पैदास करावी.

५. पशु वैद्यकीय सेवा सर्वदूर उपलब्ध करावी.

६. दुधाचा दर्जा व स्वच्छता या गोष्टींवर लक्ष ठेवावे.

७.५ निळी क्रांती (मासेमारी) (Blue Revolution)

मासेमारीचा व्यवसाय भारतात प्राचीन काळापासून अस्तित्वात आहे. पूर्वीच्या काळी शिकार व मासेमारी केवळ उदरनिर्वाहासाठी केली जात असे. शिकार हा प्राचीन

व्यवसाय जवळपास बंद पडला. मात्र मासेमारी व्यवसाय चालू असून त्याचे आधुनिकीकरण झाले आहे. भारताला लाभलेल्या विस्तृत समुद्र किनाऱ्याच्या भागात मासेमारी चालते. मासेमारी व्यवसायासाठी पुढीलप्रमाणे अनुकूल परिस्थिती आवश्यक आहे –

१. भूखंडमंच विस्तृत असावा.

२. दंतूर किनारा असावा म्हणजे नैसर्गिक बंदरे तयार होतील.

३. किनारी भागात जंगले असावीत. त्यांचा होड्या/जहाजे बनविण्यासाठी उपयोग होईल.

४. उथळ समुद्रकिनारा असावा. तेथे प्लवंग भरपूर वाढते. (माशांचे अन्न)

५. व्यापारी मासेमारीसाठी स्वयंचलित मोठ्या बोटी, उत्तम जाळी, माशांवर प्रक्रिया करणारी केंद्रे, शीतगृहे इ. उपलब्ध असावेत.

६. मोठी बाजारपेठ उपलब्ध असावी.

७. जलद व आधुनिक वाहतुकीच्या सोयी उपलब्ध असाव्यात.

८. शीतगृहाच्या सुविधा मोठ्या प्रमाणात उपलब्ध असाव्यात.

भारतातील मासेमारीच्या समस्या

उष्ण हवामानामुळे मासे टिकवून ठेवणे अवघड जाते. तसेच बाजारपेठ माशांसाठी फारशी अनुकूल नाही. या अनेक समस्या मासेमारीसंदर्भात दिसून येतात. भारत सरकारने खुल्या सागरातील मासेमारीस उत्तेजन देण्यासाठी मंगलूर, कोचीन, चेन्नई, विशाखापट्टणम, पोर्टब्लेअर येथे बंदराच्या उत्तम सोयी करून दिल्या आहेत. मासेमारीच्या संतुलित विकासासाठी शासन प्रयत्नशील आहे. 'राष्ट्रीय मत्स्यबीज विकास प्रकल्प' उभारण्यात आला आहे. प्रशिक्षणासाठी प्रशिक्षण संस्था व वित्तीय साहाय्य संस्था उभारण्यात आल्या आहेत. मच्छिमारांच्या सुरक्षिततेसाठी हवामान खात्यातर्फे संदेशवहनाद्वारे वेळोवेळी येणाऱ्या वादळांची पूर्वसूचना दिली जाते. त्यांच्यासाठी राष्ट्रीय कल्याणनिधी योजना व गट विमा योजना सुरू करण्यात आल्या आहेत. त्यामुळे भारत अलीकडे माशांची निर्मितीही करू लागला आहे. म्हणून भारताच्या अर्थव्यवस्थेत मासेमारीस अनन्य साधारण महत्त्व प्राप्त झाले आहे.

७.६ पशुधन (Livestock Resources)

पशुधन अथवा प्राणी साधनसंपदेमध्ये गाय, बैल, म्हैस, शेळ्या, मेंढ्या, उंट अशा प्राण्यांचा समावेश होतो. या प्राण्यांचा उपयोग शेतकऱ्याला होत असल्यामुळे त्यास प्राणिज संपदा असे म्हणतात. आधुनिक शेतीच्या दृष्टीने पशुधन हे उत्पादन वाढीकरिता केले जाते. त्याचे उदरनिर्वाहक व व्यापारी असे दोन प्रकार पडतात. उदरनिर्वाहक, पशुपालन व्यवसाय सर्वसामान्यपणे भटक्या जमातीत व कमी पर्जन्याच्या

प्रदेशांत केले जाते. तर व्यापारी पशुपालन हे सर्वसाधारणपणे स्थिर स्वरूपाचे असते. ते अधिक पावसाच्या व कमी पावसाच्या प्रदेशांत व्यापारी तत्त्वावर केले जाते.

उदरनिर्वाहक पशुपालन

उदरनिर्वाहक पशुपालन हे सर्वसामान्यपणे ओसाड व निमओसाड प्रदेशांत केले जाते. उदा., पश्चिम व मध्य आशिया या प्रदेशांतील लोकसंख्या विरळ असून शेतीला पाणी कमी त्यामुळे शेतीपूरक व्यवसाय म्हणून हा व्यवसाय केला जातो. यामध्ये मेंढपाळ व गुरे पाळणारे लोक आढळतात. चारा संपत असला की ते एका ठिकाणापासून दुसऱ्या ठिकाणी चारा व पाण्याच्या शोधार्थ स्थलांतर करतात. एका प्रदेशातील गवताचा पुरवठा कमी भासू लागला की जनावरांचा तांडा घेऊन दुसऱ्या ठिकाणी स्थलांतरित होतात.

त्यांना या पशुधनापासून दूध, मांस, खत, वस्त्र, कातडी मिळते. कातडीपासून निवारा तात्पुरता तयार करतात. याशिवाय कातडी, हाडे विकून त्यापासून उदरनिर्वाहासाठी इतर गरजेच्या वस्तू मिळवितात. असे भटके जीवन खडतर असते. त्यामुळे ते काटक असतात. पूर्वी हे लोक उदरनिर्वाह करणे जेव्हा अशक्य होत तेव्हा ते सधन लोकांना हल्ले करून तेथे स्थानिक होत असत.

अगदी कमी पावसाच्या व डोंगराळ भागांत शेळ्या व मेंढ्या पाळल्या जातात. वाळवंटी प्रदेशात उंट पाळले जातात. आशियाच्या मध्य भागात घोडे व गुरे पाळली जातात. अनेकदा त्यांचा एखाद्या प्रदेशात किती काळ मुक्काम राहील हे सांगणे कठीण असते. कारण त्यांचा मुक्काम हा तेथील चारा, पाणी, गुरांची संख्या यांवर अवलंबून असतो. हे सर्व पावसाच्या प्रमाणावर अवलंबून असते. जेव्हा भरपूर पाऊस पडतो. तेव्हा त्यांना चारा, पाणी सहज उपलब्ध होते. तेव्हा ते स्थिर होऊ लागतात. पश्चिम युरोप व अमेरिकेच्या काही भागांत दुधासाठी जनावरे पाळली जातात. तर कमी पर्जन्य व अधिक उष्णतामान भागात कुरणे जनावरांना उपयुक्त ठरतात. एकंदरित पशुपालन व शेती हे दोन्हीही हवामानावर अवलंबून आहे.

व्यापारी पशुपालन

कमी पावसाच्या प्रदेशात ओसाड विभागात व अधिक पावसाच्या प्रदेशांत व्यापारी पशुपालन केले जाते. असे पशुपालन प्रामुख्याने ऑस्ट्रेलियातील निमओसाड प्रदेशात, उत्तर अमेरिका व दक्षिण अमेरिका खंडातील कमी पावसाच्या प्रदेशात, आशियाच्या व यूरोपच्या काही भागात केले जाते. उत्तर अमेरिका खंडात उत्तर भागात शीत हवामान व अधिक पर्जन्यमान असूनही दुग्धोत्पादनासाठी व्यापारी पशुपालन केले जाते. युरोपात मिश्र शेतीत व्यापारी पशुपालन महत्त्वाचे मानले जाते.

व्यापारी पशुपालन हे दोन प्रकारे केले जाते. मत्सोत्पादन व दुग्धोत्पादन असे दोन प्रकार पडतात. व्यापारी पशुपालन विरळ लोकवस्तीच्या प्रदेशात केले जाते. पण असा प्रदेश बाजारपेठेपासून दूर आहे. त्यामुळे व्यापारी लोक मध्यस्थी करतात. ऑस्ट्रेलियाच्या आग्नेय व मध्य पश्चिम भागातील कमी पर्जन्याच्या भागात हा व्यवसाय चालतो.

७.७. ऊतीसंवर्धन (Tissue Culture and Horticulture)

ऊतीसंवर्धन हे जैवतंत्रज्ञानाचे एक प्रमुख अंग आहे. त्याचा प्रसार, विस्तार व महत्त्व वाढल्याने त्याचा स्वतंत्र विचार करावा लागतो. ऊतीसंवर्धनात वनस्पतींतील विशिष्ट ऊती(टिश्यू) व पेशी पोषणद्रव्यात जोपासून बेणे म्हणून त्याचा वापर केला जातो. विशिष्ट गुणधर्म असलेल्या ऊतींची निवड करून तयार होणारे बेणे सशक्त गुणधर्माचे असते. त्यामुळे त्यातून तयार होणारे उत्पादन हे उच्च दर्जाचे असून ते रंग, चव व टिकण्यास दर्जेदार असते.

व्याख्या : ''वनस्पतींतील विशिष्ट ऊती (टिश्यू) व पेशी पोषणद्रव्यात जोपासून बेणे म्हणून त्यांचा वापर करणे म्हणजे ऊतीसंवर्धन होय.''

''झाडाच्या अवयवाच्या एखादा तुकडा पोषक माध्यमावर ठेवून नियंत्रित वातावरणात प्रयोगशाळेत वाढविण्याच्या तंत्रास ऊतीसंवर्धन असे म्हणतात.''

एखादी पेशी किंवा पेशी समूह किंवा पान अथवा खोडाचा भाग यासारख्या एखाद्या झाडाचा भाग पोषकांच्या माध्यमात नियंत्रित वातावरणामध्ये वाढविला जातो. वनस्पतींची लवकर वाढ करण्यासाठी व निरोगी झाडे तयार करण्यासाठी ऊतीसंवर्धन तंत्रज्ञान हे एक महत्त्वाचे साधन आहे.

इतिहास : सर्व प्रथम पेशी संवर्धनाची संकल्पना इ.स. १९०२ मध्ये हेबर लॅन्ड या शास्त्रज्ञाने मांडली. त्यानंतर हॅनिंग, वेन्ट, भिमन, निश, मोरेल अशा अनेक शास्त्रज्ञांनी विविध संशोधन व अथक प्रयोग करून या तंत्रास चालना दिली. खऱ्या अर्थाने संजीवकांच्या शोधामुळे ऊतीसंवर्धनास चालना मिळाली. आज अनेक शास्त्रज्ञ या क्षेत्रात यशस्वी ठरलेले आहेत.

ऊतीसंवर्धनाचे फायदे : वनस्पतीची जलद वाढीसाठी व निरोगी झाडे बनविण्यासाठी हे तंत्रज्ञान म्हणजे एक महत्त्वाचे साधन होय. कृषी क्षेत्रातील विविध प्रकारच्या समस्या सोडविण्यासाठी या तंत्रज्ञानाचा उपयोग होत आहे.

१. निरोगी रोपे तयार होत असल्यामुळे त्यांची वाढ उत्कृष्ट अशी होते.

२. बाराही महिने केव्हाही नवनवीन रोपांची निर्मिती करता येते.

३. चांगल्यात चांगले गुणधर्म असलेल्या झाडांपासून लहान लहान तुकडे (बियाणे) होऊन उत्कृष्ट अशा रोपांची निर्मिती करता येते.

४. तयार झालेली सर्व रोपे समान गुणधर्मांची वयाची व निरोगी असतात म्हणून त्यांच्या उत्पादनात अमूलाग्र वाढ होते.

५. चांगले गुणधर्म असलेल्या वनस्पतीच्या कोणत्याही भागापासून सुधारित जातीची रोपे तयार करता येतात.

६. ऊतीसंवर्धन कमीत कमी वेळेत व कमीत कमी खर्चात करता येते.

७. ऊतीसंवर्धन पद्धतीने जंगली दुर्मीळ झाडांची वाढ करणे शक्य होते.

८. ऊतीसंवर्धनाने तयार केलेल्या झाडांना खूपच लवकर फळे येतात. तसेच त्यांचा दर्जा एकदम उत्कृष्ट असतो.

९. ऊतीसंवर्धनात एखाद्या उत्कृष्ट झाडांचा काढलेल्या तुकड्यापासून अनेक रोपे तयार करता येतात. त्यामुळे फायदा अधिक होतो.

१०. ऊतीसंवर्धनात पेशी समूहांचे संवर्धन शास्त्रीय पद्धतीने करून अधिक उत्पादन साधता येते.

उती संवर्धनामुळे वनस्पतींची प्रतिकार शक्ती वाढते, पोषणमूल्यांची क्षमता वाढते तसेच रंग, चव, आकार अशा गुणात्मक मूल्यांत वाढ होते. भारतात कृषिसंशोधक डॉ. स्वामीनाथन, डॉ. व्ही जगन्नाथन यांनी चेन्नई, बेंगलोर व पुणे येथे संशोधन करून द्राक्षे, केळी, बटाटे, हळद, लिंबू, काजू, रताळी, शेवंती, जरबेरा यांच्या उत्पादनासाठी ऊतीसंवर्धन हे तंत्रज्ञान वापरले. ऊतीसंवर्धनाचा खर्च कमी करण्यासाठी त्यांनी अनेक प्रयोग करून त्यांनी नाचणी अथवा ओट्सचे पीठ, साखर व काही रसायने यांचा वापर यशस्वीपणे केला आहे. म्हणूनच हे तंत्रज्ञान शेतकऱ्यांपर्यंत सहज पोहचले आहे. पण हे तंत्र आत्मसात करून त्याचा वापर करण्यासाठी शेतकरी उत्कृष्ट शिक्षित व नवे तंत्र स्वीकारणारा असावा लागतो. त्यामुळे भारतासारख्या देशात हे तंत्र फारच कमी शेतकऱ्यांनी स्वीकारले आहे.

७.८ पॉलीहाऊस आणि कृषी (Polyhouse and Agriculture)

भारतीय खेड्यातील लोकांचा मुख्य व्यवसाय शेती आहे. भारतातील हवामान हे कृषीकरिता चांगले असल्यामुळे जगातील शेतीचे जवळपास सर्वच प्रकार येथे आढळतात. भारतात असलेल्या हवामानामुळे फळबागांची शेती, फुलांची शेती, मंडई शेती अशा शेती उत्पादनांना प्रचंड वाव आहे. पण अशा सर्व अनुकूल हवामान असतानाही शेतीचे उत्पादन हे फारच कमी आहे. कारण अनेक कृषी समस्या आहेत. त्यामुळे शेतांचे आकार मोठे असूनही फारसे उत्पादन काढता येत नाही. पण ग्रीनहाऊस, पॉलीहाऊस कमी जागेतही प्रचंड उत्पादन काढता येते हे सिद्ध झाले आहे. म्हणून आज पॉलीहाऊसकडे शेतकऱ्यांचा कल आहे.

व्याख्या : "काही ठराविक महत्त्वाच्या पिकांचा उत्पादनासाठी त्यांचे विशेष संगोपन व संरक्षण करण्याच्या उद्देशाने पॉलीथिन पासून बांधले जाणारे घर म्हणजे पॉलीहाऊस होय."

"जेव्हा कृत्रिमरीत्या तयार केलेल्या ग्रीनहाऊसमध्ये पॉलिथिनचा वापर करतात. तेव्हा त्यास पॉलीहाऊस असे म्हणतात."

इतिहास : अठराव्या शतकात समशितोष्ण हवामानाच्या अति थंड प्रदेशात काचग्रहातील शेतीचे प्रयोग झाले. त्यानंतर अशा शेतीसाठी अभ्रकाचा वापर केला जात असे. १९९० पर्यंत जगात काचगृहातील शेतीचे क्षेत्र सुमारे ३०,००० हेक्टर होते. विसाव्या शतकाच्या शेवटी प्लॅस्टिकचा वापर झाला. पण अलिकडील काळात पॉलिथिन सर्वत्र स्वस्त असल्याने त्याचा वापर पॉलीहाऊसमध्ये वाढला आहे. त्यामुळे पॉलीहाऊस उभारणीचा खर्चदेखील कमी झालेला आहे. याशिवाय ते जास्त काळ टिकते, लवकर उभारता येते. एका ठिकाणापासून दुसऱ्या ठिकाणी नेता येते. एकंदरित हवामान चांगले योग्य राहत असल्याने उत्पादन वाढले आहे.

रचना : सर्वसामान्यपणे पॉलीहाऊसचा आकार अर्धगोलाकार किंवा उतरत्या छपराप्रमाणे असतो. त्याचे क्षेत्र ५ ते १० गुंठे व ऊंची १० ते १५ फूट असून पॉलीहाऊस पूर्व-पश्चिम दिशेत असते. कारण जास्तीत जास्त सूर्यप्रकाश उपलब्ध होतो. ते सावलीत उभारले जात नाही. गरजेनुसार त्याचा आकार असतो. ऋतुनुसार पॉलीहाऊसमधील तापमान थंड व उष्ण राखले जाते.

पॉलीहाऊससाठी आवश्यक साहित्य

१. शेड (लोखंडी/लाकडी) व पॉलिथिनचे आच्छादन.

२. हवा खेळती राहण्याची सोय/वायुविजन.

३. हवा थंड करण्याची (Cooling Pad व बाहेर फेकण्याची सुविधा (Exhaust Fan System).

४. थंड ऋतूत हवा तापण्याची सुविधा (Heating System).

५. कार्बनडायऑक्साईड जनरेटर.

६. सावलीकरिता व उष्णतेकरितेची जाळी.

७. वेलीसारख्या वनस्पतींना आधार देण्याची सुविधा व फुलांना आधार देणारी व्यवस्था.

८. अतिनिल किरणांच्या संरक्षणासाठी योग्य अशा पॉलिथिनचे आच्छादन.

९. बाजूला गुंडाळून ठेवता येतील असे पडदे.

१०. सूक्ष्म जलसिंचन सुविधा (ठिबक सिंचन अथवा तुषार सिंचन).

११. खते, औषधे यांची सुविधा.

१२. संपूर्ण संगणीकृत सुविधा.

युरोपीय देशांत पॉलीहाऊस खूपच वेगाने वाढले आहेत. भारतातील शेतकऱ्यांना त्याबाबतचे तांत्रिक ज्ञान व प्रशिक्षण घेणे तसे आर्थिकदृष्ट्या गरीब शेतकऱ्यांना परवडणारे नसल्याने पॉलीहाऊसच्या उभारणीवर मर्यादा आहेत. याशिवाय पॉलीहाऊस प्रशिक्षणाची व्यवस्था अद्याप फारशी उपलब्ध नाही. त्यामुळे याचे प्रमाण कमी आहे. महाराष्ट्रात पुणे, कोल्हापूर, नाशिक, सातारा, सांगली अशा जिल्ह्यांमध्ये पॉलीहाऊसची उभारणी करून उत्पादन घेण्यास सुरुवात केलेली आहे. त्यातून तयार होणारी जरबेरा, कार्नेशन, निशिगंध सारखी फुले राष्ट्रीय व आंतरराष्ट्रीय बाजारपेठेत पाठविली जात आहेत.

पॉलीहाऊसची वैशिष्ट्ये

१. पॉलीहाऊसमध्ये तापमान, आर्द्रता व प्रकाश अशा घटकांचा पर्याप्त वापरामुळे कृषी उत्पादनात लक्षणीय वाढ होत आहे.

२. उत्पादित फळे, भाजीपाला, फुले शुद्ध, टवटवीत व चविष्ट असतात.

३. या ठिकाणी द्रव स्थितीतील नैसर्गिक खते वापरली जात असल्याने आरोग्यास उत्तम.

४. भरपूर सूर्यप्रकाश उपलब्ध होतो.

५. या तंत्राच्या साहाय्याने बाहेरच्या हवामानापेक्षा अनुकूल हवामान अंतर्गत भागात असते.

६. पॉलीहाऊसमधील कार्बनडायऑक्साईडचे प्रमाण नियंत्रित केल्याने उत्पादनात वाढ होते.

७. पॉलीहाऊसमधील पिके, वारा, वादळे, पर्जन्य, ढगफुटी, अतिनिल किरणे, तापमानाची भिन्नता, गारपीट व रोगजंतूपासून सुरक्षित असतात.

८. पॉलीहाऊसमधील प्रत्येक पीक हे लवकर तयार होते व ते १० ते १५% उत्पादन अधिक असते.

९. पॉलीहाऊसमध्ये कृत्रिम वातावरण तयार करता येत असल्यामुळे कोणतेही पीक केव्हाही घेता येते.

१०. पॉलीहाऊसमुळे रोजगाराच्या अनेक संधी कुशल व अकुशल मजुरांना उपलब्ध झालेल्या आहेत.

८ नियोजन आणि विकास
Planning and Development

८.१ प्रस्तावना (Introduction)

जगात सर्वत्र प्रादेशिक विकास असमान स्वरूपात झालेला दिसून येतो. काही विभाग, देश, राज्यांनी प्रचंड प्रगती केली तर काही विभाग, देश, राज्यं मागे राहिलेले आहेत; म्हणजेच प्रादेशिक विकासामध्ये असमानता आढळते यास अनेक कारणे आहेत. भारत सरकारने सर्वत्र समान विकासाचे नियोजन केलेले असले तरी विकासात समानता नाही.

८.२ प्रादेशिक नियोजनाची संकल्पना (Concept of Regional Planning)

अलीकडील काळातील ही आधुनिक व लोकप्रिय अशी समजली जाणारी संकल्पना आहे. मानव आपल्या गरजांची पूर्तता करण्यासाठी धडपडत असतो. त्यासाठी तो साधने प्राप्त करून घेत असतो. त्याकरिता असलेली साधने दुर्मीळ व पर्यायी उपभोगाची असतात व या मर्यादित, दुर्मीळ व पर्यायी उपयोगाच्या साधनांच्या साहाय्याने आपल्या अधिकाअधिक गरजांची पूर्तता करण्यासाठी जास्तीत जास्त सुख व समाधान प्राप्त करून घेण्यासाठी प्रत्येकाला नियोजन करावे लागते.

प्रादेशिक नियोजनाची व्याख्या

१. **प्रा.एच.डी.डिकिन्सन,** ''नियोजन म्हणजे महत्त्वाचे निर्णय घेण्याची प्रक्रिया ज्यामध्ये कोणत्या वस्तूचे किती प्रमाणात, कोणत्या पद्धतीने केव्हा व कोठे उत्पादन करावयाचे व त्याचे वाटप करावयाचे याबाबत योग्य अधिकाऱ्यांनी व्यापक सर्वेक्षणाच्या साहाय्याने निर्णय घेणे होय.''

२. **भारतीय नियोजन मंडळ,** ''नियोजन म्हणजे पूर्ण निश्चित केलेली उद्दिष्ट्ये प्राप्त करण्यासाठी योजलेल्या सर्व धोरणांचा, डावपेचांचा समावेश होय.''

३. ''नियोजन म्हणजे विविध समस्या सोडविण्यासाठीचा मार्ग होय.''

८.३ प्रादेशिक नियोजनाची उद्दिष्टे (Aims of Regional Planning)

नियोजन मंडळ हे भारतात सर्वोच्च आहे. नियोजन मंडळाच्या चौकटीत उद्दिष्टे ठरविली जातात. प्रत्येक घटक मंडळ हे उद्दिष्टे गाठण्याचा प्रयत्न करीत असते. प्रत्येक घटकराज्य उद्दिष्टे साध्य करताना त्या त्या राज्याची भौगोलिक परिस्थिती व साधनसंपत्तीचा विचार करीत असतात, तर जिल्हा नियोजन मंडळ हे प्रत्येक जिल्ह्याच्या ठिकाणी असून केंद्रीय नियोजन राज्यस्तरीय नियोजन मंडळाने ठरवून दिलेली उद्दिष्टे साध्य करण्यासाठी धडपडत असतात.

प्रत्येक देशातील परिस्थितीनुसार आणि काळानुसार प्रादेशिक नियोजनाची उद्दिष्टे बदलत असतात. प्रादेशिक नियोजनाची उद्दिष्टे पुढीलप्रमाणे आहेत –

१. प्रादेशिक नियोजनाद्वारे देशातील सर्व भागाचा सर्वच क्षेत्रातील सर्वांगीण विकास साधता येतो. उदा. शेती, व्यापार, उद्योगधंदे इ.

२. प्रादेशिक नियोजनामुळे देशाच्या सर्वच भागात रोजगाराच्या संधी उपलब्ध केल्या जात असल्यामुळे अनेक राज्यातील बेकारी कमी होण्यास मदत होत आहे.

३. प्रादेशिक नियोजनामुळे विषमता कमी होते. सर्व प्रदेशात समान विकास साधकाचा प्रयत्न केला जातो. उदा. पश्चिम महाराष्ट्र, मराठवाडा, कोकण, विदर्भ, खानदेश इ.

४. प्रादेशिक नियोजनामुळे राष्ट्रीय उत्पादन वाढविणे व राहणीमानाचा दर्जा उंचावणे यासाठी प्रयत्न केला जातो.

५. प्रादेशिक नियोजनामुळे अविकसित व विकसित विभाग उद्योगिकरणाने अधिक प्रयत्न होऊ शकतात. औद्योगिकीकरणाने रोजगार, राष्ट्रीय उत्पादनात वाढ होते.

६. प्रादेशिक नियोजनामुळे तो तो देश अन्नधान्य उत्पादनात स्वयंपूर्ण होतो. उदा. भारत, चीन.

७. प्रादेशिक नियोजनामुळे उद्योगधंद्यांना लागणारा कच्चामाल पुरवठा करणे शक्य होते.

८.४ प्रादेशिक नियोजनाची गरज (Need of Regional Planning)

साधनसंपत्तीचे वितरण विविध प्रदेशात असमान आढळते त्यामुळे विविध प्रदेशाच्या विकासाच्या अवस्थेमध्ये भिन्नता आहे. एखाद्या प्रदेशातील उपलब्ध साधनसंपत्ती, तेथील लोकांच्या गरजा, त्या लोकांचे प्रयत्न, शासनाची भूमिका यावर तेथील प्रादेशिक विकास अवलंबून असतो. तेथील मानवाच्या भूमिकेला महत्त्वपूर्ण स्थान असते. प्रादेशिक नियोजनाच्या प्रक्रियेमध्ये स्थळ व काळानुसार बदल करावे लागतात.

पूर्वी भारत अन्नधान्य, अवजड यंत्रसामुग्री, इलेक्ट्रॉनिक्स उपकरणे, तंत्रज्ञान यांची आयात करत असे. परंतु सध्या भारत अन्नधान्याच्या बाबतीत स्वयंपूर्ण झालेला आहे; तसेच विविध शहरांमध्ये देशी तंत्रज्ञान विकसित झाल्याने भारतांतूनच अशा अनेक वस्तूंची निर्यात होत आहे. भारताने शेती, उद्योग, तंत्रज्ञानातील बदलामुळे व केलेल्या प्रगतीमुळे आज हे शक्य झालेले आहे; म्हणूनच प्रादेशिक नियोजनाची अत्यंत गरज आहे.

प्रादेशिक नियोजनाचे स्वरूप (Nature of Regional Planning)

इ.स.१९२८ मध्ये सोव्हिएट रशियामध्ये सर्वप्रथम प्रादेशिक नियोजन या संकल्पनेचा वापर केला. आज जगातील सर्वच देश कमीअधिक प्रमाणात प्रादेशिक नियोजन करत आहेत. रशियाने केलेल्या प्रादेशिक नियोजनामुळे झालेला विकास पाहून सर्वच विकसित व विकसनशील देश प्रादेशिक नियोजन कार्याकडे आकर्षित झाले; तसे पाहिले तर प्रत्येक देशाचे प्रादेशिक नियोजन हे वेगवेगळे असते; कारण तेथील भौगोलिक परिस्थिती, उपलब्ध साधनसंपदा, बेकारी, शासकीय धोरण अशा घटकांशी निगडित असते.

इ.स. १९५१ पासून भारतात प्रादेशिक नियोजनाची सुरुवात झाली. भारतातील हे प्रादेशिक नियोजन हे केंद्रीय व विकेंद्रीय प्रकारच्या प्रादेशिक नियोजनाचे मिश्रण आहे. भारताचे प्रादेशिक नियोजन हे केंद्र सरकारच्या अखत्यारीत आहे; तर लोकशाहीवादी प्रादेशिक नियोजन आहे; तसेच प्रादेशिक नियोजनाची काही अंगे घटक राज्यांकडे दिलेली आहेत. उदा. शिक्षण, आरोग्य, शेती इ. भारताने मिश्र अर्थव्यवस्थेचा आणि समाजवादाचा पुरस्कार केला असल्यामुळे भारतीय प्रादेशिक नियोजन हे खऱ्या अर्थाने सर्वांगीण प्रादेशिक नियोजन ठरू शकत नाही. भारतातील खाजगी व सार्वजनिक क्षेत्र

विभागलेले आहे. तसेच खाजगी क्षेत्रे काही ठिकाणी खूपच यशस्वी ठरलेली आढळून येत आहेत.

८.५ महाराष्ट्रातील प्रादेशिक विकास (Regional Planning in Maharashtra)

भारतात केंद्रीय नियोजनमंडळ हे सर्वोच्च आहे. नियोजन मंडळाने काही उद्दिष्टे ठरविली आहेत. महाराष्ट्राचे प्रादेशिक नियोजन हे विभागीय, विकेंद्रित व एकमेकांशी निगडित स्वरूपात केले जाते. प्रादेशिक समानता आणण्यासाठी विविध प्रदेशात स्थापन केलेले वैधानिक मंडळ हे याचे उत्तम उदाहरण आहे. उदा. पश्चिम महाराष्ट्र वैधानिक मंडळ इ. अशा वैधानिक मंडळामार्फत त्या त्या भागातील मागासलेपणा कमी करून त्या भागाचा विकास साधणे; तसेच त्याकरिता प्रत्येक जिल्ह्यात व तालुक्यात नियोजन मंडळे अस्तित्वात असून त्याद्वारे त्या भागाचा विकास साधला जातो.

महाराष्ट्रातील विविध प्रादेशिक विकास पुढीलप्रमाणे –

१. **कोकणातील फलोत्पादन :** कोकणात आंबा, नारळ, काजू, सुपारी, फणस अशी फळे जगप्रसिद्ध आहेत. आंबा या फळाला तर चार हजार वर्षांपूर्वीचा इतिहास आहे व तसे पुरावे उपलब्ध आहेत. ब्रिटिशांनी त्यांच्या राजवटीत एकोणिसाव्या शतकात भारतात नवनवीन फळझाडांची लागवड केली. भारतात फळझाडांचा शास्त्रशुद्ध अभ्यास १९३० नंतर सुरू झाला. मानवाच्या आहारात व आरोग्याच्या दृष्टीने फळांना महत्त्वपूर्ण स्थान आहे. याशिवाय औषधीद्रव्य म्हणूनही अनेक फळांचा उपयोग केला जात आहे.

महाराष्ट्रातील दुसरी हरितक्रांती फलोत्पादनाच्यारूपाने होऊ शकेल. कमी पावसाच्या व कोरडवाहू प्रदेशात फळझाडे लावली जातात. फळझाडांची मुळे जमिनीतील खोलीवरील पाणी शोषून घेतात; त्यामुळे पावसाचे पाणी जमिनीत मुरणे आवश्यक असते. कोकणाचे भौगोलिक वैशिष्टे म्हणजे पूर्वेकडील सह्याद्रीची पर्वत रांग तर पश्चिमेकडे समुद्र किनारा यामधील अरुंद चिंचोळी पट्टी म्हणजे कोकण; येथे भरपूर पाऊस पडतो, पण सर्वच पाणी समुद्राला जाऊन मिळते. अशा परिस्थितीत कोकणात फलोत्पादन वाढीवर भर दिला जात आहे. तसेच येथील दमट हवामान, पाण्याचा निचरा होणारी जमीन, लॅटेराईट मृदा, एकंदरीत फळफळाच्या वाढीस उपयुक्त असल्याने आंबा, नारळ, काजू, सुपारी, फणस, केळी, अननस, कोकम अशा फळांची वाढ होत आहे.

२. **पश्चिम महाराष्ट्रातील साखर उद्योग :** साखरेच्या उत्पादनात भारतातील महाराष्ट्र हे एक राज्य उदयास आलेले आहे. महाराष्ट्रात साखर कारखाने हे पश्चिम महाराष्ट्र, विदर्भ व मराठवाडा प्रदेशात असून यामधील पश्चिम महाराष्ट्र हा विभाग सर्वांत महत्त्वाचा असून

महाराष्ट्राच्या जवळपास ८५% साखर कारखाने पश्चिम महाराष्ट्रात आहेत. यामध्ये सहकारी साखर कारखाने अधिक आहेत व महाराष्ट्राचे राजकारण त्याभोवती घोंगावत असल्याचे सिद्ध होते. सोलापूर, अहमदनगर, कोल्हापूर, पुणे, नाशिक, सातारा, सांगली हे जिल्हे आघाडीवर आहेत. महाराष्ट्रात साखर कारखान्यांपैकी कारखाने सहकारी तत्त्वावर आहेत. महाराष्ट्रामध्ये ३.८ लाख हेक्टर क्षेत्र ऊसाखाली असून देशातील ११% उत्पादन येथे होते. साखर कारखान्यांमुळे लोकांचे विशेषतः खेड्यातील लोकांचे जीवन समृद्ध झालेले आहे. पश्चिम महाराष्ट्रातील अवर्षण क्षेत्रात संतुलनाला पोषक वातावरण निर्माण झाले; पण पूर्व महाराष्ट्र मात्र त्यामानाने मागे राहिलेला आहे.

साखर उद्योगांमुळे रोजगार, वाहतूक, रस्ते, सहकारी चळवळ, बँका, पतसंस्था, अशा अनेक गोष्टींना चालना मिळाल्याने प्रादेशिक विकास गतिमान झालेला आहे. गळीत हंगामात एका साखर कारखान्यामागे सुमारे १००० ते ५००० लोकांना रोजगार मिळत आहे. सरासरी प्रत्येक कारखान्यांना १००० शेतकरी सभासद आहेत; पण हल्ली गडगडलेले साखरेचे भाव यामुळे हा उद्योग अडचणीत आलेला आहे. तसेच यामध्ये अनेक कारखाने विक्रीस निघाले व ठरावीक राजकारण्यांनी ते खरेदी करून खाजगी कारखाने सुरू केले आहेत.

३. औरंगाबाद–जालना औद्योगिक प्रदेश : इतर राज्यांच्या विषम विकासाप्रमाणेच महाराष्ट्रातील वेगवेगळ्या विभागांमध्ये औद्योगिकरणाचा झालेला विकास देखील असमान स्वरूपाचा आहे. महाराष्ट्रातील एकूण मजुरांच्या संख्येपैकी सुमारे ७०% लोकसंख्या उद्योगधंद्यात गुंतलेली आहे. त्यांपैकी २५% मजूर हे मुंबई– ठाणे–पुणे या औद्योगिक पट्ट्यांमध्ये गुंतलेले आहेत. एकंदरीत साधन संपदेची उपलब्धता, शक्तिसाधनांची सुविधा, वाहतुकीचा विकास यातूनच औद्योगिकरणाचा विकास साधला जात आहे; पण अजूनही मराठवाडा हा विभाग इतर विभागांच्या तुलनेत मागे आहे. याची कारणे म्हणजे खनिजे, शक्तिसाधनांची कमतरता, पाण्याची अपूर्णता, वाहतुकीची साधने व रस्ते यातील कमतरता ही आहेत.

प्रत्येक शासन हे मागसलेल्या भागात उद्योगधंदा उभारण्यास प्रोत्साहन देत असते. त्याप्रमाणे महाराष्ट्र शासनाने औरंगाबाद–जालना ही शहरे औद्योगिकरणासाठी निवडली आहेत. स्वस्त जागा, मुबलक पाणी, वीजपुरवठा व इतर अनेक प्रकारच्या करसवलती उद्योजकांना देऊन औद्योगिकीकरणाचा प्रयत्न महाराष्ट्र शासनाकडून होत आहे. ही शहरे वाहतूक सुविधा चांगली असून ती इतर शहरांना जोडली गेलेली आहेत; तसेच रेल्वे मार्गांचे जाळे त्या परिसरात उपलब्ध आहे. याशिवाय खाजगी व सहकारी माध्यमातून औद्योगिक वसाहती स्थापन केल्या आहेत. त्यात महाराष्ट्र औद्योगिक विकास महामंडळ

महत्त्वपूर्ण असून त्याचा वाटा अधिक आहे; म्हणूनच या विभागात यांत्रिक उद्योग, कागद प्रकल्प, तेलगिरण्या, रसायने उद्योग, सिमेंट, साखर यांचे कारखाने वाढत आहेत; त्यातून रोजगार, व्यापार वाढत आहे.

४. **पूर्व महाराष्ट्रातील खाणक्षेत्र विभाग :** पूर्व महाराष्ट्रामध्ये खनिजांचे साठे भरपूर आहेत. यामध्ये नागपूर, भंडारा, वर्धा, चंद्रपूर, यवतमाळ, गडचिरोली, गोंदिया या जिल्ह्यांचा समावेश होतो. तेथे प्रामुख्याने बॉन्साईट, चुनखडी, लोहखनिज, क्रोमाईट, मंगल या खनिजांचा तर दगडी कोळसा या शक्तिसाधनाचा समावेश होतो.

दगडी कोळशाचे कुमठी, नागपूर, वर्धा, चंद्रपूर येथे विपुल साठे आहेत. म्हणूनच वरोरा, बल्लारपूर, बांदा, चंद्रपूर ही महत्त्वाची कोळसा उत्पादक केंद्रे आहेत. वैनगंगा नदीच्या खोऱ्यात चंद्रपूर जिल्ह्यात लोहखनिजांचे साठे आहेत. भंडारा, गोंदिया, नागपूर जिल्ह्यात मँगेनिजचे साठे आहेत. तसेच यवतमाळ व चंद्रपूर जिल्ह्यात चुनखडीचे साठे असून भंडारा व गोंदिया जिल्ह्यात क्रोमाईटचे साठे आढळतात.

महाराष्ट्राच्या या विभागात इतके विपुल साठे असून त्याचे उत्पादन फारच कमी घेतले जाते, कारण वाहतुकीच्या सुविधा अपुऱ्या, उत्खननाची जुनाट पद्धत, बाजारपेठांचा अभाव, कामगारांच्या समस्या, शासकीय धोरण इ. खनिजांवर आधारित सिमेंट, खते, खनिज शुद्धिकरण उद्योग येथे सुरू होणे गरजेचे आहे. त्यासाठी योग्य अशा नियोजनाची गरज आहे. रस्ते, रेल्वेमार्ग, भांडवल, कुशल मजूर व योग्य शासकीय धोरणांची गरज आहे; तरच या विभागातील विकासाचे आर्थिक विदारक चित्र दूर होईल.

५. **पूर्व महाराष्ट्रातील संत्र्यांच्या बागा :** याच विभागातील नागपूरची संत्री जगप्रसिद्ध आहेत. १९४६ मध्ये भारतात पहिला मोठ्या प्रमाणावर संत्र्यांवर प्रक्रिया करणारा उद्योग सुरू करण्यात आला. संत्र्यांपासून रस, सरबत, मुरांबा, मार्मलेड, स्क्वॅश अशी पेये तयार केली जातात. मोठ्या प्रमाणात युरोपीय राष्ट्रांना निर्यात होते; येथे अनेक उद्योग विकसित झालेले आहेत. शेतकऱ्यांचे आर्थिक उत्पादन वाढवून त्यांना स्वास्थ्य मिळवून देण्याच्यादृष्टीने असे उद्योग फायदेशीर ठरत आहेत. संत्र्यांच्या बागांच्या विकासामुळे फळांवर प्रक्रिया करणारे उद्योगधंदे व कथलाचा पत्ता तयार करणारे, काचेचे, साखर पॅकिंगचे तसेच खाण्याचा रंग तयार करणारे उद्योगधंदे या प्रदेशात विकास पावलेले आहेत.

६. **मुंबई महानगर विभाग :** भारताच्या पश्चिम किनाऱ्याचे एक आंतरराष्ट्रीय दर्जाचे नैसर्गिक बंदर म्हणून मुंबईचा उल्लेख केला जातो. भारतातील पहिल्या क्रमांकाचे प्रमुख महानगर व महाराष्ट्राची राजधानी आहे; तर भारताच्या आर्थिक राजधानीचे शहर म्हणून

ओळख आहे. लहानसहान सात बेटांचा समूह व पश्चिमेकडे सह्याद्रीच्या निमुळत्या डोंगररांगा आहेत. मुंबई महानगराचे एकूण क्षेत्रफळ १९४ चौ.कि.मी. इतके आहे. भारताचे प्रवेशद्वार मुंबई शहर समजले जाते.

स्थान, नैसर्गिक पर्यावरण व ब्रिटिशांच्या धोरणामुळे १८६४ मध्ये मुंबई बेटांचे एक आंतरराष्ट्रीय बंदर म्हणून उदयाला आले. मुंबईचे प्रभावक्षेत्र दक्षिणेतून कर्नाटकापर्यंत व गुजरातपासून मध्यप्रदेशापर्यंत आहे. मुंबईचा आकृती बंध रेषीय प्रकारचा आहे. उद्योगधंदे, व्यापार, आरोग्य, शिक्षण, सरकारी कारभार, नागरी सेवेची प्रधान कार्यालये या शहरामध्ये आहेत. महाराष्ट्र राज्यातील एकूण तृतीय श्रेणीच्या व्यवसायातील ३०% व्यवसाय व ६६% उद्योगधंद्यातील व्यवसाय एकट्या मुंबई महानगरात केंद्रित झालेले आहेत; तसेच ७५% भांडवल येथील उद्योगात गुंतलेले आहे व ८५% वीज एकट्या मुंबईला लागते.

वाढती झोपडपट्टी, वाहतूक समस्या, प्रदूषण दिवसेंदिवस उग्र स्वरूप धारण करत आहेत. जगातील प्रत्येक राष्ट्रातील किमान एक व्यक्ती या शहरात आहे; अशी देशाची व्यापारी राजधानी म्हणून ओळख प्राप्त होत आहे.

सराव प्रश्न

प्रकरण १ ले

प्र.१) खालील प्रश्नांची उत्तरे सुमारे २० शब्दांत लिहा.

१) भारताचे भौगोलिक स्थान लिहा.

२) भारताच्या शेजारील कोणत्याही चार राष्ट्रांची नावे सांगा.

३) भारताची पूर्व-पश्चिम लांबी लिहा.

४) भारताचे एकूण क्षेत्रफळ सांगा.

५) भारताची उत्तर-दक्षिण लांबी लिहा.

प्र. २) टिपा लिहा (५० शब्दापर्यंत)

१) भारताची ऐतिहासिक पार्श्वभूमी.

२) भारताचे अभिक्षेत्रीय स्थान.

३) भारत पाकिस्तान-सीमा संबंध.

४) भारत चीन-सीमा संबंध.

५) भारत बांगलादेश-सीमा संबंध.

प्र. ३) खालील प्रश्नांची उत्तरे सुमारे १५० शब्दांत लिहा.

१) हिंदी महासागराचे भारतदृष्ट्या भूराजनैतिक महत्त्व लिहा.

२) भारताच्या शेजारील देशांशी असणाऱ्या संबंधाचा आढावा घ्या.

प्र. ४) खालील प्रश्नांची उत्तरे सुमारे ३५० शब्दांत द्या.

१. 'भारताची ऐतिहासिक पार्श्वभूमी यावर सविस्तर विवेचन करा.

२. भारताच्या शेजारील देशांशी असणाऱ्या अलीकडील संबंधांचा आढावा द्या.

प्रकरण २ रे

प्र. १) खालील प्रश्नांची उत्तरे सुमारे २० शब्दांत लिहा.

१) भारताचे कोणतेही दोन प्राकृतिक विभाग सांगा.

२) हिमालयामधील कोणत्याही दोन पर्वतरांगांची नावे लिहा.

३) भारतातील कोणत्याही दोन बेटाची नावे लिहा.

४) भारतातील कोणत्याही दोन मैदानांची नावे लिहा.

५) हिमालयामधील कोणत्याही दोन पर्वतशिखरांची नावे लिहा.

६) पश्चिम घाटामधील कोणत्याही दोन पर्वतशिखरांची नावे सांगा.

७) पूर्व घाटामधील कोणत्याही दोन पर्वतशिखरांची नावे लिहा.

प्र. २) टिपा लिहा. (५० शब्दांपर्यंत)

१) उत्तरेकडील पर्वतीय प्रदेश.

२) उत्तर भारतातील मैदानी प्रदेश.

३) द्विपकल्पीय पठार.

४) भारतातील सागरी बेटे.

प्र. ३) खालील प्रश्नांची उत्तरे सुमारे १५० शब्दांत लिहा.

१) उत्तर भारतातील मैदानांचा भौगोलिक वृतान्त लिहा.

२) द्विपकल्पीय पठाराचे भौगोलिक महत्त्व सांगा.

३) भारतातील किनारी प्रदेशाची माहिती लिहा.

प्र. ४) खालील प्रश्नांची उत्तरे सुमारे ३५० शब्दांत लिहा.

१) भारताचे विविध प्राकृतिक विभाग सांगून उत्तरेकडील पर्वतीय प्रदेशांचे सविस्तर विवेचन करा.

२) भारताचे विविध प्राकृतिक विभाग सांगून उत्तरेकडील मैदानी प्रदेशांची सविस्तर माहिती लिहा.

प्रकरण ३ रे

प्र. १) खालील प्रश्नांची उत्तरे सुमारे २० शब्दांत लिहा.

१) हिमालयात उगम पावणाऱ्या कोणत्याही चार नद्यांची नावे लिहा.

२) सिंधुनदीच्या कोणत्याही दोन उपनद्या सांगा.

३) गंगा नदीच्या दोन उपनद्यांची नावे सांगा.

४) ब्रम्हपुत्रा नदीच्या उपनद्यांची नावे लिहा.

५) भारतातील कोणत्याही दोन पूर्ववाहिनी नद्यांची नावे सांगा.

६) भारतातील कोणत्याही दोन पश्चिम वाहिनी नद्यांची नावे सांगा.

७) नदीचे खोरे म्हणजे काय?

८) सह्याद्री पर्वतरांगांमध्ये उगम पावणाऱ्या नद्यांची नावे सांगा.

९) दमण गंगा नदीचे उगमस्थान सांगा.

१०) सह्याद्री पर्वतात उगम पावून बंगालच्या उपसागरास मिळणाऱ्या कोणत्याही दोन नद्यांची नावे लिहा.

प्र. २) टिपा लिहा. (५० शब्दांपर्यंत)

१) नदी-खोरे.

२) गंगा-नदी प्रणाली.

३) सिंधु-नदी प्रणाली.

४) ब्रम्हपुत्रा नदी प्रणाली.

५) गोदावरी नदी प्रणाली.

६) कृष्णा नदी प्रणाली.

७) नर्मदा नदी प्रणाली व तापी नदी प्रणाली.

प्र. ३) खालील प्रश्नांची उत्तरे सुमारे १५० शब्दांत लिहा.

१) महानदी प्रणालीचे सविस्तर वर्णन करा.

२) अंबा व दमण गंगा या नद्यांचे सविस्तर विवेचन करा.

३) भारतातील पूर्ववाहिनी नद्यांचा वृतान्त लिहा.

४) 'कावेरी नदी प्रणाली' स्पष्ट करा.

५) भारतातील पश्चिम वाहिनी नद्यांचा वृतान्त लिहा.

प्र. ४) खालील प्रश्नांची उत्तरे सुमारे ३५० शब्दांत लिहा.

१) भारतातील विविध नदीप्रणालीची नावे सांगून गंगा नदी प्रणालीचे सविस्तर विवेचन करा.

२) कोकणातील विविध नद्यांचा वृतान्त लिहा.

३) ब्रम्हपुत्रा नदी प्रणालीचे सविस्तर वर्णन करा.

प्रकरण ४ थे

प्र. १) खालील प्रश्नांची उत्तरे सुमारे २० शब्दांत लिहा.

१) हवामान म्हणजे काय?

२) 'मोसमी वारे' म्हणजे काय?

३) 'नैऋत्य मोसमी वारे' म्हणजे काय?

४) 'ईशान्य मोसमी वारे' म्हणजे काय?

५) भारतीय हवामानाची दोन वैशिष्ट्ये सांगा.

६) भारताच्या द्रष्टिकोनातून मोसमी वाऱ्याचे दोन फायदे सांगा.

प्र. २) टिपा लिहा. (५० शब्दांपर्यत)

१) नैर्ऋत्य मोसमी वारे.

२) ईशान्य मोसमी वारे.

३) मोसमी वाऱ्यांची निर्मिती.

४) मोसमी वाऱ्याची रचना.

५) भारतातील ऋतू.

प्र. ३) खालील प्रश्नांची उत्तरे सुमारे १५० शब्दात लिहा.

१) भारतातील तपमानाचे वितरण स्पष्ट करा.

२) भारतातील पर्जन्याचे वितरण स्पष्ट करा.

३) मोसमी वाऱ्याची निर्मिती व रचना यावर सविस्तर विवेचन करा.

प्र. ४) खालील प्रश्नांची उत्तरे सुमारे ३०० शब्दात लिहा.

१) भारतातील हवामानावर नियत्रंण ठेवणाऱ्या घटकांचे सविस्तर विवेचन करा.

२) भारतीय हवामानाची वैशिष्ट्ये सांगा.

३) भारतातील विविध ऋतुंचे सविस्तर वर्णन करा.

४) भारतातील मोसमी वारे यावर भौगोलीक निबंध लिहा.

प्रकरण ५ वे

प्र. १) खालील प्रश्नांची उत्तरे सुमारे २० शब्दांत लिहा.

१) मृदा म्हणजे काय?

२) मृदेचे कोणतेही दोन प्रकार सांगा.

३) मृदा संधारण म्हणजे काय?

४) मृदा धूपेची दोन कारणे लिहा.

५) अरण्यांचे कोणतेही दोन प्रकार सांगा.

६) निर्वनीकरण म्हणजे काय?

प्र. २) टिपा लिहा (५० शब्दापर्यंत)

१) मृदा धूप.

२) मृदा संधारण.

३) अरणे.

४) अरण्य संवर्धन.

५) निर्वनीकरण.

प्र. ३) खालील प्रश्नांची उत्तरे सुमारे १५० शब्दांत लिहा.

१) मृदा प्रकाराचे सविस्तर वर्णन करा.

२) मृदा धूपेची कारणे स्पष्ट करा.

३) अरण्यांच्या प्रकारांचे वर्णन करा.

४) निर्वनीकरणाची विविध कारणे सांगा.

प्र. ४) खालील प्रश्नांची उत्तरे सुमारे ३५० शब्दांत द्या.

१) भारतातील अरण्यांचे प्रकार व वितरण स्पष्ट करा.

२) मृदा म्हणजे काय हे सांगून मृदेचे वितरण स्पष्ट करा.

३) मृदा धूप म्हणजे काय, हे सांगून मृदा संवर्धनावरील उपाय सांगा.

४) निर्वनीकरण म्हणजे काय? निर्वनीकरणाची कारणे सांगा.

५) वनसंवर्धनावरील उपाययोजना सांगा.

प्रकरण ६ वे

प्र. १) खालील प्रश्नांची उत्तरे सुमारे २० शब्दांत लिहा.

१) खनिज संपदांचे दोन प्रकार सांगा.

२) दोन शक्तीसाधनांची नावे लिहा.

३) 'सौरशक्ती' म्हणजे काय?

४) 'पवनऊर्जा' म्हणजे काय?

५) 'अणुऊर्जा' म्हणजे काय?

६) 'जैविकऊर्जा' म्हणजे काय?

७) जलऊर्जा (जलशक्ती) म्हणजे काय?

प्र. २) टिपा लिहा (५० शब्दापर्यंत)

१) लोह-खनिज

२) मँगनीज (मंगलधातू)

३) तांबे

४) बॉक्साईट (अभ्रक)

५) अपारंपरीक ऊर्जासाधने

प्र. ३) खालील प्रश्नांची उत्तरे सुमारे १५० शब्दांत लिहा.

१) खनिजसंपदा म्हणजे काय? भारतातील लोहखनिजांचे वितरण स्पष्ट करा.

२) भारतातील तांबे धातूचे वितरण स्पष्ट करा.

प्र. ४) खालील प्रश्नांची उत्तरे सुमारे ३५० शब्दांत द्या.

१) भारतातील पारंपरिक ऊर्जासाधनांचे प्रकार व वितरण स्पष्ट करा.

२) भारतातील अपारंपरिक ऊर्जासाधनांचे वितरण उदाहरणासह स्पष्ट करा.

३) जलऊर्जा म्हणजे काय? भारतातील जलऊर्जेचा सविस्तर वृत्तान्त लिहा.

प्रकरण ७ वे

प्र. १) खालील प्रश्नांची उत्तरे सुमारे २० शब्दांत लिहा.

१) 'हरितक्रांती' म्हणजे काय?

२) 'धवलक्रांती' म्हणजे काय?

३) 'नीलक्रांती' म्हणजे काय?

४) 'पशुसंसाधन' म्हणजे काय?

५) 'ऊती संवर्धन' म्हणजे काय?

६) 'पॉली हाऊस' म्हणजे काय?

प्र. २) टिपा लिहा (५० शब्दापर्यंत)

१) धवलक्रांती

२) नीलक्रांती

३) ऊती संवर्धन

४) पॉली हाऊस

प्र. ३) खालील प्रश्नांची उत्तरे सुमारे १५० शब्दांत लिहा.

१) भारतीय अर्थव्यवस्थेत शेतीचे महत्त्व विशद करा.

२) भारतातील हरितक्रांतीचा सविस्तर वृत्तान्त लिहा.

३) ऊतीसंवर्धन व फलोत्पादन शेतीविषयी सविस्तर वृत्तान्त लिहा.

४) पॉली हाऊस व कृषी यांची सविस्तर माहिती लिहा.

प्र. ४) खालील प्रश्नांची उत्तरे सुमारे ३५० शब्दांत द्या.

१) भारतीय अर्थव्यवस्थेत शेतीचे आधुनिक काळातील महत्त्व स्पष्ट करा.

२) हरित, धवल व नील क्रांत्यांचा भारतातील शेती-विकासासाठीचा सविस्तर वृत्तान्त लिहा.

प्रकरण ८ वे

प्र. १) खालील प्रश्नांची उत्तरे सुमारे २० शब्दांत लिहा.

१) 'प्रादेशिक नियोजन' म्हणजे काय?

२) प्रादेशिक नियोजनाची दोन उद्दिष्टे सांगा.

३) 'नियोजन' म्हणजे काय?

४) प्रादेशिक नियोजनाच्या दोन गरजा सांगा.

प्र. २) टिपा लिहा (५० शब्दापर्यंत)

१) प्रादेशिक नियोजन संकल्पना.

२) प्रादेशिक नियोजनाची उद्दिष्टे.

३) प्रादेशिक नियोजनाची स्वरूप.

४) प्रादेशिक नियोजन आणि विकास.

प्र. ३) खालील प्रश्नांची उत्तरे सुमारे १५० शब्दांत लिहा.

१) भारतातील प्रादेशिक नियोजनाचा अनुभव विशद करा.

२) महाराष्ट्रातील प्रादेशिक विकास स्पष्ट करा.

३) प्रादेशिक नियोजन व विकास यांचा आढावा घ्या.

प्र. ४) खालील प्रश्नांची उत्तरे सुमारे ३५० शब्दांत द्या.

१) प्रादेशिक नियोजनाची संकल्पना स्पष्ट करून प्रादेशिक नियोजनाची गरज, उद्दिष्टे व स्वरूप स्पष्ट करा.

२) भारतातील प्रादेशिक नियोजनाचा सविस्तर वृत्तान्त लिहा.

३) महाराष्ट्रतील प्रादेशिक विकासाचा आढावा घ्या.

संदर्भसूची

१) भारताचे भौगोलिक विश्लेषण – सप्तर्षी, मोरे, उगले, मुसमाडे
   (डायमंड पब्लिकेशन्स, पुणे)

२) भारताचा भूगोल – विठ्ठल घारपुरे (पिंपळपुरे प्रकाशन, नागपूर)

३) भारत एक पाहणी – संतोष दास्ताने (दास्ताने प्रकाशन, पुणे)

४) भारताचा भूगोल – माधव पुराणिक (विद्या प्रकाशन, नागपूर)

५) लोकसंख्या भूगोल – सावंत, आठवले, मुसमाडे
   (मेहता पब्लिशिंग हाऊस, पुणे)

६) भूगोल शास्त्राची मूलतत्त्वे – कोलते, भोयर, कुबडे (विद्या प्रकाशन, नागपूर)

७) भारताचा भूगोल – अहिरराव डी. वाय. (इनसाईट प्रकाशन, नाशिक)

८) भारताचा भूगोल – घोलप टी. एन. (निशिकांत प्रकाशन, पुणे)

९) भारताचा भूगोल – कुंभारे ए. आर. (पायल प्रकाशन, पुणे)

१०) भारताचा भूगोल – मगर जयकुमार (विद्या प्रकाशन, नागपूर)

11) Geography of India - Majid Husain.
    (McGraw Hill Education (India) Private Limited, New Dehli)

12) Geography of India - Ranjit Tirtha (Rawat Publication, New Delhi)

13) Population of India - Manjusha Musmade. (Think line - Nasik)

www.ingramcontent.com/pod-product-compliance
Lightning Source LLC
Chambersburg PA
CBHW071211260626
47162CB00004B/1258
9788184836165